ஆயிர மசலா

இஸ்லாமியத் தமிழ் இலக்கிய உலகின்
முதல் காப்பியம்

D1679868

'வகுகை நாடன்'
செய்கு முதலி இசுகாக்கு எனும்
வண்ணப் பரிமளப் புலவர்

யுனிவர்ஸல் பப்ளிஷர்ஸ்
2, வடக்கு உஸ்மான் சாலை, முதல் மாடி,
(கோடம்பாக்கம் மேம்பாலம் அருகில்)
தியாகராயர் நகர், சென்னை - 600 017.
✆ : 2834 3385
E-mail: universal_pub2002@yahoo.co.in

ஆயிர மசலா
வண்ணப் பரிமளப் புலவர்
பதிப்பாசிரியர்
எஸ்.எஸ். ஷாஜஹான்
பதிப்பு விவரம்
முதற் பதிப்பு டிசம்பர், 2019

உரிமை © பதிப்பகத்திற்கு

வெளியீடு
யுனிவர்ஸல் பப்ளிஷர்ஸ்
2, வடக்கு உஸ்மான் சாலை,
(கோடம்பாக்கம் மேம்பாலம் அருகில்)
முதல் மாடி, தியாகராயர் நகர்,
சென்னை - 600 017.
✆ : 044-2834 3385
ஒளி அச்சு : சு. அசோக்குமார், கும்பகோணம்.
அட்டை வடிவமைப்பு : ஓவியர் ஜானி, 99401 66842
அச்சு : அருணா எண்டர்பிரைசஸ், சென்னை-1.
பக்கங்கள் : 328 (1/8 டெமி)
விலை : ₹ **300/-**

ISBN: 978-81-936523-4-3

Title of the Book : **AAYIRA MASALA**
VANNA PARIMALA PULAVAR

© Publisher

Language : **Tamil**
Edition : **First - December, 2019**
Publisher
S.S. Sajahan
Universal Publishers
2, North Usman Road,
(Near Kodambakkam Overbridge)
T. Nagar, Chennai - 600 017.
✆ : 044-2834 3385
Typeset : **S. Asokkumar,** Kumbakonam
Wraper design : **Artist Jani,** 99401 66842
Printer : Aruna Enterprises, Chennai-1.
No.of Pages : **328** (1/8 Demy)
Price : ₹ **300/-**

வண்ணப் பரிமளப் புலவர்

ஆயிர மசலாக் காப்பியத்தை இயற்றிய செய்கு முதலி இஸ்ஹாக்கு என்னும் இயற்பெயரினை உடைய வண்ணப் பரிமளப் புலவர் ஹிஜ்ரீ 945 (கி.பி.1537)ஆம் ஆண்டில் பிறந்தார்.

"வகுதை நாடன்" என்று அவர் தம்மை அறிமுகப்படுத்திக் கொள்வதால் அவர் கீழக்கரையைச் சேர்ந்தவர் என்பது தெளிவாகிறது.

"செய்கு முதலி" என்னும் அவருடைய முதற் பெயர், அவர் சீறாப்புராணம் பாடிய உமறுப் புலவர் அவர்களின் மூதாதையாக இருக்கக் கூடும் என்னும் எண்ணத்தையும் தோற்றுவிக்கிறது. காரணம் உமறுப் புலவரின் தந்தையார் "வகுதை நகராதிபதி" செய்கு முதலி (யார்) என்று உமறுப் புலவரின் குமாரர் கவிக் களஞ்சியப் புலவர் தாம் இயற்றியுள்ள "நபியவதார அம்மானை"யில் குறிப்பிடுகிறார். இதை உறுதிப்படுத்தும் வேறு சில ஆதாரங்களும் உள்ளன. பாட்டனின் பெயர் பேரனுக்குத் தொடர்ந்து இடம்பெறுவது நந்தமிழ் நாட்டில் வழக்கில் இருந்து வருகிறது. அதுவும், பொதுவாக வழக்கிலில்லாத "செய்கு முதலி" போன்ற ஒரு பெயர், ஒரே ஊரில் உள்ள பல தலைமுறையினரிடம் காணப்படுமானால் அப்பெயர் கொண்டோர், அந்த ஒரே பரம்பரையில் வந்தோராக இருப்பர் என்று ஊகிப்பது தவறாகாது. அப்படிப் பார்க்கும்போது மிகப் பெரிய புலவராக விளங்கிய உமறுப் புலவர், அவருக்கு ஒரு நூறாண்டு காலம் முன்பு வாழ்ந்த மற்றொரு பெரும் புலவரின் சந்ததியில் புலமை மிக்க குடும்பத்தில் வண்ணப் பரிமளப் புலவரின் வாரிசாகத் தோன்றித் திகழ்ந்தவர் என்னும் உண்மை புலனாகத் தொடங்குகிறது.

"ஆயிர மசலா" காப்பியம் தோன்றுவதற்குக் காரணமாயிருந்தவர், "அடற்பாரில் ஆலநபி புகழ் கூறும் காவியம் அதனைப் பேறொடு ஓதும் என" "மணி அணித்துரசு மாகனகம் முகட்டாழி போல் அருளினோர் கடற்பாரின் ஏகன் அருள் புறுக்கானின் நீதியுள 'கறுப்பாறு காவல'வரே" (கடவுள் வாழ்த்து-35) என்று கூறுவதும் இங்கு கவனிக்கத் தக்கதாகும்.

கி.பி. பதின்மூன்றாம் நூற்றாண்டின் இறுதிப் பகுதியில் பாண்டிய மன்னரின் அவையில் அமைச்சராகவும் கடல் எல்லைக் காவலராகவும் விளங்கி, பாண்டிய இளவரசியை மணந்து, ஆறாம் பாண்டியனெனப் பெயர் தாங்கி கீழக்கரை (பவுத்திர மாணிக்கப் பட்டினம்) நகரைத் தமது ஆட்சி பீடமாகக் கொண்டு தனியரசு செலுத்திய மலிக் தகிய்யுத்தீன் பின் அப்துர் ரஹ்மான் தீபி அவர்களுக்கும் அவர்தம் சந்ததியில் வந்த ஆட்சியாளருக்கும் "கறுப்பாறு காவலர்" என்ற சிறப்புப் பட்டம் தொடர்ந்து வழங்கி வந்ததை "சீதக்காதி திருமண வாழ்த்து" போன்ற பாடல்கள் நமக்கு அறிவிக்கின்றன. அந்த வழிவந்த சீதக்காதிக்கும் அப்பட்டம் நிலவியது. எனவே, இதன் கொடை நாயகர், சீதக்காதியின் பாட்டனாராகவோ அல்லது அவர்தம் தந்தையாகவோ இருந்திருக்க வேண்டும்.

மதுரையை அடுத்த சுலைமான் (சிலைமான்) என்னும் ஊரைச் சார்ந்த புளியங்குளத்தினரான முல்லா மியா செய்யிது மகுதூம் என்னும் மார்க்க அறிஞர் பார்சி மொழி நூலிலிருந்து மொழிபெயர்த்து இதற்கு உரை வழங்கினார் என்பதும், மதுரையில் "செந்தமிழோர் சங்கத்தில் அரங்கம் ஏற்றப்பட்டது" என்பதும் இந்நூலிலேயே நமக்குக் கிடைக்கும் செய்திகளாகும்.

வண்ணப் பரிமளப் புலவர் பற்றி வேறு எந்தச் செய்தியும் நமக்கு இதுகாறும் கிடைக்கவில்லை.

பதிப்புரை

இன்று நமக்குக் கிடைத்துள்ள இஸ்லாமியத் தமிழ் இலக்கியப் படைப்புகளில் காலத்தால் முந்தியது இந்த 'ஆயிர மசலா' என்னும் அரிய காவியமே என்னும் உண்மை இப்போது அனைவராலும் ஏற்றுக்கொள்ளப்பட்டுள்ளது.

சென்ற சில ஆண்டுகளுக்கு முன்புவரை, பண்டைய இஸ்லாமியத் தமிழ் இலக்கியச் செல்வங்கள் மறைக்கப்பட்டும் மறைந்து கொண்டும் வந்தன. அவை அடியோடு மறைந்து அழிந்து போக விடக்கூடாது என்னும் எண்ணத்துடன் அவற்றைப் புதுப்பித்து, வெளியிட்டு அவற்றின் சிறப்புகளை மக்கள் அறியச் செய்ய வேண்டும் என்னும் முயற்சியில் சிலர் ஈடுபட்டுள்ளனர். மனவளம் படைத்த வள்ளல்கள் சிலரின் உதவியாலும், தனிப்பட்டவர்களின் முயற்சியாலும், முக்கியமான பல இலக்கியங்கள் புத்துயிர் பெற்றுள்ளன.

இஸ்லாமிய இலக்கியம் என்றால் சீறாப்புராணம், மஸ்தான் சாஹிபு பாடல்கள்தான் என்ற நிலை சில ஆண்டுகளுக்கு முன்வரை இருந்தன. தற்பொழுது அந்த நிலை சிறிது மாறி, சில இலக்கியங்கள் இஸ்லாமிய இலக்கியக் கழகத்தின் மூலமாகவும், எங்களது யுனிவர்ஸல் பப்ளிஷர்ஸ் மூலமாகவும் வெளிவந்துள்ளன. எனினும் மீண்டும் வெளிவர வேண்டிய இஸ்லாமியத் தமிழ் இலக்கியங்கள் ஏராளம் உள்ளன. அவற்றை எல்லாம் தேடிப்பிடித்துப் பதிப்பிக்க வேண்டும் என்று மறைந்த பன்னூல் ஆசிரியர் எனது மாமா எம்.ஆர்.எம். அப்துற்-றஹீம் அவர்கள் முப்பது ஆண்டுகளுக்கு முன்பே என்னிடம் கூறினார்கள்.

மறைந்த கவிக்கோ அப்துல் ரகுமான் அவர்களும் மறு பதிப்பு செய்ய வேண்டிய ஏராளமான இஸ்லாமிய இலக்கியங்கள் பதிப்பிக்கப்பட வேண்டும். உலகத் தமிழ் மக்களிடம் சென்றடைய வேண்டும் என்றும் என்னிடம் அடிக்கடி கூறுவார்கள். நானும் எங்களது யுனிவர்ஸல் பப்ளிஷர்ஸ் மூலமாகப் பழைய, மறுபதிப்பு செய்ய வேண்டிய இஸ்லாமியத் தமிழ் இலக்கியங்களை வெளிக்கொண்டு வருகிறேன் என்று அவர்களிடம் கூறினேன்.

அவ்வாறு தேடிய நூல்களுள் ‘ஆயிர மசலா’ என்ற நூலும் ஒன்று. இஸ்லாமிய இலக்கியங்களுள் முதல் காப்பியமான அந்த நூலை வெளியிட வேண்டும் என்று மறைந்த அண்ணன் கவிக்கோ அவர்கள் என்னிடம் அடிக்கடி கூறினார்கள். அச்சமயம் இத்ரீஸ் மரைக்காயர் அவர்கள் வெளியிட்ட ‘ஆயிர மசலா’ ஒரு பிரதி கிடைத்தது. கவிக்கோ அண்ணன் அவர்கள் மிகவும் மகிழ்வுடன் இந்த நூலை வெளியிடுமாறு கேட்டுக் கொண் டார்கள். நானும் சம்மதித்தேன். அவர்கள் இருக்கும் பொழுதே இந்த நூல் வெளிவந்திருந்தால் அவர்கள் மிகவும் மகிழ்ச்சியடைந் திருப்பார்கள். இறைவன் நாடவில்லை. இறைவன் எப்பொழுது நாடியிருக்கின்றானோ அப்பொழுதுதான் வெளிவரும். வல்ல இறைவன் இப்பொழுது நாடிவிட்டபடியால் ‘ஆயிர மசலா’ நூல் தங்கள் கைகளில் தவழ்கிறது.

எந்தவித லாபநோக்கும் இல்லாமல், பழைய இஸ்லாமிய இலக்கியங்கள் காப்பாற்றப்பட வேண்டும் என்ற எண்ணத்தில் இந்நூலை வெளியிடுகிறோம். மேலும் பல இஸ்லாமிய இலக்கிய நூல்களையும் வெளியிட எண்ணியுள்ளோம். அதற்கு வல்ல இறைவனின் அருளும் தங்களின் துஆவும் ஆதரவும் வேண்டும். இப்படிப்பட்ட அரிய நூல்களைத் தாங்கள் படிப்பதோடு, தங்கள் நண்பர்களுக்கும் உறவினர்களுக்கும் பரிசளித்து எங்களை ஊக்கப்படுத்துமாறு கேட்டுக் கொள்கிறோம்.

– எஸ்.எஸ். ஷாஜஹான்
யுனிவர்ஸல் பப்ளிஷர்ஸ்

ஆயிரம் மசலா - ஓர் அறிமுகம்

தமிழக அரசு தமிழ் வளர்ச்சிக் கழகத்தின் இயக்குநர்
உயர்திரு **சிலம்பொலி சு. செல்லப்பனார்**, எம்.ஏ.,பி.டி., பி.எல்.,

மஸ்அலா

"இதன் பொருள் தேவை, தேடப்படும் பொருள் என்பதாகும். ஒரு மார்க்க விற்பன்னரிடம் சென்று மார்க்கம் பற்றித் தேவைப்படும் பிரச்னைகளுக்குப் பெறும் விளக்கம் மஸ்அலா என்று குறிப்பிடப்படுகிறது. தமிழில் கேள்வி பதில்களைச் செய்யுளுருவில் கொண்ட நூல்களுக்கு 'மசலா' என்று பெயர் கூறப்படுகிறது"[1] இசுலாமிய சமய விளக்கம் கூறும் ஆயிரம் மசலா, நூறு மசலா, வெள்ளாட்டி மசலா என்ற நூல்கள் இருக்கின்றன.

அப்துல்லாஹ் இப்னு ஸலாம்:

இவர் யூசுப் (அலை) அவர்களின் வழி வந்தவர்; யூத அறிஞர். சபூர்[2], தவுறாத்[3], இன்ஜீல்[4]. என்னும் மூன்று வேதங்களையும் கற்றுணர்ந்த மூதறிஞராய் விளங்கி வந்தார். இவர் நபிகள் நாயகத்தைக் கண்டு ஆயிரம் கேள்விகளைக் கேட்டார் என்றும் அவற்றிற்கெல்லாம் பெருமானார் தக்க மறுமொழி பகர்ந்தமையால் இவரும் இவரைச் சேர்ந்தவர்களும் இசுலாத்தில் சேர்ந்தனர் என்றும் கூறப்படுகிறது.

---

1. அப்துற்றஹீம்-இஸ்லாமியக் கலைக் களஞ்சியம்; பக்கம் 652-53.
2. தாவூது நபிக்கு அருளப்பட்ட வேதம்.
3. மூசா நபிக்கு அருளப்பட்ட வேதம்.
4. ஈசா நபிக்கு அருளப்பட்ட வேதம்.

இந்நிகழ்ச்சியை மதுரை வண்ணப் பரிமளப் புலவர் ஒரு காவியமாகப் படைத்துள்ளார். இது ஆயிரம் மசலா என்றும், ஆயிரம் மசலா என்னும் அதிசய புராணம் என்றும் அழைக்கப்படுகிறது. இந்நூல் ஹிஜ்ரி 980-இல் (கி.பி.1572) மதுரைத் தமிழ்ச் சங்கத்தில் அரங்கேற்றப்பட்டுள்ளது.

இயலிறசூல் திருவடி சாய்ந்த தொள்ளா
யிரத்தினுடன் எண்பதாண்டின்

முயலும்'ப்ர மாதூதா' வருடத்தில்.........
அந்தமுறு மதுரைதனிற் செந்தமிழோர் சங்கத்தில்'

அரங்கேற்றப்பட்டதை நூலாசிரியரே குறிப்பிட்டுள்ளார். (கடவுள் வாழ்த்து பாட்டு 33, 34) 39 வயதினரான புளியங்குளத்து முல்லா மிய்யா சயிது மகுதூம் இதனை உரைத்திடக் கவிஞர் தமது 35-ஆம் வயதில் இந்நூலை இயற்றியுள்ளார்.

காப்பியங்களின் பிரிவு ஒவ்வொன்றும் காதை, படலம், சருக்கம் என்னும் பெயர்களால் அழைக்கப்படுவதுண்டு. இப்புராணத்தின் ஒவ்வொரு பிரிவும் 'வரலாறு' என்று அழைக்கப்படுகிறது. கடவுள் வாழ்த்தின் பின்னர் பதிக வரலாறு உள்ளது. பதிக வரலாற்றில் தூதுவிடு வரலாறு தொடங்கி அப்துல்லா இபுனு சலாம் முதலானோர் இசுலாமான வரலாறு வரையுள்ள பிரிவுகள் வரிசையாகக் கூறப்பட்டுள்ளன. நூலில், நரகத்தின் வரலாறுக்கு அடுத்ததாகப் பிழை மாதர் வரலாறு என்று குறிக்கப்பட்டுள்ளது. ஆனால் பதிகத்தில் 'பிழை மாதர் வரலாறு' எனும் பெயர் காணப்படவில்லை. பிழை மாதர் வரலாறு எனத் தனியே இல்லாமல் அதனை நரகத்தின் வரலாறு என்னும் தலைப்பிலேயே சேர்க்கப்பட வேண்டுமா என்பது கருதத்தக்கது.

காப்பியம்:

தமிழில் சிவனடியார்கள் வரலாறு கூறும் காப்பியம் பெரியபுராணம் எனப்படுகிறது. சிவன் திருவிளையாடல்களைக் கூறும் காப்பியம் திருவிளையாடற் புராணம் எனப் பெயர் பெற்றுள்ளது. நாயகமவர்களின் வரலாறு கூறும் சீறாக்

காப்பியம் சீறாப் புராணம் எனப்படுகிறது. இவை கொண்டு காப்பியங்கள் புராணமென அழைக்கப்படுவதுண்டு என அறிகிறோம்! இந்நூல் ஆயிரம் மசலா எனும் அதிசயப் புராணம் என அழைக்கப்பட்டாலும் மற்றைய புராணக் காப்பியங்களைப் போலவே இதுவும் ஒரு சிறந்த காப்பியமாகத் திகழ்கிறது. ஆசிரியரும் இதனை 'ஆலநபி புகழ் கூறும் காவியம்' (க.வா.35) என்றே குறிப்பிடுகிறார். கிடைத்துள்ள இசுலாமியக் காப்பியங்களுள் இதுவே காலத்தால் முந்தியதாக விளங்குகிறது.

தனிச் சிறப்பு:

வினா விடையாகக் (மசலாவாகக்) காப்பியத்தை அமைக்கும் முறை இசுலாமியப் புலவர்கள் படைத்துள்ள புதுவகை இலக்கியம் எனலாம். சைவ சமய மெய்கண்ட சாத்திரங்களுள் ஒன்றான இருபா இருபது வினா விடை வகையில் அமைந்துள்ளது. இந்நூல் கி.பி. 13ஆம் நூற்றாண்டில் எழுந்தது. அருள் நந்தி சிவாசாரியார் தம் ஆசிரியர் மெய்கண்ட தேவரை நோக்கி வினவ, அதற்கு ஆசிரியர் கூறிய விடை இந்நூலுள் உள்ளது. இந்நூல் வினா விடை முறையில் அமைந்திருப்பினும் ஆசிரியரே வினாவை எழுப்பி அதற்கான விடையைத் தம் ஆசிரியர் கூறியதாக உரைத்திருக்கிறார். மசலாவைப் போல் முற்றிலும் வினாக்களைத் தொடர்ந்து ஒருவர் கேட்க மற்றவர் அதற்குத் தொடர்ந்து விடை தரும் முறையில் அந்நூல் அமையவில்லை. மசலா இசுலாமியப் புலவர்கள் தமிழுக்கு அளித்துள்ள ஒரு புதுவகை இலக்கியமாம். தமிழில் பிற்காலத்தில் தோன்றிய இலாவணி பாடல் முறையை இப்போக்குக்கு ஒப்பிடலாம்.

காப்பிய அமைப்பு:

ஆயிரம் மசலா என்னும் இந்நூல் பல்வேறு வகையான சந்தங்களைக் கொண்ட விருத்தப் பாக்களால் ஆக்கப்பட்டுள்ளது. ஒவ்வொரு பாடலிலுமே பல அரபுச் சொற்களும், இசுலாமிய சமயத் தொடர்புடைய சொற்களும் பயின்று வருகின்றன எனலாம். பல இடங்களில் அரபுத் தொடர்கள் அரபு மொழியில் உள்ளவாறே எடுத்தாளப் பட்டுள்ளன. சான்றுக்குச் சில:

தாவும் சக்கஃபூல் மா்ஃபூஃ என்னும் தலமென்றார் (227)

இங்கு சக்கஃபூல் மா்ஃபூஃ என்னும் அரபு இடப்பெயரை நுழைத்து எழுதியுள்ளார்.

அன்றக நோய் கொண்ட அபுஜகிலுடனே
அருஞ்சுரத் தேகையில் ஷாம் (257)

இவ்வடியில் அபுஜகில் என்பவன் பெயரும், ஷாம் எனும் நகரின் பெயரும் இடம் பெற்றுள்ளன. அபுஜகில் என்போன் பெருமானாரின் எதிரியாக விளங்கியவன்.

ஷரகிற்[1] பொருளே கத்தீபே[2]
சக்கோர் போற்றும் தமனியமே

உரையில் சலவாத் துல்லாவே[3]
உண்மை இனிவேறு உரையும் என்றார் (318)

இவ்வடிகளில் ஷரகு, கத்தீபு, சலவாத்துல்லா என்னும் சொற்கள் இடம் பெற்றிடக் காண்கிறோம்.

விஷமன் இபுலீசைப்பொரு மெய்யே குறை ஷிவங்
கிஷமன்னவரே உண்மை கிரீடிங்கினி வேறே (766)

இங்கு இபுலீசு, குறைஷி என்ற சொற்கள் இடம் பெற்றுள்ளன. இபுலீசு என்பவன் சைத்தான். முகம்மது நபி பிறந்த குடி வணிகர் குடி. அக்குடியினர் குறைஷியர் என அழைக்கப்பட்டனர்.

சூறினில் இசுறா பீல்தான்
சொல்லி ஊதிடுவ தேதென்(று) (948)

சூறு. இசுறாபீல் எனும் அரபுச் சொற்கள் இங்கே வந்துள்ளன சூறு என்பது ஊது குழல். இசுறாபீல் என்னும் வானவர் காற்றுக்கு அதிபதி; உலக முடிவு நாளில் சூறு ஊதுபவர்.

---

1. ஷரகு-மார்க்க நெறிமுறைகள்
2. கத்தீப்=போதகர்
3. சலவாத் துல்லாவே-இறைவனால் வாழ்த்தப் பெறுவோரே.

இயல் பிசுமில்லா கிற்ற குமானிற்றகீமென்றே முன்னே
எழுதும்.......... (17)

இங்கு 'பிஸ்மில்லா ஹிற்றகுமானிற் றகீம்''[1] எனும் முழுத் தொடரே எடுத்தாளப்பட்டுள்ளது. அது போன்றே மற்றொரு பாடலில்,

"குல்லாதி வரிசைவலா கவுலவலா குவ்வத்த
இல்லாபில் லாஹில் அலிய்யில் அலீமென்னும்"[2] (18)

என வருவதைக் காண்கிறோம்.

கோதிலாத தவுறாத்து, இன்ஜீல், சபூர்
கூறும் வல்லவறி வாளனான் (49)

எனும் இவ்வடியில் தவுறாத், இன்ஜீல், சபூர் என்னும் மூவேதங்களின் பெயர்கள் பெய்யப்பட்டுள்ளன.

வண்மையுள ஜிபுறயீல் மிக்காயீல் இசுறாபீல்
வந்தெதிர் இறங்கினர்களே. (55)

என்னும் அடியில் ஜிபுறயீல், மிக்காயீல், இசுறாபீல் என்னும் வானவர்கள் பெயர்கள் வந்துள்ளன.

இவ்வாறு பல்வேறு அரபுச் சொற்களும் சொற்றொடர்களும் இடைப்பட்டாலும் தமிழ் யாப்பு மரபு கெடாது-அதாவது எழுத்து, அசைகள், சீர், தளைகள், அடி தொடைகள் சிதையாது-ஓசை ஒழுங்குபடக் கவிதைகளை யாத்துள்ள புலவரின் திறம் போற்றுதற்குரியது. வண்ணப் பரிமளத்தின் கவிதைகள் வளமானவை எனத் துணிந்து கூறலாம்.

---

1. பிஸ்மில்லாஹிற் றஹ்மானிற் றக்ஷீம்: அளவற்ற அருளாளனும் நிகரற்ற அன்புடையோனுமாகிய அல்லாஹ்வின் திருப்பெயரால்...

2. வலா கவுல வலாகுவ்வத்த இல்லா பில்லாஹில் அலிய்யில் அலீம்: மிக உயர்ந்தவனும் மிகப் பெரியவனும் ஆகிய அல்லாஹ்வன்றி ஆற்றலோ சக்தியோ இல்லை.

உவமைகள்:

கவிஞரின் புலமை நலத்தைக் காட்டுவன அவருடைய உவமைகளேயாம்! வண்ணப் பரிமளப் புலவர் இந்நூலில் பல இடங்களில் எளிய; ஆனால் இனிய உவமைகளைப் பயன்படுத்தியிருப்பதைக் காணலாம். நபிகள் நாயகம் கடிதம் எழுதுவதற்காகத் தம் தோழர் உக்காசை அழைத்தார் உக்காசு விரைந்து வந்தார். அவ்விரைவுக்கு வில்லிலிருந்து புறப்பட்ட அம்பை உவமையாக்குகிறார் கவிஞர்.

பூட்டுசிலை நாண்எறியும் பூங்கணைய(து) என்றே
ஓட்டமொடு சாதிபுனு உக்காசு வந்தார்! (14)

நபிகளின் ஓலையை எடுத்துக் கொண்டு தூதுவர் வேகமாகச் சென்றனர். எவ்வாறு?

வேட்டை மான் ஓட்டம்போல........ (20)

வேட்டையாடுபவர்களிடமிருந்து தப்பிக்க விரைந்தோடும் மான் போலே விரைந்து சென்றனராம்!

நாரங்கொள் சொர்க்கம் தன்னை
நரகுக்கு விற்பார் உண்டோ? (33)

என்னும் உவமை வினா உணர்ந்து உணர்ந்து அறியத்தக்கதாம்!

ஒன்றை மிகவும் விரும்பிச் சென்றடைவதற்கு,
"முதுதேன் அதிலே பிரசப்பாண்
முரலாய் விழுமாறு என...." (45)

தேனில் விழும் வண்டுகள் உவமையாக்கப்படுகின்றன. அஞ்சி நிலைகுலைந்து வாடுவதற்கு

"புண்டரீகத்தைக் கண்டு
புழுங்குமான் இனங்கள் போலச்
சண்டமா ருதத்தில் பட்ட
சருகுமாய்..." (863)

புலியைக் கண்ட மானையும், புயற்காற்றில் அகப்பட்ட சருகையும் உவமையாக்குகிறார்.

பல்வேறு வாத்தியங்கள் ஒன்றுசேர்ந்து முழங்குவது கடலலை மீது காற்று மோத எழும் ஒலியைப் போன்றதாம் என்பார்.

“காற்று நேருங் கடற்போல்
கறங்கிடக்கை யால் முழங்கும்” (866)

நாயை உவமைப் பொருளாக்கி சில உவமைகளைக் கூறுவது நயமாக இருக்கிறது.

“மலையைப் பார்த்து நாய் குரைப்பது போன்று” (911)

“சேனை நீழலைத் தொடர்ந்து
சீறிஎய்த்த நாயென (912)

“குரைத்த நாயை என்பு கொண்டு
எறிந்தவாறு...” (913)

நடைமுறைப் பழமொழிகள் பலவற்றையும் பாக்களில் இடையிடையே வைத்துக் காட்டிச் செல்கிறார் வண்ணப் பரிமளம்.

‘மாதிலா மனைபாழ் என்னும்
வழமை’ (371)

‘அழுதழு தும்பிள்ளை
அவளே பெறுவது போல்’ (945)

‘சிறுபிள்ளை செய்யும் வேளாண்மை
விளையினும் வீடு புகாதென்று

உறுமொழி முன்னோர்கள் சொன்ன
உண்மை இதுவாம்...’ (1020)

என்னும் நடைமுறைப் பழமொழிகளை இந்நூலுள் காண்கிறோம்!

நடைச் சிறப்பு

சொல்லும் செய்திகளை ஓர் ஓவியமாக மனக்கண்முன் தருவதுபோல வண்ணப் பரிமளத்தின் கவிதைநடை

அமைந்திருக்கிறது. ஜிபுறயீலின் தோற்றத்தைக் கவிஞர்
பாடுகிறார்.

நகைமுகம் இலங்கும் வெள்ளை
  நன்னிலா வீசும் மேனி;

சுகமக ரத்த நாசி
  துலங்குகற் பூரத் தாலே;

அகமிக மகிழ்ந்து வானோர்
  அனைவரில் அழக தானோர்;

திகழொளி பரந்த வெள்ளைச்
  சிறகொரு வகை, எட்டு உண்டே.   (107)

இதைப் படிக்கும் போதே வெண்ணிறம் பொலியச் சிறகுகள் எட்டுடன் ஜிபுறயீல் நம் கண்முன் நிற்கின்ற உணர்வு தோன்றுகிறதல்லவா?

சொர்க்க மாதர் நடைச் சிறப்பைக் கவிஞரின் கவிதை நடையில் காணும்போது நாமும் சொக்கிவிடுகிறோம்!

கச்சணி கொங்கைகள் பேரணி யாகக்
  காதள வாய் விழி தரவடி ஓடச்

செச்சை நறுங்கள பத்தொடை மேவும்
  சீரிய வார்குழல் சாமரை வீச

அச்சொ டெழுந்த மதிக்குலம் என்ன
  அன்ன மெனப்பிடி யென்ன அசைந்தங்(கு)

எய்ச்சி மெலிந்த மருங்கு தள்ளாடி
  ஏந்திழை யார்எதிர் கொண்டு நடப்பார்   (387)

கைபாறு நகரிலிருந்து அப்துல்லா இபுனு சலாமும் அவருடன் சென்ற மற்றவர்களும் மதினமா நகர் நோக்கி நடந்ததை,

"நடந்தனர் நடந்தனர் நலம்பெறு குலம்பெறு
  நறுங்குவளை செங்கமல நீள்

தடந்தொறும் உடைந்து நறவம்குதி கொளும்படி
  தருங்கைபு றெனும் பதியுளோர்"   (42)

உவந்து சென்றதாகக் குறிப்பிடுவார். பாடலின் நடை அவர்களின் அடிநடையோடு இணைந்து செல்லும் அழகை இங்கே காணமுடிகிறது. ஒவ்வொரு சீரைப் படிக்கும் போதும் ஓர் அடி எடுத்து வைப்பது போன்று உணர்கிறோம்!

தீனுக்கு நேர்கொண்டு வந்தோர்கள் எல்லோரும்
தேனுக்குள் ஈயாகினார் (211)

தீனுக்கு வந்தவர்கள் தேனுக்குள் ஈயாயினர். தீன்-தேன்; அடடா! இதைப்படிக்கும் போது வண்ணப் பரிமளத்தின் பாடல் தேனில் நாமும் ஈயாகவல்லவா படிந்து விடுகிறோம்!

தங்கு தடையின்றி தெளிந்த நீரோட்டம் போலச் செல்கிறது இவரது செய்யுள் நடை!

"தீதாறு கண்டவர்க்கும்
திருவசனம் கேட்டவர்க்கும்

வேதாந்தம் மிகவுண்டாய்
வெற்றிகளும் பெற்றிடுவார்" (659)

இவ்வாறு நூற்றுக் கணக்கான இடங்களைச் சுட்டிக் காட்ட முடியும்!

இறை அறிவிப்புகள்:

இந்நூலுள் கூறப்படும் சமயச் செய்திகள் யாவும் இறைவன் சொன்னவை. பெருமானாரிடம் அப்துல்லா இபுனு சலாம், "இவற்றையெல்லாம் நீங்கள் எவ்வாறு கூறுகிறீர்கள்?" என்று கேட்டபோது அவர்கள், "இறைவன் வானவர் ஜிபுறயீல் மூலம் எனக்கறிவிக்க, நான் உமக்கறிவிக்கிறேன்" என்றார்கள். இதை ஆசிரியர் நூலில் பல இடங்களில் சுட்டிக் காட்டுகிறார்:

அப்படிக் கலம்இறையால் அணிபல கையில் எழுத
மெய்ப்பொருள் இசுறாயீல் மீக்காயீல் தமக்கருள
செப்பிய மீக்காயீல் ஜிபுறயீ லுக்கருள
இப்படி ஜிபுறயீல்வந் தேகிள மக்கருள்வார் (101)

“இறைவன் ஆணையால் ‘கலம்’ எனும் எழுதுகோல் ‘மகுபூல்’ என்னும் பலகையில் எழுதும். அதனை இசுறாபீல் மீக்காயீலுக்குக் கூறுவார்; மிக்காயீல் ஜிபுறயீலுக்குக் கூற ஜிபுறயீல் எனக்குக் கூறுவார். அதை நான் உமக்குக் கூறுகிறேன்” என நபிகள் நாயகம், அப்துல்லா இபுனு சலாமிடம் கூறுகிறார்கள்.

இபுனு சலாம் “நாயகமே! நீங்கள் எண், எழுத்து அறியாதவர் ஆயினும் எவ்விதத் தயக்கமுமின்றி என் வினாக்களுக்கு விடையளிக்கிறீர்களே! எவ்வாறு?” என்றார்.

இன்ப மான கலை ஞானம், கல்வியினொ(டு)
எண் எழுத்து அறிவது இல்லை, நீர்;

வன்பி லாமல், இவை ஓதுறீர், என்அது
மாயம்! இங்குஅருளும் அஹுமதே! (1026)

இவ்வாறு கேட்ட இபுனு சலாமுக்கு நபிகள் நாயகம் கூறுகிறார்கள்:

கைபறின் அரசே! ஜிபுரயீல்
மிக்கா யீல், இசு றாயீலும்

முவ்வரும் என்பால் இருந்துஉரைக்க
முதல்வன் விடுத்தான்; அதுகொண்டே

தவ்வல் அற, நீர் கேட்டவெல்லாம்
தப்பா துரைத்தேன் எனப்பகர்ந்தார் (1027)

மேலும் பெருமானார் சொன்னதைப் புலவர் மற்றொரு பாடலிலும் குறிப்பிடுகிறார்.

ஈனமற நீர்கேட்ட மசலா எல்லாம்
இபுனுசலா மே! ஏகன் எமக்கிங் கோத

வான் எழுத் தைக், கலம்வந்து அஜலிற்[1] காட்ட,
அவ்வெழுத்தின் தபுசீர்[2] கண்டு, இசுறா பீல்தான்

1. அஜல்: இறைவன் ஒவ்வொருவரையும் படைக்கும்போது அவரவர்க்கு நிர்ணயித்த நேரம். அஜல் வந்துவிடின் அதிலிருந்து ஒரு விநாடி முந்தவும் முடியாது. ஒரு வினாடி பிந்தவும் முடியாது.
2. தப்சீர்-விரிவுரை

சோனைமழைத் தலைவருடன்[1] சொல்ல அந்தச்
சொற்ஜிபுர யீலுடன் தோன்றல் கூறப்

பானுலகில் ஜிபுரீல் வந்து எனக்கு விள்ளப்
பாங்குடன் நான் இங்குமக்குப் பகர்ந்தேன் என்றார்
(1041)

மசலாவிற்கான விடைகளை இறைவன் அறிவித்தவாறு அவன் தூதராகிய நபிகள் நாயகம் தெரிவித்தார்கள் என்பதை இப்பாடல்கள் வழித் தெளிவாக்குகிறார் கவிஞர்!

கடவுள் வாழ்த்து:

நூலின் தொடக்கத்தில் இரண்டு காப்புப் பாடல்கள் உள்ளன. அடுத்து கடவுள் வாழ்த்தாக 35 பாடல்கள் உள்ளன. முதலில் இறைவன் வாழ்த்தப்படுகிறான் (5 பாடல்கள்). அடுத்து மலக்குகள் நால்வர்[4] ஒரு பாடலில் வாழ்த்தப்பட்டுள்ளனர். பின்னர் 1,24,000 நபிமார்களை ஒரு பாடலும் முறுசலீன்களான 313 நபிமார்களை ஒரு பாடலும் வாழ்த்துகின்றன. அடுத்து இறையருள் பெற்ற 'உலுல்அசும்' களை ஒரு பாடல் புகழ்கிறது. பின்னர் நான்கு பாடல்கள் நபிகள் நாயகத்தை வாழ்த்துகின்றன. இதையடுத்துக் கலீபாக்களாகிய அபூபக்கர், உமறு, உதுமான், அலியார் ஆகிய நால்வரும் ஒவ்வொரு பாடலில் வாழ்த்தப்பட்டுள்ளனர். அடுத்த பாட்டு அலியாரின் மக்களாகிய ஹஸனையும், ஹுசைனையும் வாழ்த்துகிறது. அடுத்த பாடலில் அன்பியாக்களும் அவுலியாக்களும் வாழ்த்தப்படுகின்றனர். அடுத்து மதினா மாநகர் நபித்தோழர்களான அஸ்ஹாபிகள் புகழப்படுகின்றனர். அடுத்து விசாரணையின்றியே சுவர்க்கம் பெற்ற பத்து பேர் நினைக்கப்படுகின்றனர். இவர்களை அடுத்து நூல் எழுதத் துணை நின்றோரை வாழ்த்தி அவையடக்கத் துடனும் நூல் அரங்கேற்ற விவரத்துடனும் கடவுள் வாழ்த்து நிறைவு பெறுகிறது. இறைவன்-வானவர் நால்வர்-1,24,000 நபிமார்கள்-313 முறுசலீன்கள்-உலுல் அசும்கள்-முகம்மது நபி-நான்கு கலிபாக்கள்-நாயகத்தின் திருப்பெயரர்கள்-அன்பியாக்கள்

---

1. வானவர் மீக்காயீல்

அவுலியாக்கள்-அஸ்ஹாபிகள்-சுவனவாசிகள் பதின்மர் என்ற வரிசையில் வண்ணப் பரிமளம் வாழ்த்தினை அமைத்துள்ளார். கிடைத்துள்ள இந்த முதல் இசுலாமியக் காப்பியத்தில் உள்ள இதே முறையில்தான் பின்னர் வந்த இசுலாமியக் காப்பியங்களில் வாழ்த்து அமைந்திருக்கக் காண்கிறோம். இறைவன்-மலக்குகள்-நபிமார்-முறுசலீன்கள் ஆகியவர்கட்குப் பின்னர் காலவரிசையில் நபிகள் நாயகத்தை வண்ணப் பரிமளம் பாடியுள்ளார். பின்னர் வந்தவர்கள் முக்கியத்துவம் கருதி இறைவனை அடுத்து முகம்மது நபியை வாழ்த்திடக் காண்கிறோம். ஆயிரம் மசலாவில் கடவுள் வாழ்த்தில் குறிப்பிடப்பட்டுள்ளவர்களே- சற்றேறத்தாழ இதே வரிசையில்- பிற இசுலாமிய இலக்கியங்களிலும் வாழ்த்தப்பட்டுள்ளனர். நூல் எழுதத் துணை நின்றவர்களை வாழ்த்துதலையும் அவையடக்கத்தையும் அரங்கேற்றச் செய்திகளையும் கடவுள் வாழ்த்தில் வண்ணப் பரிமளம் சேர்த்துள்ள தன்மையினையே பின்னர் வந்துள்ள இசுலாமியப் புலவர்களும் பின்பற்றியுள்ளனர். அதனால் இசுலாமிய இலக்கியங்கள் எந்த ஆண்டில், யாரால், எவ்வெவருடைய உதவியுடன் எழுதப்பட்டு எவ்வாறு அரங்கேற்றப்பட்டது என்னும் விவரம் மிகவும் துல்லியமாகக் கிடைக்க வழியேற்பட்டுள்ளது. வண்ணப் பரிமளப் புலவரின் வரலாற்றுணர்வு வாழ்த்துதற்குரியது!

சிந்தனைக்கு:

நிறைவன்றிக் குறையொன் றில்லா
நிகுமத்ஒன்று உண்டு அதுஏது இங்கு? (230)

எனும் வினாவை அபுதுல்லா இபுனு சலாம் கேட்கிறார். அதற்குப் பெருமானார் தந்த விடை நூலில் இடம் பெறவில்லை. இவ்விடத்தில் பாடல் ஏதாவது விடுபட்டுள்ளதா எனப் பார்க்க வேண்டும். அது போன்று ஏழு உலகங்களில் ஒவ்வொன்றிலும் எவ்வெவற்றை இறைவன் படைத்தான் எனக் கூறிவரும் வரிசையில் முதற்பாரைப் பற்றிய 725-ஆவது பாடலையடுத்துள்ள 726ஆவது பாடலில் மூன்றாம் பார் பற்றிக் கூறப்படுகிறது. இரண்டாம் பார் பற்றிச் சொன்ன பாடல் விடுபட்டிருக்குமா

என்பதும் அறியப்பட வேண்டும். மூலப் படியுடன் ஒப்பிட்டு இவை பற்றி அறியலாம்!

உண்மை உண்மை

பெருமானார் ஒவ்வொரு வினாவுக்கும் தக்கவாறு விடையளிக்க-அதைக் கேட்கும் அப்துல்லா இபுனு சலாம் அவை உண்மை என்பதைச் சொல்லிச் சொல்லி மகிழ்கிறார்.

மெய் இறசூலே உண்மை உரைத்தீர்	(63)
ஈங்குநீர் உண்மை சொன்னீர்	(87)
உண்மை உரைத்தீர் நன்னெறி கற்றீர்	(161)
மெய்யல்லோ சொன்னீர்	(189)
ஆரியன் மொழியீது உண்மை	(193)
நன்று நீர் மொழிந்தது உண்மை	(197)
மெய் இது பகர்ந்த உரை	(246)
நன்றிது நபியே உண்மை	(286)
செம்மல் நன்னபியே உண்மை செப்பினீர்	(308)
செங்கோல் அரசே! உண்மை தெளிந்தே உரை செய்தீர்	(339)
நிச்சயம் உரைத்தீர்	(395)
சொன்னஇப் பொருளிதுண்மை	(523)
முஸ்தபாவே! உள்ளதே சொன்னீர்	(582)
கோதற்ற மொழி ஈதுண்மை	(660)
நாயன் நபியே உண்மை நவின்றீர்	(710)
உற்றமொழி உண்மை	(73)
நேரணியச் சொன்னதெல்லாம் நிச்சயம்	(822)

என அப்துல்லா இபுனு சலாம் சொல்லிச் சொல்லிக் களிக்கிறார். ஒவ்வொரு வினாவுக்கும் தக்க விடை கிடைக்கக் கிடைக்க 'உண்மை, உண்மை' என அவர் துள்ளிக் குதித்திருப்பார் என்று தோன்றுகிறது. 'உண்மை சொன்னீர்' என்னும் முறையில்

அமைந்த தொடர் நூலுள் சற்றேறத்தாழ தொண்ணூறு இடங்களில் வருகின்றது. சில மட்டுமே மாதிரிக்காக மேலே காட்டப்பட்டுள்ளன.

பெருமானார் புகழ்மொழி

பெருமானாரிடம் இபுனு சலாம் இன்ன வினாக்களைக் கேட்டார் எனச் சொல்வதும் பெருமானார் இன்ன விடை சொன்னார் என்று சொல்வதுமாகிய நேர்வுகள் நூலுள் பல இருப்பதால் பெருமானாரின் பெருமையையும் புகழையும் பல்வேறு வகைகளில் எடுத்துச் சொல்ல ஆசிரியர்க்கு வாய்ப்புக் கிட்டுகிறது. பெருமானாரின் ஒவ்வொரு பெயரையும் பலவித அடைமொழிகளையிட்டும் பாடுவது அருமையாக உள்ளது.

நபி என்றும் நபிமணி என்றும் நபிகளுக்கரசு என்றும் பெருமானார் போற்றப்படுகிறார். 'நபி'யுடன் சேர்ந்து பெருமை பெறும் அடைமொழிகள் ஏராளம். அதேபோல "இறசூல்" என்னும் சொல்லும் பயன்படுத்தப் பட்டுள்ளதைக் காண முடிகிறது.

'ரசூல்' என்னும் சொல்லுக்குத் தூதுவர் என்பது பொருள். மக்களுக்கு நல்வழி காட்ட இறைவனால் அனுப்பி வைக்கப்பட்ட தூதர்கள் "இறசூல்" எனப்படுகின்றனர். இவ்வுலகிற்கு இறைவன் 1,24,000 நபிமார்களை அனுப்பி வைத்ததாகவும், அவர்களுள் முர்ஸலான 313 நபிமார்கள் இறசூல் எனப்படுகின்றனர் என்றும் சொல்லப்படுகிறது. இச்சொல் குர்ஆனில் வேதம் அருளப்பட்ட நபிமார்களுக்கே கூறப்பட்டுள்ளது. இறைவன் தன் திருமறையில் நபிகள் நாயகத்தை "முஹம்மதுர் ரசூலுல்லாஹ்" என்று குறிப்பிடு கிறான். இத்தகு சிறப்பு வாய்ந்த இறசூலை இக்காவியக் கவிஞர் பலவாறு கூறிப் புகழ்கிறார்.

இவை மட்டுமன்றி பெருமானாருக்கே உரியவையான முயம்மது அஹ்மது, மஹ்மூது என்னும் சிறப்புப் பெயர்களைக் கொண்டும் பெருமானார் மிகப்பல இடங்களில் பாராட்டப் படுகிறார். இன்னும் நபிகள் நாயகம் இறைதூதர் என்பதைக்

குறிப்பிடும் வகையில் "தூதர்" என்னும் அடைமொழி கொண்டும் வேதம் அருளப்பட்டவர் என்னும் முறையில் வேதாம்பர் எனவும் போற்றப்படுகிறார்.

மேலும் பெருமானாரின் பண்புகளையும், பெருமைகளையும் ஆசிரியர் பல்வேறு வகைகளில் வாயாரப் போற்றி மகிழ்கிறார்.

சுருங்கக் கூறின் "ஆல நபி புகழ்கூறும் காவியம்" என அவரே வர்ணித்திருப்பதற்கொப்ப இந்நூல் பெருமானாரின் பெரும்புகழை ஓயாது பாடுவதைக் கண்டு மகிழலாம்.

ஆயிரம் மசலா:

இந்நூலுள் அப்துல்லா இபுனு சலாம் பெருமானாரிடம் கேட்டதாக சுமார் 300 வினாக்கள் மட்டுமே உள்ளன. ஆதலின் ஆயிரம் என்பது வினாக்களைக் குறிக்கும் எண்ணிக்கை அன்று என்பது தெரிகிறது, சில வினாக்களுக்கு ஒன்றுக்கு மேற்பட்ட செய்திகள் விடைகளாகத் தரப்பட்டுள்ளன. ஆதலின் பெருமானாரால் விளக்கப்பட்ட மார்க்க உண்மைகள் ஆயிரம் என்பதுதான் இதன் பொருளாக இருக்க வேண்டுமெனத் தோன்றுகிறது. மார்க்க மேதைகள் இவற்றை ஆய்ந்து ஆயிரம் உண்மைகளையும் எண்ணிட்டுக் காட்டின் பெரும் பயனாக இருக்கும்.

நூல் நவில் பொருளும் நோக்கமும்:

உலகம், வானம், பாதாளம் ஆகியவற்றை இறைவன் படைத்ததும் அவற்றின் அமைப்புகளும் அங்கங்கே நடைபெறும் செயல்களும் இந்நூலில் நன்கு விளக்கம் பெற்று உள்ளன. உலகத்தைத் தாங்கும் இடபம், இறைவன் இருந்து ஆட்சி செய்யும் அறுஷு, சூரிய சந்திரர்கள் தோன்றிய வகை ஆகியவையும் கூறப்பட்டுள்ளன. வானவர் தலைவர் நால்வர், அவர்களின் பணிகள் சொல்லப்பட்டுள்ளன. உலக முடிவு நாளை அறிவிக்க ஏற்படும் தோற்றங்கள், உலக முடிவு நாளில் நடக்கும் நிகழ்ச்சிகள் சிறப்புற விளக்கப்பட்டுள்ளன. சொர்க்க வரலாறு, நரக வரலாறு ஆகிய இரண்டும் பெருமளவில் பேசப்பட்டுள்ளன.

சொர்க்க இன்பத்தைப் படிக்கப்படிக்க அதை நாம் அடைந்தே ஆக வேண்டுமெனும் ஆர்வம் தூண்டப்படுகிறது. நரகத் தண்டனையை இந்நூலில் படிக்கும் எவரும் அதற்குக் காரணமாகும் தவற்றினைக் கனவிலும் செய்யக் கருத மாட்டார் என்பது உறுதி. ஆதம் (அலை) படைக்கப்பட்டதும் ஆண்டவன் கட்டளையை மீறியதால் அவர் ஹவ்வாயுடன் இவ்வுலகில் தள்ளப்பட்டதும் ஆதத்தின் மக்களை இபுலீசு தன்பக்கம் இழுத்து ஆண்டவனுக்கு எதிராகச் செலுத்துவதும் அவ்வாறு அவனைப் பின் பற்றியோர் நரகம் சேர்வர் என்பதும் விளக்கப்பட்டுள்ளது. இபுலீசினை விட்டு விலக வழிகாட்டியாக விளங்கும் இறசூல் முகம்மதுவைப் பின்பற்றி, தீன் வழி நின்று சொர்க்க இன்பம் அடைவதே பிறவிப் பயன் என்பதை எடுத்துரைப்பதே இம் மசலாக்களின் முக்கியக் குறிக்கோள் ஆகும்.

இத்தனை அருமை பெருமைகள் நிறைந்த இவ்வரிய காவியம் மீண்டும் வெளிவர வேண்டும் என்னும் ஆர்வம் கொண்டு, அவ்வெண்ணத்தைச் செயல்படுத்தி, இந்த புதிய பதிப்பை வெளியிட்டுள்ள யுனிவர்ஸல் பப்ளிஷர்ஸின் திரு. எஸ்.எஸ். ஷாஜஹான் அவர்கள் நமது மனமுவந்த பாராட்டுக்குரியவர் ஆவர். இவ்வாறே, இன்னும் மறைந்து கிடக்கும் பல இசுலாமியத் தமிழ் இலக்கியங்களையும் தேடிக் கண்டுபிடித்து, பதிப்பித்து, அச்சிட்டு தமிழ் கூறும் நல்லுலகிற்கு வழங்க முன்வர வேண்டும் என்று கேட்டுக் கொள்கிறேன்.

அன்பன்,

— சிலம்பொலி செல்லப்பனார்

அதிராம்பட்டினம் காதிர் முகையதீன்
கல்லூரியின் தமிழ்த்துறைத் தலைவரும்,
பன்னூலாசிரியரும், இஸ்லாமியத் தமிழ்க்
காப்பியங்கள் பலவற்றின் பதிப்பாசிரியருமான
பேராசிரியர் **மு.அப்துல் கறீம்,** எம்.ஏ.,
அவர்கள் வழங்கும்

ஆய்வுரை

காப்பியக் கவிஞர்

ஆயிர மசலா (மஸ் அலா) என்னும் அதிசய புராணம் (கடவுள் வாழ்த்து: 25) என்னும் பெயருடைய காவியம் கி.பி.1572இல் (ஹிஜிரி 980) செய்கு இஸ்ஹாக் என்ற இயற்பெயரையுடைய, வண்ணப் பரிமளப் புலவர் எனப் பலராலும் அறியப் பெற்ற, அரும் பெரும் கவிஞரால் பாடப் பெற்றது. வண்ணப் பரிமளப் புலவர் தம்மை "செய்கு இஸ்ஹாக்கெனும் வகுதை நாடன்" (கடவுள் வாழ்த்து: 32) எனக் குறிப்பர். 'வகுதை நாடு' எனக் குறிக்கப் பெறுவது இன்றையக் கீழக்கரை என்பது புலவர் நாயகம் (சேகுனாப் புலவர்) எழுதிய நிருபச் செய்யுட்களிலிருந்தும் வேறு பிற சான்றுகளிலிருந்தும் ஐயமின்றித் தெளிவாகிறது. மேலும் வண்ணப் பரிமளப் புலவர் தம் நூலின் கொடை நாயகரைக் குறிப்பிடும் போது இறை வேத வழி நின்ற 'கறுப்பாறு காவலர்' (கடவுள் வாழ்த்து: 35) என உரைப்பர். செய்தக் காதிறு (சீதக்காதி) திருமண வாழ்த்து 20ஆம் பாடலிலிருந்து 'கறுப்பாறு காவலர்' எனக் குறிக்கப் பெற்றவர் சீதக்காதி வள்ளலின் மூதாதையர் என்பது தெரிய வருகின்றது.

காப்பியப் பெயர்

பல இஸ்லாமியத் தமிழ்ப் புலவர் பெரு மக்களும் புரவலர் பெருமக்களும் தோன்றிய புகழ்மிக்க கீழக்கரையில் பிறந்த வண்ணப் பரிமளப் புலவர் தம் அரிய நூலை 'ஆல நபி புகழ் கூறு காவியம்'' (கடவுள் வாழ்த்து: 35) எனக் குறிப்பது நோக்கத் தக்கது. ஆயிர மசலா என்னும் அதிசய புராணம் என்ற இந்நூலின் பெயர் "ஆயிர மசலா" எனச் சுருக்கமாகக் குறிக்கப் பெறுகிறது. முஸ்லிம் புலவர்கள் படைத்த புதுவகை இலக்கியங்களுள் ஒன்று 'மஸ்அலா' எனப் பெயர் பெறும். 'மஸ்அலா' என்பது வினா-விடை வடிவில் மார்க்க உண்மைகளை-சட்ட திட்டங்களை விளக்கும் நூலைக் குறிக்கும். 'அதிசய புராணம்' என்பது 1095 பாடல்களையுடைய ஒரு காவியத்தில் ஆயிரம் அரிய மார்க்க உண்மைகள் உரிய வகையில் உரைக்கப் பெற்றிருக்கும் அதிசயத்தை அறிவிக்கும். தமிழில் காவியங்கள் பலவும் புராணப் பெயர் பூண்டு விளங்கியதுபோல, பெருமானார் புகழ்கூறும் இக்காவியமும் 'புராணம்' என அழைக்கப் பெற்றது என அறியலாம். இதுவரை கிடைத்த இஸ்லாமியத் தமிழிலக்கியங்களில் காலத்தால் முந்தியது 'ஆயிர மசலா' ஆகும். இந்நூல் ஆலிப் புலவரின் மிகுறாசு மாலக்கும் 18 ஆண்டுகள் முந்தியது.

கடவுள் வாழ்த்து

இஸ்லாமியத் தமிழ்க் காப்பியங்கள் அனைத்திலும் ஏறத்தாழ ஒரே சீரான கடவுள் வாழ்த்துப் படலங்கள் ஆக்கப் பட்டுள்ளன. ஏறத்தாழ இருபது காப்பியப் புலவர்களும் அமைத்துள்ள கடவுள் வாழ்த்தை அமைத்துத் தந்தவர் வண்ணப் பரிமளப் புலவராவர், இஸ்லாமியத் தமிழ்க் காப்பியங்களில் அமைந்த கடவுள் வாழ்த்துப் படலங்கள் தனி ஆய்வுக்குரியவை என்பது அறிஞர் கருத்து. மிகச் சிறிய அளவிலான ஒருசில மாற்றங்களைத் தவிர இஸ்லாமியக் காப்பியங்கள் அனைத்தும் வண்ணப் பரிமளப் புலவரின் கடவுள் வாழ்த்துப் பகுதியையே கவின் பெறப் போற்றிக் கொண்டுள்ளன.

இரண்டு காப்புப் பாடல்களும், 35 கடவுள் வாழ்த்துப் பாடல்களும் பதிகவரலாறு கூறும் ஆறு பாடல்களும் நூலின்

முகத்தே அமைந்துள்ளன. ஆனால் பதிப்பாசிரியர், பதிக வரலாற்று ஆறு பாடல்களையும் சேர்த்தே காப்பியப் பாடல்களைக் கணக்கிட்டுள்ளார். காப்புப் பாடியபின், வல்ல அல்லாஹ்வைப் பற்றி முதல் ஐந்து பாடல்களிற் பாடி, ஒரு பாடலில் வானவர் நால்வரையும், அடுத்து ஒரு பாடலில் 1,24,000 நபிமார்களையும் பாடி, அடுத்த பாடலில் முறுசலான 313 நபிமார்களையும், அடுத்து இறையருள் பெற்ற 'உலுல் அசும்' எனக் குறிக்கப்பெறும் சிறப்புப் பொருந்திய ஆறு நபிமார்களையும், அடுத்து நான்கு பாடல்களில் நபிகள் நாயகத்தின் நற்புகழையும், அடுத்து நாற்பெருங் கலீபாக்களை நான்கு பாடல்களிலும், பின்னர் அசன் உசைனாரை ஒரு பாடலிலும், அடுத்து அன்பியாக்கள், அவுலியாக்களை ஒரு பாடலிலும், பின்னர் நாயகத் தோழர்களை ஒரு பாடலிலும், அடுத்து சுவர்க்கம் உறுதிசெய்யப்பட்ட பதின்மரை ஒரு பாடலிலும், பின்னர் இமாம்கள், ஆலிம் உலமாக்கள் ஆகியோரையும், ஆக 22 பாடல்களில் பாடி இஸ்லாமிய மரபுக்கு ஒத்த பொருத்தமான ஒரு கடவுள் வாழ்த்துப் படலத்தைப் பாடி வழிகாட்டினர். கடவுள் வாழ்த்தின் பிற்பகுதியாகிய பதின் மூன்று பாடல்களிலும் தியாகம் ஈந்தோர், அவையடக்கம், நூற் பொருள் உரைத்தோர், நூல் அமைப்பு, நூலின் பெயர், நூல் செய்த ஆண்டு, அரங்கேறிய வரலாறு, கொடை நாயகர் என நூல் பற்றிய எல்லா இன்றியமையாத குறிப்புக்களையும் தெளிவாகப் பாடியுள்ளார். பின் வந்த உமறுப்புலவர் உள்ளிட்ட எல்லாக் காப்பியப் பெரும்புலவர்களும் அவுலியாக்கள் ஆலிம், உலமாக்கள் எனப் பரிமளப் புலவர் பொதுவாகக் குறித்தவருள், தம் காலத்துக்கும் நூலுக்கும் ஒத்தவர்களைப் பாடிப் பெருமைப்படுத்திய முறையிலன்றி மற்றெல்லா வகையிலும் இக்கடவுள் வாழ்த்து அமைப்பு முறையையே பின்பற்றியுள்ளனர்.

பதிக வரலாறு என்ற பெயரில் ஆயிர மசலாக் காப்பியத்துப் பேசப்படும் எல்லா இயல்களின் பெயரையும் (காப்பியப் பொருள் வரலாறு) சுருக்கித் தந்துள்ள முறை சிலப்பதிகார மணிமேகலைக் காப்பியப் பதிகங்களை நினைவுபடுத்துகின்றது. பின்வந்த இஸ்லாமியப் புலவர்களுள் "மிகுறாசு மாலை" பாடிய

ஆலிப்புலவரைத் தவிர்த்து மற்றையோர் பதிக வரலாறு என்றொன்று பாடாமல் விட்டது ஆய்விற்குரியது.

காவியத் தகுதி

'ஆயிர மசலா' காப்பிய இலக்கணங்கட்குப் பொருந்த நடக்கும் இயைபு தனிப் பெரும் ஆய்வுக்குரியது. இருப்பினும், அக்கோணத்தில் இன்றியமையாச் சில கோடுகளைக் காட்ட விழைகின்றேன். புலவர்தம் நூலின் பாயிரத்திலேயே ஐயத்திற்கிடமின்றிக் 'காவியம்' எனத் தம் நூலைக் குறிப்பர். (கடவுள் வாழ்த்து: 35) வினாவிடை அமைப்பில் மார்க்க மசலாக்கள் ஆயிரத்தை அடுக்கிச் சொல்லும் பொருளமைப்புக் காவிய அமைப்புக்குத் துணை போகுமா என ஐயுறலாம். இது கருதியே புலவர் 'தூதுவிடுவரலாறு' என்ற பகுதியைக் காப்பியத்தின் முதல் இயலாக அமைத்துப் பெருமானார் அரசோச்சும் நாளில் வானவர் தலைவர் ஜிப்ரயீல் வந்து, பேரறிஞர் 'அப்துல்லா இப்னு சலாம்' அவர்கட்கு ஓலைபோக்கி இஸ்லாத்திற்கு அழைக்க இறைவன் திருவுளமானான் என அறிவிக்க, உடன் பெருமானார், சாதிபுனு உக்காஸ் அவர்களை உடன் வரவழைத்து, ஓலை எழுதித் தூதர் வழிக் கைபர் (கைபாரி) நகருக்கு விடுவிக்க, அறிஞர் அப்துல்லா, முந்திய மூன்று வேதங்களிலும் தெளிந்த எழுநூறு பேர் கொண்ட பெருங்குழுவோடு புறப்பட்டு வந்து, பெருமானாரைக் கண்டு, ஆயிரம் மசலாக்களைக் கேட்க, அவை அனைத்திற்கும் பெருமானார், இறையருளால், வானவர் வழி 'லௌஹுல் மஹ்பூல்' என்னும் பலகையில் எழுதப்பட்டவற்றை, இசுறாபீல் கண்டு மீக்காயீல் என்னும் வானவருக்குச் சொல்ல, அதனை ஜிப்ரயீல் உணர்ந்து பெருமானாருக்குச் சொல்ல-பெருமானார், மசலாக் கேட்ட அறிஞர்களுக்குச் சொல்ல-அனைத்திற்கும் அரியவிடை கூறக் கேட்ட அறிஞர்குழு இஸ்லாத்தை ஏற்றது என்ற காப்பிய வரலாற்றுக் கட்டுக் கோப்பு அமைக்கப்பட்டு, இது காப்பியமாக நடத்தற்கு வகை செய்யப்பட்டுள்ளது.

நல்ல கதையமைப்பை உருவாக்கிக் கொண்டதோடு, தன்னிகரற்ற காப்பிய நாயகரை மன்னராக்கித் தூதுவிட்டு,

ஓலைபோக்கி, மார்க்க உண்மைகளை விளக்கந் தரச் செய்து தன்னிகரில்லாக் காப்பியத் தலைவரைத் தகுதிபெற வண்ணப் பரிமளப்புலவர் படைத்துக் கொள்கிறார். அத்தோடு வினாக்கள் தொடுக்கும் அறிஞர் அப்துல்லா ஒவ்வொரு வினாவைக் கேட்கும்போதும் பெருமானார் பெருமையைப் பல கோணங்களில் பொருத்தமாகப் போற்றிப்பாடுவது, காப்பிய நாயகரின் புகழ்பொறிக்கத் துணையாகின்றது. அத்தோடு 'ஆலநபி புகழ்கூறு காவியம்' என முன்பு நாம் எடுத்துக் காட்டியபடி, காப்பியக் குறிக்கோளாகிய அண்ணலாரின் அரும்புகழே அரிய வகையில் உரைக்கப்படுகிறது. காவியச் சுவை கனிந்தொழுக வேண்டும் என்ற கருத்துடனேயே, பல இயல்களில் கருத்துக்கள் உரைக்கும் முறையும், வருணனைகளின் திறமும் அமைக்கப்பட்டுள்ளன என்பதும் அறியத்தக்கதாம். 'சொர்க்கத்தின் வரலாறு' என்ற பகுதி மிகப் பெரிய படலமாக அமைந்து, ஈமானோடு இஸ்லாத்தைத் தழுவி, ஒழுக்கத்தால் உயர்ந்தோர்கள் புகும் சொர்க்கம் பற்றிய எல்லாச் செய்திகளையும் விரித்துரைக்கிறது; வீடு பற்றி விரித்துப் பேசப்படுகிறது. பெருங்காப்பியம் வீடு பேற்றையும் விளக்கிப் பேசி, நாற்பொருள் பயக்கும் நடை பெற்றிலங்கவேண்டும் என்ற இலக்கணத்திற்குப் பேரிலக்கியமாக இப்பகுதி திகழ்கின்றது. அன்றியும் சொர்க்க உலகத்துப் பெண்களின் (ஹூருல் ஈன்கள்) அழகு வருணனை காப்பியப் புலவரின் கை வண்ணத்தில் கலந்து, அப்பெண்களின் மெய் வண்ணம் முழுமை பெறும் ஓவியக் காட்சியாகிக் காப்பிய அகப் பொருட் காதற் சுவையைப் பெருக்குவதோடு, புலவரின் கற்பனைத் திறம், சொல்லாட்சித் திறம் ஆகியவற்றின் களஞ்சியமாகவும் கவின் பெற்று விளங்குகின்றது. இங்ஙனம் காப்பிய நோக்கில் ஆய்ந்து பக்திச் சுவை கனிந்து நிற்கும் காவியமாக ஆயிர மசலா அமைந்து கிடப்பதைக் காட்டலாம்.

காப்பியம், பெருங்காப்பியம் என்பது பற்றித் தெளிவாக வரையறுக்கப்பட்ட முடிவும் இல்லை; இன்னது பெருங் காப்பியம் இன்னது சிறுகாப்பியம் என்ற தெளிவான முடிவும் இல்லை. பெரிய புராணத்தைப் பல காரணங்களால்

பெருங்காப்பியம் எனச் சொல்லமுடியாது. (கி.வா. ஜகந்நாதன்-தமிழ்க்காப்பியங்கள்-பக்கம் 254) எனக் கருதும் தமிழறிஞர் பலர் பெருங்காப்பியப் பட்டியலில் முதலாகக் குறிக்கப்பட்ட சிந்தாமணியைத் தொடர்நிலைச் செய்யுளென்றே கூற வேண்டும்; காப்பியம் என்று கூறுதல் தகாது என்பர். அந்நூலுக்குச் சிறந்த உரை கண்டவர் நச்சினார்க்கினியர். ஆனால், அடியார்க்கு நல்லார், தம் சிலப்பதிகார உரையில், (பதிகம்) பெருங்கதை, சீவக சிந்தாமணி, மணிமேகலை ஆகிய நூல்களில், 'காப்பியம்' எனும் பெயர் வந்ததை எடுத்துக் காட்டித், தொடர்நிலைச் செய்யுட்குக் காப்பியம் எனப் பெயர் கூறுதல் பொருத்தம் என உரைப்பர். தமிழில் தொடர் நிலைச் செய்யுள் என முன்னர் குறிக்கப்பட்டு வந்தது, பின்னர் வடமொழி மரபு பற்றிக் காப்பியம் (காவ்யம்) என வந்தது என்பதே பெரும்பான்மையான தமிழறிஞர் கருத்து எனக் கொள்ளலாம்.

கவி என்னும் சொல்லிலிருந்து வந்தது 'காவ்யம்'. கவியாற் செய்யப்படுவது 'காவ்யம்'. எனவே, பொதுவாகச் செய்யுளெல்லாம் காவியமென்றே கூறத்தகும். "காப்பியமாவது விழுமிய பொருள்கொண்டு விளங்கும் சொற்றொடை என்றும், செய்யுளெனினும் காவியம் எனினும் ஒக்கும்" என்றும், தண்டியலங்கார சாரம் கூறும். (பக்கம் 3). கவியாற் பாடப்படுவது எல்லாம் காவியம் ஆயினும், பங்கயம் என்பது தாமரை ஒன்றையே குறிப்பது போல, காவியம் என்பது பொருட்டொடர் நிலை ஒன்றையே குறித்தது எனக் கூறுவர் தண்டியலங்கார உரையாசிரியர். 'காப்பியமாவது பெருநூலாம்' என்பர் வீர சோழிய உரை காரர். மேலும் 'அகலக்கவி' என்றும் காவியத்தைக் கூறுவர். மகா காவியத்தை (பெருங்காவியம்) வடமொழித் தண்டியாசிரியர் தம் 'காவிய தர்ச'த்தில் 'சருக்க பந்தம்' எனக் கூறுவர். பல சருக்கங்களை உடையது பெருங்காப்பியம் என்பது இங்கு கருத்து. இவற்றால் ஒரு பொருட்டொடர்புடைய, அணியழகு நிறைந்த, உறுதிப் பொருள்களை உரைக்கும் தொடர்நிலைச் செய்யுள், காவியம் எனக் கூறப் பெறும் என்பதும், எது சிறந்த காவியம் என்று வரையறை செய்தல் இயலாது என்பதும், காவியப் புலவரின்

கவித்துவத்துக்குத்தக அவை சிறப்புறுகின்றன என்பதுமே, காப்பியம் பற்றிய ஆய்வில் இதுவரை ஏற்றுக் கொள்ளப் பட்ட முடிவுகள் எனலாம்.

பெரிய புராணத்தில் அறமும் வீடும் வலியுறுத்தப்பட்டுள; பொருளும் இன்பமும் உணர்த்தப் பெறவில்லை என்று கூறிக் கி.வா. ஜ. அவர்களே, "அஃது சிறுகாப்பியமாகக் கொள்வதற்குரியது" எனக் கூறுவர். இவ்வகையில் ஆய்ந்தாலும் ஆயிர மசலா, அறமும் வீடும்பற்றி மட்டும் விரித்துரைப்பதால் பெருங்காப்பியம் என்று சொல்லத் தயங்குவோர் இருக்கலாம்; ஆனால் 'காவியம்' என்று சொல்லத் தயங்குவோர் இருக்க முடியாது. யசோதர காவியம், (ஐந்து சருக்கம் 320 செய்யுட்கள்) நாக குமார காவியம் (அச்சிடப் படவில்லை), உதயண குமார காவியம் (நடைச்சிறப்பில்லாத நூல் என்பர்) என்றெல்லாம், காவியம் எனப் பெயர்பெற்று விளங்கும் நூல்களை ஆராய்ந்தால், ஆயிரமசலாவைக் காவியம் என நிறுவுவதில் என்ன தடை இருக்க முடியும்?

நீலகேசி என்னும் காவியத் தலைவி உயிர்க்கொலை புரியும் இழிநிலையை, ஜைனமுனிவர் அறிவுரையால் நீக்கி, அச்சமயம் புகுந்து சமய வாதம் புரிகிறாள். இந்நூல் பத்துச் சருக்கங்களும், 894 செய்யுட்களையும் கொண்டது. மேரு மந்திர புராணம், ஜைன முனிவர்களிடம் உபதேசம் பெற்று முத்தி அடைவோர் வரலாற்றையே பேசுகிறது. இந்நூலில் 13 சருக்கங்களும் 1405 செய்யுட்களும் உள. இங்ஙனம் பேசும் பொருள், அளவு, கவித்துவம் என எந்த அடிப்படையில் ஆய்ந்தாலும், ஏற்றுக் கொள்ளப்பட்ட சிறு காவியங்களோடு ஒப்புநோக்கினாலும், 'ஆயிரமசலா'வின் காப்பியத் தகுதி நிறைவும் முழுமையும் உடையது என்பதில் எட்டுணையும் ஐயம் இருக்க முடியாது.

உவமையிலா ஓசை இன்பம்

காப்பியங் கற்போர் பாக்களின் ஓசையில் உள்ளம் பறி கொடுப்பது உறுதி. பாக்களின் பல்வேறு ஓசை வண்ணங்கள்

உடன் உடன் மாறிக் காப்பியப் பொருளின் அருமை காரணமாகப் படிப்போர்க்கு உண்டாகக் கூடிய சலிப்பு ஏற்படா வண்ணம் காப்பதோடு, களிப்பூட்டி உவமையிலா இன்பம் ஊட்டுகின்றன. இது கருதியே இஸ்ஹாக் புலவர் வண்ணப் பரிமளமாயினர். பாவண்ணங்களின் வகைதான் எத்தனை எத்தனை! விருத்தமெனும் ஒண்பாவில் ஒரு பொருளைத் தொடர்ந்து பாடும் போதே ஏறத்தாழ முப்பது பாடல்களை (589 முதல் 617 வரை) ஒவ்வொரு பாடலையும் ஓசை வண்ண வேறுபாட்டால் அமைத்திருக்கும் புலவர் கைவண்ணம் வியப்பூட்டுவதாகும். ஓசையால் சிறப்புற உயர்ந்து நிற்கும் பாடல்களின் எண்களைக் குறிக்கலாம் எனத் தொடங்கி அவை நூற்றுக் கணக்கில் விரிந்தமையால் அம்முயற்சியைக் கை விட்டேன் என்பதைப் பெருமிதத்தோடு சொல்லிக் கொள்கிறேன்.

பெருமானாரிடத்துப் பேரன்பு

றசூல் வளமை வரலாறு என்ற பகுதியில் நுணுக்கமான பல மார்க்க உண்மைகள் விளக்கப்படுவதோடு பெருமானாரைப் பற்றிய பல நுணுக்கமான செய்திகள் அறியக் கிடக்கின்றன. அறிஞர் அப்துல்லாவழிப் பெருமானார் பெருமை பேசும் அருமையான பாடல்களின் எண்ணிக்கையும் நூற்றுக்குமேல் பெருகிக் கிடக்கின்றன. 'சீமான் நபியே சிந்தாமணியே தெளிவே ஒளிவே' (80) எனவாங்குப் பலபாடல்கள் பெருமானாரிடத்துப் புலவர்க்கிருக்கும் பேரன்பைக் காட்டுவதாகும். 68, 175, 280, 430, 523, 553, 719, 736, 745, 748, 827, 1024, 1028, 1057 ஆகிய பாடல்களைக் கண்டு புலவர் பெருமானாரிடத்துக் கொண்டுள்ள பேரன்பையும் பெருமானார் பெருமை பேசும் அருமையையும் உணர்ந்து மகிழவேண்டும். பாடல் தோறும் புலவரின் பேரன்பு பெருகிநிற்பினும் அப்பேரன்பு கற்பனை நிறைவோடு நம் உள்ளத்தில் உறையும் ஓர் அற்புதமான இடம் கண்டுகளிக்கத் தக்கது.

"தாதித்த வாசாம ஞானத்தை நேராய் என்
நாவிற் சுமந்து கொளவோ

காதத்தில் வீசுதிரு மேனிச் சிறப்பை என்
கண்ணிற் பொதிந்து கொளவோ

பாதத்தில் என்னுயிரை ஆலத் தியிட்டுமது
பைம்பொற் பதம்ப ணியவோ" (394)

இப்பாட்டின் அமைப்பு முறை அற்புதமாக உள்ளது. நாவிற் சுமந்து கொளவோ? கண்ணிற் பொதிந்து கொளவோ? பைம்பொற்பதம் பணியவோ? என வினா வடிவில் அமைந்த மந்திரச் சொற்கள் கற்போரை விளக்க முடியாத ஒரு தனி உலகில் கொண்டு சேர்த்துக் கவிஞர், பெருமானாரிடத்துக் கொண்டுள்ள பேரன்பைப் பொருக்கெனப் பேசுகிறது. பெருமானார் பாதத்தில் தம் உயிரை ஆலத்தியிட்டுப் பணிய வேண்டும் என்ற புலவரின் ஆசையில் உயிரினும் மேலாகப் பெருமானாரை மதிக்கும் மதிப்பு உணரக் கிடக்கின்றது. கண் திருஷ்டி படக்கூடிய அளவுக்கு விஞ்சி நிற்கும் பெருமானார் பேரழகு தொனிப் பொருளாக உணரக்கிடக்கிறது.

நாயகத் திருமேனியின் பல்வேறு அடையாளங்களை (61, 70, 370, 400, 847, ...) நூல் முழுக்கப் புலவர் போற்றி உரைப்பர். மேலும் பெருமானார் ஆற்றிய அற்புதங்கள் பலவற்றையும் (86, 835, 837) புலவர் அழகுறக் காட்டி மகிழ்வர். பெருமானாரைக் குறிக்கும்போதெல்லாம் 'ஆல நபி' என்ற தொடரையே மிகுதியாகக் குறிப்பர். பிற நபிமார்களினும் பெருமானாருக்குள்ள தனித்தகுதி, அவர்கள் அகில உலகிற்கும் தூதராக வந்த அருமையே என்பதனை இந்த இஸ்லாமியத் தமிழ் முதலிலக்கியம் தகுதிபெறக் கூறுவது உணர்ந்து இன்புறத்தக்கது. 'அர்ஷுற்ற நபி' (46), 'அறுசு ஏறியவா' (102) என இன்னும் பலவிடங்களில் பெருமானாரின் தனிப் பெருமையாகிய இறைக்காட்சி (மிகுறாஜ்) குறிக்கப் பெறுகிறது.

கவிஞர் நடைத்திறம்

கவிஞரின் புலமை இச்சிற்றுரையில் பேச முடியாதது எனினும், குறிக்காமல் விடவும் முடியவில்லை. சுவையோடு பேசுதற்கு அரிய பொருளமைப்பு முறையைப் புலவர், தம் நிகரற்ற திறத்தால் எளிதாக்கி விடுகின்றார். அரிய

உண்மைகளைப் பாமரரும் எளிதில் உணருமாறு வினாவிடை முறையில் அமைத்திருக்கும் திறம் வியப்புக்குரியது. *(683, 686, 688)*. பெரு வழக்காய் உள்ள பழமொழிகளை இடையிடையே கையாண்டு கற்போர் உளம் பிணிக்கும் பெற்றி போற்றத்தக்கது. ‘மாதிலா மனை பாழ் என்னும் வழக்கு’ *(371)*; ‘ஆறிலா நகரெலாம் அழகிலாது’ *(403)*; ‘அரசனிலாப் படை வீடு’ *(641)*; சிறு பிள்ளை செய்யும் வேளாண்மை விளையினும் வீடுபுகாது’ *(1020)* என இன்னும் பல பழமொழிகள் நூலில் விரவிவரக் காண்கிறோம். ‘பிழைமாதர் வரலாறு என்னும் பகுதியில் மதுவுண்ட மங்கையர்கள் நரகத்தில் படும் வேதனையைப் பாடும்போது,

"கொது கொது கொதென"க் காய்ந்த வெந்நீரை

"கதகநகதென" வார்க்கக்குடல் ஈரல் எல்லாம்

"மொது மொது மொதென"த் தள்ளி வீழ்ந்திடும் என

இரட்டைக்கிளவியாக வரும் தொடர்களை மூன்று சொற்கள் வரும் தொடர்களாக்கி ஓசைக் குறிப்பால் பொருள் விளக்கும் புலவர் நடை போற்றத்தக்கதாகும். *(597)*

நடைபற்றிக் குறிப்பிடும்போது, இங்கு ஒன்றை இன்றியமையாது கூறவேண்டும். முதல் இஸ்லாமிய இலக்கியமாகிய இந்நூலில், அடிதோறும், தொடர்தோறும் அறபுச் சொற்கள் நிறைந்து கிடக்கின்றன. ஆனால் அவை அனைத்தும் இஸ்லாமியர் அனைவரும் அறிந்த பெருவழக்குச் சொற்களே. மேலும் இப்புலவர், அறபுச்சொற்களை மட்டுமின்றி முழுமுழு அறபு வாக்கியங்களையும் அப்படியே எடுத்தாண்டு செல்வர். (காண்க. 17, 18) இப்புலவரைப் போற்றி முஸ்லிம் புலவர்கள் பலபல அறபுச் சொற்களைத் தம் இலக்கியங்களில் கலந்தெழுதினாலும், முழுமுழு வாக்கியங்களாக எழுதும் முறையை ஓரிருவரைத் தவிர்த்து பிற்காலப் புலவர்கள் பின்பற்றவில்லை என்பதும் சிந்தனைக்குரியது.

கற்பனையும் வருணனையும்

சுவர்க்கப் பெண்களின் தோற்றப் பொலிவைக் கூறும் போது அவர்களின் அங்கை, உகிர் ஆகியவற்றைத் திங்களின் தண்ணொளி மிகுந்த முத்தாலே சோதிபெற அமைத்தான் ஆதி இறையோன் எனக் கூறும் புலவர், அவ்வழகில் கடுகளவு மண்ணுலகில் காட்டப் படுமாயின் அவ்வழகு ஒளியில் மண்ணுலகு நிலைகுலைந்து விடும் என்ற செய்தியைத் தம் கற்பனைத்திறம் தோன்றப் படுகிறார்.

"வடுவற மாதர் அங்கை
வாள்உகிர் அனைத்தும் சோதி

அடுச்சி தரளத் தாலே
அமைத்தனன் அவனி மீதே

கடுகள வுலகிற் காட்டிற்
கதிரொளி அதனால் இம்பர்

வடு கொலை இடியைக் கண்ட
மஞ்ஞை போல் அயர்ந்து வீழ்வார்." (376)

வண்ணப் பரிமளப் புலவரின் நானூறு ஆண்டுக்கு முந்திய இக்கற்பனை 50 ஆண்டுக்குமுன் பாவேந்தர் பாரதிதாசன் அவர்களின் கற்பனையில் மீண்டும் இடம் பெறுவதைக் கண்டு மகிழலாம். "கோலமுழுவதும் காட்டி விட்டால் காதற் கொள்ளையிலே இவ்வுலகம் சாமோ" என்ற நிலா வருணனையைக் காண்க. (பாரதிதாசனாரின் புரட்சிக்கவி). இடைக்கால இலக்கியங்களில் பெண்களின் அங்க வருணனை ஓங்கி நிற்கும். 'சுவர்க்கத்தின் வரலாறு' என்னும் பகுதி முழுமையும் இத்தகைய வருணனைகள் நிறைந்து கிடக்கின்றன. இவ்வருணனைகள் புலவர் இக்காப்பியஞ் செய்த காலத்து '35 வயது வாலப் பிராயந்தன்னில்' இருந்தனர் (கடவுள் வாழ்த்து-33) என்ற செய்தியை நினைவுபடுத்துவதாக அமைந்துள்ளன. 'கண்டு குலாவ ஆயிரம் கண்கள் கொள்ளாது காணுமே' என்ற அடியினை 383, 384ஆம் பாடல்களின் இறுதியடியாக அமைத்துப்

புலவரின் காவிய அழகைக் கண்டுகளிக்க ஆயிரம் கண்கள் வேண்டும் என்ற நம் விருப்பத்தைக் குறிப்புப் பொருளாக்கி உள்ளார்.

அரிய சிறிய உவமைகள்

செய்திகளைச் சொல்லும் போக்கிலேயே பொருத்தமாகப் பொருளை விளக்கும் சிறிய உவமைகள் நூல் முழுக்க நிறைந்து கிடக்கின்றன. ஜாபிர் இபுனு அப்துல்லா, சைது முதலான நாயகத் தோழர்கள் பெருமானாரைப் புடைசூழ்ந்திருந்தனர் என்ற செய்தியைப் 'பூவும் மணமுமென' *(8)*ப் பொருந்தி யிருந்ததாகப் பேசுவார். பெருமானார் ஓலை பெற்றுக் கைபர் நோக்கிப் பறந்த தூதுவர் 'வேட்டைமான் ஓட்டம் போல' *(20)* விரைந்து சென்றதாகப் பேசுவர். பெருமானார் தூது பெற்றுப் பெருமானாரைக் காண வந்த குழுவினர் வந்து பெருமானாரைக் கண்ட செய்தியைப் பேசும்போது சனிக்கிழமை சுபுஹுலும் தொழுகையில் பள்ளி வாயிலில் பெருமானாரும் தோழர்களும் 'விரையும் மா மலரும் போலத்' *(47)* தொழுதிருந்த காட்சியைக் காட்டுவார். கோமான் நபியைப் போற்றி ஈமான் ஏற்ற பெற்றியார் சொர்க்கத்துப் புகும்போது அவர்களை வரவேற்றிருந்த "ஹூருல் ஈன்"களின் மகிழ்ச்சியைப் பேசும்போது, 'கணவர் வரவு கண்ட அணங்கு போலும்' 'மழை கண்ட பயிரே போலும்' *(386)* எனவும், பிழை புரிந்த மாதர் நரகத்தில் வருந்தியழுவதைப் பேசும்போது, "ஐயோ புலிவாய்த்தசை யானோம், ஆறாக் கனலின் மெழுகானோம்" *(641)* எனவும் நூல் முழுமையும் உளம் பிணிக்கும் சிறிய அரிய உவமைகள் பாடல் தோறும் பரந்து கிடக்கின்றன.

சொல்லணிச் சிறப்பு

உவமைமட்டுமன்றிப் பல்வேறு சொற்பொருள் அணிகளையும் புலவர் வாழ்ந்தகாலத் தமிழ்மரபு போற்றி ஏற்றுப் பாடியுள்ளனர். சொர்க்கத்தின் வரலாறு கூறும் பகுதியில் தொடர்ந்து ஆறு பாடல்களில் *(498-ல் முதல் 503 வரை)* தொடர்ந்து இயமகம் எனப்படும் மடக்கு என்னும்

சொல்லணியைச் சிறப்பாக முற்று மடக்காக ஆண்டு அணி செய்துள்ளார்.

ஆயிர மசலா இஸ்லாமிய முதற்றமிழ் இலக்கியம்; கவினுறு காவியம்; மாண்புறு மார்க்கச் செய்திகளாகிய ஆயிரம் 'மசலா'க்களை இலக்கிய நயம் எனும் 'மசாலா'வோடு கலந்து மக்கள் மனங்கவர் காவியம்; ஆதியருள் தோற்றிய வரலாறு, அர்ஷின வரலாறு, சுவர்க்க வரலாறு, நரகவரலாறு, ஆதம் (அலை) வரலாறு, பாதாள வரலாறு, கியாமத் அடையாள வரலாறு, மௌத்துடைய வரலாறு என நாற்பெரு வேதங்களிலும் பொதிந்து கிடக்கும் நுணுக்கமான செய்திகளின் பெட்டகம்; பதினாறாம் நூற்றாண்டுத் தமிழின் அழகு நலமெல்லாம் ஒருருக் கொண்ட பேழை; வண்ணப் பரிமளப் புலவரின் கைவண்ணக் காப்பியம் இந்நாள் முஸ்லிம்களால் புறக்கணிக்கப் பட்டிருத்தல் எவ்வளவு பெரிய இழப்பு என்பது இக்காவியத்தின் அருமை அறிந்தோர்களாலேதாம் அறியக்கூடும். நரகத்தின் வரலாறும் பிழைமாதர் வரலாறும் இன்றைய இஸ்லாமிய இல்லங்களில் பயிலவும் பயிற்றவும் படுமாயின், இந்நாள் முஸ்லிம் ஆண் பெண் மக்களின் ஒழுக்க நிலை இவ்வளவு சிதைவுற்றிருக்குமா என்பதும் சிந்தனைக் குரியது. கியாமத்தின் (இறுதிநாளின்) அடையாளங்கள் நாற்பதையும் புலவர் பேசுவர். அவையனைத்தும் இந்நாளில் உலகியலில் உணர்தற்குரியனவாக இருத்தல் கண்டு அஞ்சும் உள்ளங்கள் உண்டா என்பதும் உன்னற்குரியதே!

இஸ்லாமியப் பெரும் புலவர்கள் முஸ்லிம் தமிழ்ச் சமுதாயத்தை நம்பிக்கை நல்வழியின்பால் நடக்கச் செய்யவும் தீன் நெறியில் திளைத்துநின்று ஈருலக வெற்றியையும் இனிதிற்பெறவும் வழிவகுத்து வைத்தனர். அவ்வின்ப இலக்கியக் களஞ்சியங்கள் நம்மிடையே பயின்று வழங்காமை நம் தவக் குறைவே.

இக்காலம் இஸ்லாமிய இலக்கியத்தின் நற்காலம். எத்துணையோ இடர்ப்பாடுகளுக்கிடையே முட்டி மோதித் தடைகளை உடைத்தெறிந்து இஸ்லாமிய இலக்கியங்கள்

ஒவ்வொன்றாக வெளிவரத் தொடங்கி விட்டன. இஸ்லாமிய இலக்கியத் திறனாய்வு நூல்களும் தோன்ற ஆரம்பித்து விட்டன. இறையருளால் இந்நூற்றாண்டின் இறுதியில் இஸ்லாமிய இலக்கியங்கள் மிகப்பல அச்சேறி விடுமென நிச்சயம் நம்பலாம்.

இஸ்லாமிய முதல் இலக்கியம் மீண்டும் அச்சேறியுள்ளது. இஸ்லாமிய உலகம் இத்தலை நூலின் தகுதியை நிறைவாக உணர்ந்து முறையாகப் போற்ற வல்ல இறைவன் உதவி செய்வானாக.

ஆமீன் – யாரப்பல் ஆலமீன்

– மு. அப்துல் கறீம்

தோரண வாயில்!

பேராசிரியர் டாக்டர் சேமுமு. முகமதலி
தலைவர், இஸ்லாமிய இலக்கியக் கழகம்

இறையருளால் என்றுமுள விழுமிய செம்மொழியாம் தமிழுக்கு இஸ்லாமியர்கள் ஆற்றிய, ஆற்றி வருகிற அரும் பணிகள் சகோதரச் சமுதாயத்தவர்கள் எவருக்கும் இளைத்தது மில்லை, சளைத்ததுமில்லை. பல்கிப் பெருகிய இலக்கிய வகைகள் அனைத்திலும் இஸ்லாமியர்களின் தொண்டு விரவியே அமைந்திருக்கின்றன. கிஸ்ஸா, மஸ்அலா, முனாஜாத்து, நாமா, படைப்போர், நொண்டி நாடகமெனப் புதுவகை இலக்கியங் களையும் தமிழ்கூறு நல்லுலகிற்கு நன்கொடையாக அளித்த பெருமையும் இஸ்லாமியர்களையே சாரும். அதற்குக் காரணம் தமிழ் மொழிக்கும், இஸ்லாம் மார்க்கத்திற்குமிடையே இயல்பாகவே அமைந்த தொன்மையான தொடர்பும் உறவுமே எனலாம்.

இஸ்லாமியத் தமிழ் இலக்கிய உலகில் தோன்றிய பழமையான நூல்களில் முதன்மையானது 'பல்சந்த மாலை' ஆகும். 1931இல் பேராசிரியர் எஸ். வையாபுரிப் பிள்ளை பதிப்பித்த 'களவியல் காரிகை' நூலில் பல்சந்த மாலைச் செய்யுட்கள் பல உதாரணச் செய்யுட்களாகக் காட்டப் பட்டுள்ளன. வச்சிரநாட்டு வகுதாபுரியை ஆண்ட அஞ்சுவண்ணத்தவர் மரபில் தோன்றிய ஒரு முஸ்லிம் மன்னனைக் குறித்துப் பாடப்பெற்ற நூலாகும். பல்சந்த மாலை 13ஆம் நூற்றாண்டுக்கு முற்பட்டதாகக் கருதப்படுகிறது. எனினும்

இந்நூல் முழுமையாகக் கிடைக்கப்பெறாதது வருத்தத்திற் குரியதே ஆகும்.

மதுரை வண்ணப் பரிமளப் புலவரால் கி.பி. 1572ஆம் ஆண்டு பாடப்பெற்ற 'ஆயிர மசலா வென்று வழங்கும் அதிஜய புராணம்' காப்பியத்திற்குரிய தகுதியுடையதாக அமைந்து இஸ்லாமியத் தமிழ்க் காப்பிய வரிசையில் முதன்மை இடத்தைப் பெற்றுத் திகழ்கிறது. அரபுமொழித் திறனைத் தமக்கே உரிய தமிழ் யாப்புத் திறனோடு இணைத்து நம் உயிரினும் மேலான கண்மணியாம் நபிகள் நாயகம் (ஸல்) அவர்களுடைய அமுத மொழிகளைச் செவ்வனே அமைத்து வண்ணப் பரிமளப் புலவர் தனது 39ஆம் வயதில் ஆயிர மசலாவை அற்புதச் சொல்லோவிய மாகத் தந்திருப்பது அனைவரது பாராட்டையும் வரவேற்பையும் பெறக்கூடியதாகும்.

நபிகள் நாயகம் (ஸல்) அவர்களது பிறப்பினைச் சுருக்கமாகவும், அவர்கள் மக்காவிலிருந்து மதீனம் வந்த வரலாற்றை விளக்கமாகவும் எடுத்துரைக்கும் ஆயிர மசலா மார்க்கக் கருத்துகளை உள்ளத்தில் பதியும் வண்ணம் சந்தமும் யாப்பும் செழித்தோங்க உணர்த்துகிறது. இசைந்த ஓசை நயமும், சிறந்த சொல்லாட்சியும், செறிந்த உவமையும், தெளிந்த நடையும் ஆயிர மசலாவை ஆன்றோர் போற்றும் இனிய இலக்கியமாகத் திகழச் செய்கிறது.

வண்ணப் பரிமளப் புலவருக்குப் பார்ஸி மொழியில் இருந்த நூல் மொழிபெயர்த்துச் சொல்லப்பட அந்த உரையைக் கொண்டு ஆயிர மசலா உருவானது. பார்ஸி மொழியில் வந்த அந்த நூல் 'ஹஜார் மஸாயில்' எனும் பெயரில் உருது மொழியில் உரைநடை நூலாகவும் விளங்குகிறது. 1865ஆம் ஆண்டிற்கு முன்னர் ஆயிர மசலாவின் பதிப்பு ஒன்று வெளிவந்துள்ளது. அதற்குப் பின்னரும் ஒரு பதிப்பு வந்திருக்க வாய்ப்புண்டு. எனினும் அவை பரவலாகக் கிடைக்காது காணாமல் போயிற்றே என்று கூறவேண்டும். அத்தகைய சூழலில் கவிஞர் செய்யிது மூஸா ஆலிம் தனக்குக் கிடைத்த ஒரு பிரதியை மேலே கூறப்பெற்ற உருது நூலோடு ஒப்பிட்டுச் செப்பனிட்டுத் திருத்தி

வைத்திருந்தார். அதனைக் கீழக்கரைப் புரவலர், 'தமிழகத்தில் மார்க்கோ போலோ இபுனு பதாதா' எனும் ஆய்வு நலாசிரியர், சீறாப்புராணம் உள்ளிட்ட நூல்களைப் பதிப்பிக்க உதவிய பதிப்பாசிரியர் அல்ஹாஜ் எம். இத்ரீஸ் மரைக்காயர் பொருளுதவி தந்து வெளியிட முன்வந்தமையைப் பெற்றுப் பல பண்டைய இஸ்லாமியத் தமிழ் இலக்கியங்களை மீண்டும் உயிர்ப்பித்துத் தந்த பதிப்புச் செம்மல் மு. செய்யிது முஹம்மது 'ஹஸன்' 1984ஆம் ஆண்டு மே மாதம் பதிப்பித்தார்.

ஆயிர மசலா எனும் அதிசயப் புராணம் அவனியில் அவசியம் உலா வந்துகொண்டே இருக்க வேண்டுமென்ற விழைவில் 33 ஆண்டுகளுக்குப் பிறகு மீண்டும் ஒரு புதிய பதிப்பை இந்நூல் பெற்றுள்ளது. பண்டைய இஸ்லாமியத் தமிழ் இலக்கியங்களைத் தேடிக் கண்டுபிடித்துத் தமிழ்கூறு நல்லுலகிற்கு அருங்கொடையாக அளித்திட வேண்டுமென்ற பெரும் நோக்கில் அரிய பணிகள் ஆற்றவரும் அமைப்பு அகில உலக அளவில் கிளை பரப்பித் தூய தமிழுக்கு இனிய தொண்டுகள் ஆற்றிவரும் இஸ்லாமிய இலக்கியக் கழகமாகும். இஸ்லாமிய இலக்கியக் கழகம் நடத்திய உலக இஸ்லாமியத் தமிழ் இலக்கிய மாநாடுகளிலெல்லாம் நூற்றுக்கணக்கான இஸ்லாமியத் தமிழ் இலக்கிய நூல்கள் பதிப்பிக்கப் பெற்று மலர்ச்சி அடைந்தன. மூவாயிரத்திற்கும் மேற்பட்ட இஸ்லாமியத் தமிழ் இலக்கியங்களைத் தமிழ் இலக்கிய உலகிற்கு எடுத்துக்காட்டி இஸ்லாமிய இலக்கியக் கழகம் அரும்பணி ஆற்றிவருவது குறிப்பிடத்தக்கதாகும்.

பண்டைய இஸ்லாமியத் தமிழ் நூல்களைப் பதிப்பிப்பதில் மு. செய்யிது முஹம்மது 'ஹஸன்' போன்றே பேரார்வம் கொண்டு பெரும் பணியாற்றியவர் நடமாடும் பல்கலைக் கழகமாகத் திகழ்ந்த பன்னூலாசிரியர் எம்.ஆர்.எம். அப்துற்றஹீம் ஆவார். தனது யுனிவர்ஸல் பப்ளிஷர்ஸ் மூலம் அவ்வகையில் அரிய தொண்டுகளை எம்.ஆர்.எம். அப்துற்-றஹீம் செய்து வந்ததை இஸ்லாமியத் தமிழ் இலக்கிய உலகம் என்றென்றும் நன்றி கூர்ந்து பாராட்டிக்கொண்டே இருக்கும். மாமனார் வழி

நிற்கும் மருமகனாக அருமைச் சகோதரர் அல்ஹாஜ் எஸ்.எஸ். ஷாஜஹான் ஆயிர மசலாவை யுனிவர்ஸல் பப்ளிஷர்ஸ் மூலமாக மீண்டும் பதிப்பிக்க முன்வந்துள்ளமையைத் தமிழ் இலக்கிய உலகமே மனம் நிறைந்து கரம் விரித்து வரவேற்றுப் பாராட்டி மகிழும்.

இஸ்லாமிய இலக்கியக் கழகப் பொருளாளராகவும் இலங்கும் அல்ஹாஜ் எஸ்.எஸ். ஷாஜஹான் ஆயிர மசலா நூலை மீளப் பதிப்பிப்பதுடன் மென்மேலும் பழமைமிகு இலக்கியங்கள் பலவற்றையும் பதிப்பிக்க மிகுந்த ஆர்வத்துடன் செயல்பட்டு வருவது உலகளாவிய தமிழர்கள் அனைவருக்குமே மகிழ்ச்சி அளிக்கவல்லதாகும். வல்ல இறையோன் அவரது தொண்டினைப் பொருந்திக் கொள்ளவும், அவரது தூய எண்ணங்களைச் செயல்படுத்தும் ஆற்றலைத் தந்திடவும் இறைஞ்சி வாழ்த்துகிறோம்.

தமிழாய்ந்த தமிழ்ப்பெருமக்கள் ஆயிர மசலாவைப் படித்துப் பயன்பெறவும் விழைகிறோம்.

நன்றி.

10 01 2018

[பேராசிரியர் டாக்டர் சேமுமு. முகமதலி]
தலைவர், இஸ்லாமிய இலக்கியக் கழகம்
27, நரசிம்மபுரம், மயிலை,
சென்னை – 600 004.

பொருளடக்கம்

	பக்கம்
★ ஆயிர மசலா	43
★ கடவுள் வாழ்த்து	44
★ அரங்கேற்றிய வரலாறு	53
★ பதிக வரலாறு	54
★ தூதுவிடு வரலாறு	55
★ இறசூல் வளமை வரலாறு	69
★ ஜிபுறயீல் பெருமை வரலாறு	80
★ ஒன்று முதல் நூறின் உரை வரலாறு	82
★ தோற்றரவு உண்டான வரலாறு	95
★ வானம் உள்ள வரலாறு	103
★ அறுஷின் நிலை உள்ள வரலாறு	108
★ பானுடு திங்கள் வரலாறு	119
★ பற்பல காரண வரலாறு	127
★ சொர்க்கத்தின் வரலாறு	142
★ நரகத்தின் வரலாறு	185
★ பிழைமாதர் வரலாறு	198
★ ஆதம் அலைஹிஸ்ஸலாம் வரலாறு	220

- ★ பூதலத்தின் வரலாறு — 234
- ★ இடபத்தின் வரலாறு — 242
- ★ பாதாளத்தின் வரலாறு — 248
- ★ கோபுக்கா மறுகின் வரலாறு — 262
- ★ கியாமத் அடையாள வரலாறு — 268
- ★ தஜ்ஜால் வரலாறு — 272
- ★ ஈசா நபிநாதர் வரலாறு — 282
- ★ யாஜூஜ் மாஜூஜ் வரலாறு — 285
- ★ தாப்பத்துல் அறுலென்னும் மிருக வரலாறு — 290
- ★ இசுறாபீல் சூறாது வரலாறு — 293
- ★ கியாமத் நாள் அமளி வரலாறு — 303
- ★ காபிர்கள் மதலை வரலாறு — 314
- ★ மவுத்துடைய வரலாறு — 320
- ★ அப்துல்லா இபுனு சலாம் முதலானோர் இசுலாமான வரலாறு — 324

ஆயிர மசலா

காப்பு

சீர்கொண்டே மனுவைஅமைத்து அதற்குரிய
படைப்பையெல்லாம் சிறப்போ(டு) உய்யக்

கார்கொண்டே பதம்விளைத்து நன்மைதின்மைக்
ககம்வகுத்துக் கருத்துஉண் டாக்கி

நேர்கொண்டோர்க்கு ஆடகப்பொற் பதியும்,
அல்லார்க்கு அழற்பதியும் நிறுத்தி மிக்க

பார்கொண்ட பசுபாசம் தனில்வணக்கம்
தெரிந்தோனைப் பணிகு வாமே! (1)

நூற்பயன்

மூதறிவு உண்டாம் நாளும்
முதலவன் கிருபை தோன்றும்

தீதறும் துன்பம் தீரும்
செல்வமும் சிறப்பும் உண்டாம்

பூதலத்து உயிர்கள் யாவும்
புகழ்ச்சியின் மகிழ்ச்சி யான

ஆதியை இறசூல் தம்மை
அகமகிழ்ந் தருளு வோர்க்கே! (2)

கடவுள் வாழ்த்து

கோதையொன்றின புலாக்கடங்கலும்
    குறித்து நில்லென நிறுத்தியே
சோதிதங்கருண கிரணதிங்களெழு
    சுந்தரப்புவியில் இன்புற
நீதிகொண்டடிமை யாளுகின்றபுகழ்
    நித்தனே எனது கத்தனே
ஆதியந்தமும்இ லாதவாஅடியன்
    அளவுநீகிருபை அருள்செய்வாய்.   (1)

வல்லபங்களொடு நீயுரைத்தமொழி
    மாறிநின்றஇபு லீசெனும்
கல்லைகண்டஅவன் என்னைவந்துகலை
    யாமலிங்குதவி செய்துற
வெல்லுசிந்தைகொடு நாவில்உந்துகலி
    மாவைநாள்தொறும் விளங்கவே(று)
அல்லல்அன்றிஉன தேவல்செய்ய எனது
    அளவுநீ கிருபை அருள்செய்வாய்.   (2)

(வேறு)

துங்க வானம் ஏழுநீ;
    துலங்கு சொர்க்கம் எட்டுநீ;
சங்க வாரி ஏழுநீ;
    தராத லங்கள் ஏழுநீ
பொங்கு நாலு வேதநீ;
    பொலிந்த மாந்தர் புந்திநீ;
எங்கு மாகும் வல்லநீ;
    இலாஹி ரப்பில் ஆலமீன்.   (3)

நரரி னுக்கு நாயன்நீ
    நபிகளுக்கு நாயன்நீ;
அரிய வர்க்கு நாயன்நீ;
    அமர ருக்கு நாயன்நீ;

கரிமு கற்கு நாயன்நீ;
கதிர வற்கு நாயன்நீ;
பிரம னுக்கு நாயன்நீ;
பிழைபொ றுக்கும் நாயன்நீ. (4)

(வேறு)

வியனுறு சுருதியி லுறுசெய லுடையனை
வெளியி லொளியிலொரு வடிவிலா
இயலணி மறையனை இதயமில் உறைவனை
இவணிலு வணிலடி முடிவிலா
நியமனை இனமிலி தனியனை நெடியனை
நிகரொரு வரையு மிலா
உயர்புக ழிறைவனை அதிபிழை பொறையனை
ஒருமன திலுறவு செய்வோம். (5)

(வேறு)

தகுத்து மாரியும் மவுத்தும் ஊதையும்
தரித்த தூதரையும்
மிகுந்த ஞாலமும் முகட்டு வானமும்
மிகக்கு லாவிடவே
தொகுத்து மாமன மகிழ்ச்சி யேயுள
துரத்தொ டாளுமெனா
வகுத்த நாயகன் மலக்கு நால்வரை
மனத்தி லோதிடுவோம். (6)

(வேறு)

பேரின்பம் நத்தாமல் எளியேன் அவஞ்செய்த
பிழைபொறுத் தருள நீரென்
வாரங்கொ டேகனிட மன்றாடி மன்றாடி
வாக்கொடுது ஆக்கள் செய்வீர்
சீரன்பொ டுங்கள்பொற் சரணால யங்களென்
சிந்தையிலி ருக்க நினைவாம்
ஈரன்ப தாயிரத் திருபத்து நாலாயி
ரம்சின்னம் நன்ன பிகளே. (7)

(வேறு)

போற்றுமாசில்சிது றத்துல்முன்தஹா
　　போதகத்தினிடை மெய்யுறத்
தேற்றுநாயனொளி வைப்பரிந்துதெரி
　　சிக்கநல்வரிசை பெற்றவர்
சீற்றமாநபிக ளனைவருக்குளுயர்
　　ஜிபுறயீலணுகு முறுசலீன்
நூற்றுமூன்றொரு பத்துமூவரையும்
　　நுண்ணிதாய்மனதி லெண்ணுவாம் (8)

(வேறு)

அகமிய சொற்பயில் சுகுபொடு நிச்சய
　　அரிய மறைப்பொருளின்
சுகமரு வுக்கிர மதபுறு நற்செயல்
　　துரமது பெற்றுளதோர்
நகைமுக வித்தக ரெனமுன் உரைத்துள
　　நபிகளின் மெய்ப்புகழ்சேர்
உகமையின் மிக்குள கிருபை மிகுத்துள
　　உலுல்அசு மைப்புகல்வாம். (9)

(வேறு)

அழிகுபி ரெல்லா மேவி யழித்திடும்
　　அக்குல மன்னவர்கள்
சுழிபடு பொய்வாய் பாழ்நர கத்திடை
　　சுட்டெரி யந்நெறிநேர்
பொழிபட நல்லீ மான்இத யத்திடை
　　புக்கிட நலமுறுதீன்
வழிபட மெய்யாய் நீதிந டாத்திய
　　மக்க முஹம்மதுவே. (10)

(வேறு)

தாமதி னாமிறை பாலெய்து மீள்குவ தாமெனவே
போமதி னாலென தாகுமெ னாதவர்பூ தலமேல்
நாமதி னாமறை நீதிகு லாவிய ஞானியர்நீள்
மாமதி னாவினி லாமிற சூலென வாழ்நபியே (11)

(வேறு)

தக்கபூமியிலே தளர்ந்தவர்க் கொருபொருள்
    தனியவ னருள்தூதே
திக்குளோர்தவமே தெளிந்துள மறையே
    சினமற மிலையாரே
மிக்கதோர்பொருளாய் மிகுபுக ழகமாய்
    வினையக லிடமே வாய்
மக்கமாநபியே வளம்பயில் முஹம்மதே
    மனுநெறி இறசூலே. (12)

(வேறு)

கருதலர் முடிபொடி படவரு நபியே
    கயிறென வாழ்மவு லியையருள் நபியே
ஒருவனை மனதினி லுறவுசெய் நபியே
    உமதுயர் சுடரென உரைசெய்த நபியே
அருளலி தொழவரு ணனியனு நபியே
    அலகை இருகைபிணி அவிழ்செய்த நபியே
வரிசைமன் னிறைஹபீ பெனவரு நபியே
    மனதி லுயர்புகழ் முஹம்மது நபியே. (13)

(வேறு)

நாகச் சடத்தைநீ றாகத்துணி த்தநபி
    நாவுக்கிதத் தவர்முன்னே
ஏகப் பொருத்திமா மாகிப்படைப்பொருமண்
    ணேபெற்றிருக் குமிகவே
தாகக் கருத்தராய் வாயிற்கல்வைத்துரைசெய்
    தாளிட்டிணக்க நெறிநேர்
ஆகக் கனத்தஉ மானுக்குமிக்குள
    அபூபக்கரைப் புகலுவாம். (14)

(வேறு)

சேனைச் சிறுபரி யேறித் துணிபடு
    சேமத் துகில்புனைவோர்
ஆனைப் பபுஷக மாவைப் பிழையினில்
    ஆவிக்கிறுதிசெய்வோர்

மானைப் புலியொடு கூடிப் புனலுண
வாழி நடத்திடுவோர்
தீனைச் சறுகுபி தாவைக் கொலைசெய்த
சீருமறைப் புகல்வாம். (15)

(வேறு)

அயலார் நற்புகழ் சிலைமீ திட்டுள
வனுவோதிக் கொளுவோர்
ஜெயபா தத்தர்மி னொளிவீ சற்புதர்
செறிவாழ்வுக் குயர்வோர்
புயமா னத்தரை யகல்வா ரைச்செய்து
புறவாயிற் செலுவோர்
உயமா னத்தொடு மிகநாணிக்கொளும்
உதுமானைப் புகல்வாம். (16)

(வேறு)

ஏந்துமக ரப்பொறியி னோங்குறி தரித்துவினை
என்றரண் அளித்த திறலோர்
சேர்ந்தமனு வுக்கிசைவு கூண்டசபை யிற்குளுரை
தேர்ந்தெழுதி வைத்த திறலோர்
போந்தவணி கைத்திரிக வாம்பரி ரதத்தொடணி
பூண்டபணி கட்டிவருமா
வேந்தர்மடி யப்பொருது பாய்ந்துநிறை கட்டுமத
வேங்கைஅலி யைப்பு கலுவாம். (17)

(வேறு)

மதினமன் னபிதிரு மகள்பெறு குமரர்கள்
முஹம்மதர் இருவிழியோர்
விதியரு ளிஃதென வினையுறு கருவியில்
விடமதில் உயிர்விடுவோர்
அதிரிடும் மருவலர் அணிபொடி படவரும்
அடலுறு புலியெனவே
எதிரிடும் அலிமகர் அசனையும் உசைனையும்
இதயமில் உறுதிகொள்வாம். (18)

(வேறு)

விண்ணும் பராக்கன்றி மேருவா ரணியமும்
வேலையும் வேலைசூழும்
மண்ணும் பராக்கன்றி இறையே வலைச்செய்து
மன்றாடி நின்றோதவே
நண்ணும் பராக்கஞ்செய் யிமையோர்க ளொடுமிக்க
நாடோறும் நீடூழிவாழ்
திண்ணன் பியாக்களுட னேஅவுலியாக் களையும்
சிந்தையுற வைத்துநினைவாம். (19)

(வேறு)

பாலுருகு வேதசொற் பவுறானி யங்கொண்டு
பலதிக்குந் திறைகட்டவே
வேலுருகு வாளரசர் மகுடா சலம்சிதற
விகடபரி நடனமிடுவோர்
சூலுருகு சங்குசெறி மதினாவி னாலநபி
சூழவா ழுந்தோழமார்
நாலொருப தோடிரண் டாயிரம் சாபிகளை
நன்றிபெற என்றும்நினைவாம். (20)

(வேறு)

மாறில் லாதமு ஹம்மதர் தோழன்மார்
வறஸ் ஹாபிக ளிற்புகழ் கொண்டுளோர்
தேறு நால்வரொ டேசொர்க்கம் சென்றிடும்
ஆறுபேரையும் அன்புறப் போற்றுவாம். (21)

(வேறு)

எழுத்தறிய வைத்தஇறை இன்புறும் இமாம்கள்
பழுத்தபுகழ் ஈரிரண்டு பாரமது ஹபுவில்
வழுத்துமொழி நால்வருடன் ஆலிம்உல மாக்கள்
முழுக்கமல பாதமென் முடிச்சிரசில் வைப்பாம். (22)

(தியாகமீந்தோர்)

தரிபடு நெறியி னாலும்
தக்குவாத் தவத்தி னாலும்
பரிவுறு சொல்லி னாலும்
பசித்தவர்க் கீவதாலும்
விரிவுறு மசலாக் கூற
விரும்பியே தலீலு செய்த
வரிசைசேர் மூமி னென்னும்
மகதிநல் லறிஞர் தாமே. (23)

(வேறு)

தானமும் தவமும் போற்றும்
தம்பிரான் அருள்கொண் டோ
மானுறு நிலைமை குன்றா
மகதியின் மருகன் ஆனோன்
வானவர் துஆவும் பேறும்
மகதிபால் அணுக வென்றே
பானுல கத்தில் வண்ணப்
பரிமளம் பகர லுற்றான். (24)

(அவையடக்கம்)

பாயிர மொழுகு நூலின்
பாட்டியல் அறியான் வண்ண
ஆயிர மசலா வென்னும்
அதிசய புராணந் தன்னைத்
தாயின்ரட் சகரே யான
தண்டமிழ்ப் புலவோர் சொல்லின்
வாயிர வையினால் வேண்டிக்
கொண்டியான் வகுத்த வாறே. (25)

(வேறு)

எழுத்துவிதி சொற்பொருளி யாப்பலங்காரம்
செழித்ததளை சீர்தொடை சிறப்பிலையதாகும்;
பழித்திடுவ தன்றுபய முண்டுபழி யார்கள்
ஒழுக்கமுறு நல்லவர்கள் என்றுமுரை செய்தேன். (26)

(வேறு)

பரிக்கும் பதங்கன் தனைக்கரத்துட்
பரிந்தே அமைக்கத் துணிந்தனவான்
தரிக்கும் பொருப்பை மரக்கனிமுன்
தாங்கத் துணிந்த தகமையன்றோ
அரிக்கும் அரிப்பாழ்ங் கிடங்குகறங்(கு)
ஆழிக் கெதிரென் றறைந்தனவால்
விரிக்கும் தமிழைப் படிக்குள்யான்
விளம்பத் துணிந்த வேள்மதமே. (27)

(வேறு)

வேதநூல் உணர்ந்தோர் மிக்கோர்
மெய்த்தமிழ் உரைப்போர் கஞ்சப்
பாதசே கரனான் பாட்டின்
பயனறி யாமற் செய்தேன்
ஆதலால் நீங்கள் என்றன்
அரும்பிழை பொறுத்துஇந் நூலின்
சேதகோ(து) ஆய்ந்து கூட்டிக்
கொள்வது சிறப்புத் தானே. (28)

(வேறு)

அறபொடு பாரிசில் ஆலிமெனும் கடலில்
ஐந்துநிமா சையும்பா யாகவிரித் தோடி
நறைசெறிமுல் லாமியாவென்னுநற் சோங்கு
நாயனருட் புனலை நங்குரபாய் மரமாய்த்
துறைசெறிம லையாளச் சொல்லுறுபொ ருளேற்றித்
தோர்கம்பத் திறையாய்ச் சுடர்வடநாடுலவி
மறைசெறிநூ ஹூநபி வைத்தமரக் கலம்போல்
வாட்டமறச் சுலையு மாநகர் சேர்ந்தனரே. (29)

(வேறு)

சுலையுமா னகரிற் சேர்ந்து
தீன்வழி நடாத்து நாளில்
அலைவிலா தவர்வ யிற்றில்
அவதரித் துதய மானோர்

தலைமைசேர் மகுதூம் வண்மைச்
சையிது பாரி சாய்ந்த
கலைவல்லோர் புகல இந்நூற்
கட்டுரை செய்த வாறே. (30)

(வேறு)

அகிலம் புரந்துமிக வானநா யனருட்செய்
அறபின்பயன் செறிதில் வாரி
ஆலிமெனப் பாரீசில் உயரமுத பயனுளகித்
தாபிலோதிய பொருளி னால்
மிகவன்பு கொடுசூதர் தீனிலமை பெறநபியும்
விண்டமச லாவா யிரம்
வியனுலகில் அதிவிதத் துங்கசெந் தமிழில்நூல்
விளம்பநல் லுரைதந்த நேர்
புகலும்ப்ர சண்டகலை ஞானபோ தகரிலகு
புளியங்குளஞ் சுலையுமானில்
சுருதிமொழி பொழியும் செழுங்கனமுல் லாமியா
மகுதூமியல் சேருநல்
மகரந்த குங்குமப் புயாசலா திபர்சையது
மகுதூம் கொழுங்கமலமா
பாதசே வடியெவரு மறமன்றி அன்புகொளில்
வாழ்வர் நீள் வரிசை பெறவே. (31)

(வேறு)

புயலாய்ந்த மதுரை கீழ்பால்
பொருந்திய சுலையு மானிற்
செயலாய்ந்த முல்லா மிய்யா
செயிதுரை செய்ய இந்நூல்
இயலாய்ந்த முதலி செய்கு
இஸ்ஹாக்கெனு வகுதை நாடன்
பயஹாம்பர் அருள்சேர் வண்ணப்
பரிமளம் பகர லுற்றான். (32)

(வேறு)

இயலிறசூல் திருவடி சாய்ந்த தொள்ளா
யிரத்தினுடன் எண்பதாண்டின்
முயலும்ப்ர மாதூதா வருடத்தில்
முழங்குபுளி யங்குளத்து முல்லா மிய்யா சயிதுமகுதூம்
வயது முப்பத் தொன்பான் தன்னிலிந்நூல்
உரைத்திடமுத் தமிழாற் போற்றிப்
பயிலுமையே ழெனும்வாலப் பிராயந் தன்னில்
பரிந்துவண்ணப் பரிமளஞ்சொற் பகர்ந்த வாறே. (33)

அரங்கேற்றிய வரலாறு

அந்தமுறு மதுரைதனிற் செந்தமிழோர்
சங்கத்தில் அரங்கம் ஏற்றி
சந்தமுறும் ஈமானும் இஸ்லாமும்
தழைத்தோங்கத் தகுதி பூண்டு
வந்துநெறி மனுநீதி வளர்ப்பவர்முன்
னுளப்பாவின் மகிழ்ந்து போற்றிக்
கொந்துலவும் எம்மிறசூல் நபிசொல் ஆ
யிரமசலாக் கூற லுற்றேன். (34)

(வேறு)

அடற்பாரில் ஆலநபி புகழ்கூறு காவியம
தனைப்பேறொ டோதுமெனவே
மடற்பாளை வீசுமது ரையிற்கோல வீதிதொறு
மகத்தாயு(ள்) ளோர்மகிழவே
உடற்பாரின் மேவுமணி யணித்தூசு மாகனக
முகட்டாழி போலருளினோர்
கடற்பாரி னேகனருள் புறுக்கா னினீதியுள
கறுப்பாறு காவலவரே. (35)

கடவுள் வாழ்த்து—முற்றிற்று

பதிக வரலாறு

தூதுவிடு வாறும்இற சூல்வளமை வாறும்
பேதமுறு நற்செபுற யீல்பெருமை வாறும்
ஓதுமொழி ஒன்றுமுதல் நூறினுரை வாறும்
ஆதியருள் தோற்றரவுண் டானவரலாறும் (1)

வானிலுள வாறும்திரை வாகறுஷின் வாறும்
பானுலவு திங்கள்உடு வின்பகுதி வாறும்
கானுலவு கின்றபல காரணமெய் வாறும்
தேனுலவு சொர்க்கமொடு தீநரகின் வாறும் (2)

ஆதம்வர லாறும்ஏழ் அவனியுள வாறும்
ஏதுலகெ லாம்மருப்பில் ஏந்திடப வாறும்
பாதிடப கீழிலுள பாதலமின் வாறும்
ஆதவனின் கோபுக்கா அம்மறுகின் வாறும் (3)

அன்னகியா மத்தின்அடை யாளம்அதன் வாறும்
மன்னுபுகழ் தஜ்ஜால்வ ரும்பெருமை வாறும்
நன்னெறியின் ஈசாநபி நாதர்வரும் வாறும்
மன்னுபுகழ் யாசூசு மாசூசுவர லாறும் (4)

அருமிருகம் தாப்பத்துல் அறுலிவரும் வாறும்
சுருதியுரை இசுறாபீல் சூறூது வாறும்
அருள்பெருகும் ஆகிறின்நாள் வளமைவர லாறும்
மருள்குபிர ரோடுகோ பாமதலைவர லாறும் (5)

(வேறு)

அகப்படுத்தி மவுத்தைநித்தன்
அறுத்தடைத்துள வாறையும்
தொகுத்துமக்க நகர்க்குள்நந்நபி
சொல்லவிள்ளுறு சூதர்கள்
மகத்தொடுத்திசு லாமில்வந்துள
வாறையும்வகை வகையதாய்ப்
பகுத்தெடுத்துள பாயிரப்படி
பனுவல்செய்திவை பகருவாம். (6)

பதிக வரலாறு முற்றியது

திருவிருத்தம் 6

தூதுவிடு வரலாறு

பெருகுபுகழ் ஷாமினா யகிமகவீன் றெடுக்கப்பே
ராசை யாகி
உருகமனத் தப்துல்லா நுதற்குறிப்பா யாமினார்
உதரப் பால்பூண்டு
அரியுபுவித் தலமுதித்தை யெட்டாண்டில் நபியரசு
ஆளும் நாளில்
வரிசையுறத் திருமசலா இபுனுசலாம் வந்துரைத்த
வாறைக் கேண்மோ. (7)

(வேறு)

ஜாபீர் இபுனு அப்துல்லா
தக்கோர் மிக்க சைதென்போர்
மேவு குதாதா புகைர்இவரும்
மிக்க அப்துல் லாமுகத்தம்
பூவும் மணமும் எனஇவர்கள்
புடைசூழ்ந் திருக்கும் அந்நேரம்
ஆவில் அமுத மொழிஇபுனு
அப்பா சென்போர் உரைசெய்வார். (8)

வேறு

மிக்கான புகழ்கொண்ட வேதாம்பர் ஆலநபி விரைமான்மதம்
திக்காதி காதங்கள் மிகவீச வருகின்ற திருமேனியாய்
மக்காவி லேநின்று மதினாவி லேசென்று வளமாயதில்
தக்கோர்க ளொடுவேத நெறிதீனில் வழிநேர்மை தருநாளிலே. (9)

(வேறு)

உறவினில் உறவுமாகி உயிரினில் உயிருமாகி
உடுவொடு மதியுமாகியே
குறைஷிகள் மரபிலான குருநபி அருகரோடு
குறைவற மறைகளோதியே
பொறைநெறி கிருபைநீதி பலவகை அறிவுஞான
புதுமைகள் பகருநேரமே
சிறகொடு பறவைதாவி விசையொரு நொடியிலாதி
ஜிபுறயீல் வருவதாயினார். (10)

(வேறு)

நவிலுவார் ஜிபுறயீலோர் புதுமையா னதைமதினா
நகரில்வாழ் நபிஇறசூலே
கபுலல்லா இனியசலாம் உரைசெய்தான் அதுவலதோர்
கனகவாரி யிலுயர்வானோர்
அபுதுல்லா இபுனுசலாம் என்னுமகா அறிவுடையோர்
அவரைநீர் வரவெனவேதான்
இவணில்வா சகமுளதாய் எழுதிஓ லையைவிடுவீர்
எனஅல்லா திருவுளமானான். (11)

(வேறு)

என்றமொழி கேட்டுநபி யேதருளிச் செய்வார்
துன்றுபுகழ் என்துணைவ ரேஜிபுற யீலே
வென்றிபெற வாசகம்வி ளம்புமென வேதான்
நின்றபுகழ் உக்காசை நீர்அழையும் என்றார். (12)

ஆதியருள் தூதர்அழைக் கும்படிஉ ரைக்க
வேதமொழி ஆலநபி மீண்டும்உரை செய்வார்
தூதுவிடும் ஓலையுறு சொல்லெழுத வல்லார்
சாதிபுனு உக்காசு தமையழையும் என்றார். (13)

நாட்டமுட னேஅழையும் என்னநபி கூறச்
சூட்டுமது மாலைபுனை தூதர்சென்று சொல்லப்
பூட்டுசிலை நாணெறியும் பூங்கணைய தென்றே
ஓட்டமொடு சாதிபுனு உக்காசு வந்தார். (14)

(வேறு)

பொய்வாரிக் களையறுத்த சாதிபுனுஉக்காசைப்
புரிந்து போற்றி
மைவாரிப் படியமைத்த இறைதூதர் மொழிந்துவந்த
மொழிதப் பாமல்
கைபாறிப் பதிபுரக்கும் அப்துல்லா இபுனுசலாம்
காணப் பேணி
மெய்வாரிக் குணவோலை எழுதவிடை கொடுத்தார்வே
தாம்பர் தாமே. (15)

விடையருள மனமகிழ்ந்து சாதிபுனு
உக்காசு விரும்பி யோலை
கடைதலையும் நடுவிடையும் வார்ந்துசேர்த்துக்
கனகமணி யெழுத்தாணிக் கதுமை பார்த்தங்(கு)
அடையலர்கள் இடியேறே நபியேவேதத்
தரும்பொருளே யாதியிற சூலேயேரி
மடைதரள மணிகொழிக்கும் மதினாவாழும்
முகம்மதரே யெழுதும்வா சகமேதென்றார் (16)

(வேறு)

இயல்பிசுமில்லா கிற்றகுமானிற் றகீமென்றே முன்னே
யெழுதும்இறை தூதனென்றும்
யான் முகமதென்றும்
உயர்வழி யானதிறை தானுடையதென்றும் இவ்
வுலகிலுள்ளவர்க ளெவ்வெவர்க்கு
மிக்கருள்வ னென்றும்

வியனுலவு சொர்க்கநகர் வாழவரும் நேரம்
வெற்றிபெறு முஸ்தகீம் ஆனவர்கட் கெல்லாம்
பயனுலவும் என்சலாம் நேர்வழிநின் றோர்கள்
பாலெனுமின்பமொழி பலித்தமொழி கேளும் (17)

(வேறு)

குல்லாதி வரிசைவலா கவுலவலா குவ்வத்த
இல்லாபில் லாஹில்அ லிய்யில்அ லீமென்னும்
சொல்லான உரையோடு துணிந்தெழுது மென்ன
மல்லார்பு யத்தினர்வ டித்தெழுத லுற்றார். (18)

வரிமுறை தவறா நிரையெழுதிப்
பலவகை வாசகம் எழுதி
யருவினை அகல்வீா் எனவெழுதி
புகழறி வானவை எழுதி
இருமையின் இறையே வலைஎழுதிப்
புகழிற சூல் பதமெழுதி
விரைவொடு வரவோ லையையெழுதிச்
செலாமிகு தூத ரைவிடுவார் (19)

(வேறு)

மிகைதூதர் ஓலை வாங்கி
வேட்டைமான் ஓட்டம் போலத்
திகையாத வழியைக் கூடிச்
செல்செல்என் றங்கம் என்றும்
தகையாது நாடூர் மிக்க
தலங்களும் கண்டு கண்டு
பகையார்கை பாரி என்னும்
பதியிடை சென்று புக்கார். (20)

(வேறு)

சிறந்தகை பாரி என்னும்
செழுநகர தனிற் சேர்ந்து
மறந்திகழ் சூதர் வாழும்
மாடமண்ட பமும் விட்டுக்

கறந்தபால் வேதம் ஓதும்
 கவின் நபி இறசூல் தூதர்
அறந்தவம் உடைய சான்றோர்
 அரண்மனை குறுகி னாரே. (21)

(வேறு)

இருளெலாம் அகல உலாவிச் சென்றே
 இலகுபான் ஒளிரு நிலாவொப் பென்றே
பொருளெலா நிறைமறை நேரைக் கண்டே
 புவியெலாம் இயல்பெற ஓதிக் கொண்டே
நரரெலாம் மகிழ்இற சூல்சொற் கொண்டே
 நடவுதூ தருமலி மாவொப் பென்றே
அருளல்லா கிருபை விடாமற் சென்றே
 அப்துல்லா இபுனு சலாமைக் கண்டார். (22)

(வேறு)

முந்துதூதர் ஓலைவிட்டு முதிரவாய்மை பகரவே
அந்தமேவு மாலைமார்பர் அப்துல்லாவும் அதிசயித்(து)
எந்தவூரு எந்தநாடு எவர்விடுத்த தூதரென்(று)
உந்தவந்த தூதரும் உளம்திருந்த ஓதுவார். (23)

(வேறு)

மக்கமிக்கமதி னாவினுக்கரசர்
 மண்டலீகர்தொழு தாளினார்
இக்கணித்தகலி மாவினிற்பகுதி
 எங்குமானவிற சூலவர்
பக்குவப்பல படைப்பினுக்குமுதல்
 வந்தபண்பர்பிற காகினோர்
துக்கமற்றிறுதி யற்றநாயனருள்
 தூதராலநபி தூதன்யான். (24)

ஏகனாலநபி தூதரென்றமொழி
 இச்சையாகமன மெய்ச்சியே
வாகினாலெழுதும் ஓலைவாசகமும்
 மற்றவர்மொழியு மாமென

ஆகமேமகிழ்ந் தப்துல்லாநகரின்
அனைவரும்வர வழைத்துடன்
தாகவேதநெறி நூல்வல்லோரறிஞர்
தக்கசூதரொடு செப்புவார். (25)

ஒப்பமானமணி ஓலைவாசகம்
உரைத்துமெய்ப்பொருள் பரப்பியே
செப்புவார்அகும துதயமாயினர்
செகத்தின்முந்துநபி மாரெலாம்
குப்பிலாகும்நபி தீனலாததீன்
குவலயத்தழியும் என்றசொல்
தப்பிலாதென வகுத்துமிக்கவுரை
சாற்றினார்அறிவு போற்றினார். (26)

முந்துநந்நபி கணித்தவாசகம்
மொழிந்துபின்னுமூ சாநபி
வந்துநேர்வழி நடத்துநாளையில்
வகுத்துரைப்பர்இற சூலெனும்
கொந்துமீரெனது பின்பிறந்திடுவர்
குவலயத்திலவர் தீனிலே
எந்ததீனும் யாகவேண்டுமினி
யானுமவ்வழிஎனச் சொன்னார். (27)

உரைசெய்தந்நபிகள் சொன்னயாவையும்
உவந்துசிந்தையில் மகிழ்ந்தியான்
தரையிலின்னவகை யென்னமிக்கதவு
றாத்துஇஞ்சில்சபூ றெனுமறை
கரையவோதிஅதில் உறுதியாகஇவை
கண்டதுண்டுகளி கூரவே
பரவையாடைபுனை அவனிமீதுபய
காம்பர்பின்வருவர் என்பரே. (28)

வருவர்ஆலநபி அவர்ஹராமென
வரைந்தயாவும்நமக் கேஹலால்
பரிவில்நாமுறு ஹலாலதென்றவைகள்
பலவுநாளுமவர்க் கேஹராம்

வரமுறாநமது மறையும்மாறுமென
வந்தஇந்தவர லாறெலாம்
சுருதிநேர்அபுதுல் லாசொலக்கருது
சூதரானவர்கள் கூறுவார். (29)

எங்கள்தாபரம தானநீர்அறிவு
இசைந்தபண்டிதரு மானவர்
சங்கையானமறை யோதுவேதியர்
தவத்தர்புத்திகள் உரைப்பவர்
மங்கைமாதருடன் எங்கள்மானமும்
வகுத்தநீருடைய தாகையால்
துங்கமானமொழி ஏதுகூறினும்
தூடணிப்பதிலை யாங்களே. (30)

(வேறு)

சீரிய நமதுறு தீனைத் தள்ளுமுன்
ஆரவர் அகுமதர் அல்ல என்பதைப்
பாரிடை அறிந்துநீர் பகரும் என்னவே
ஊரவர் அடங்கலும் ஒத்துக் கூறுவார். (31)

(வேறு)

ஒத்தவர் உரைத்த பின்னர்
உவந்துஅபு துல்லா மீண்டும்
சுத்தனிங் கருளும் வேதம்
தோன்றிய மூன்றில் ஆய்ந்தே
அர்த்தமொன் றறியா வண்ணம்
ஆயிர மசலா உங்கள்
சித்தம்அன் புறவே கொண்டு
சென்றவர்க் கருள்வேன் என்றார். (32)

நீரங்ஙண் ஏகில் எங்கள்
நெறிவழி உரைப்பார் இங்ஙண்
ஆரென்று கூறக் கேட்டார்
அப்துல்லா மீண்டும் சொல்வார்

ஊரெங்கும் சுட்டே உங்கள்
    உடம்பைப்புண் ஆக்க வேண்டாம்
நாரங்கொள் சொர்க்கம் தன்னை
    நரகுக்கு விற்பார் உண்டோ.   (33)

வேண்டாத வம்பும் இந்த
    வினையும் இங்குரைப் பதேதான்
பூண்டாரும் என்னை நம்பப்
    பொருந்திலீர் ஆகும் நீங்கள்
கூண்டாரைச் சிலரை எந்தன்
    கூடவே கூட்டீர் முன்பு
தூண்டாத விளக்கீ மானைத்
    தூண்டுதோட் டுணைக்குத் தானே.   (34)

தோட்டுணை வோருமியானும்
    துணிந்துநல் லிறசூல் கஞ்சத்
தாட்டுணை யெனவே சென்று
    சந்தித்துச் சுருதி மூன்றில்
வேட்கைகொண் டாய்ந்து மிக்க
    மெய்மச லாவே சாருங்
கேட்பதும் செய்வோம் என்னக்
    கிளர்அபு துல்லா சொல்வார்.   (35)

அருட்செய்யு மசலா வெல்லாம்
    அவ்வல் ஆகிறு மட்டாக
பொருட்செயு மெனவே கேட்பேன்
    பூண்டெமக் குரைத்தார் ஆகில்
வரும்நபி அவரே உண்மை
    மனுவொடு ஜின்கள் கூடிச்
சுருதிகொள் மசலா வேறு
    கேட்கிலும் சொல்வர் என்றார்.   (36)

(வேறு)

வேதமொரு நான்குதனில் ஈ·றுமறை தானுடைய;
    வேதரவர் ஆகுமெனவே
ஓதுவர்பொய் யோவலமெய் யோஅறிய வேண்டுமென
    ஊடிவரு சூதர்களோடே

ஆதிஇற சூலவர தாகில்மச லாவினுரை
        ஆயிரமு மேநவிலுவார்
நீதிகொடு நாமும்இசு லாமிலுற வாழ்வதென
        நேரபுதுல் லாபகருவார். (37)

(வேறு)

உய்யவேஅறிஞர் கூற உவந்துற மகிழ்ந்தெல்லாரும்
செய்யநூல் உணர்ந்தோர் தம்மில் தெரிந்தெழு நூறு பேரை
ஐயமே இன்றிக் கூட்டி அளவிலாச் சிறப்பும் ஈந்து
வெய்யநேர் அப்துல் லாமுன் விளம்புவர் இசைந்து தானே. (38)

(வேறு)

சாதியும் இதுமொழி தப்பா தென்றவர்
ஏதிலை இசைபெற விட்டார் தங்களின்
மூதுரை முகம்மதை முட்டாளஞ் செயச்
சூதரும் ஒருநெறி தொட்டா ரென்றாரரோ. (39)

(வேறு)

காயிரதமி லாதினியநறை யொழுகும் கனியென்றே
மாயிரதமி லாதிதையமறை யொழுகும் வழிகண்டே
ஈயிரைதொடு தேனிலுமினி தாமறைஇயல்கொண்டே
ஆயிரமச லாவுரையொடு தெரிவார் அருள்கொண்டே (40)

(வேறு)

தெரிந்தா யிரமொழி தெளிந்தே சேமத்
திருந்தா ரினங்களொ டெழுந்தா மரைபோல்
வருந்தா மனங்கொடு மதீனா நகர்மேற்
புரிந்தா ரெழுந்தவர் புரிந்தார் நடந்தார். (41)

(வேறு)

நடந்தனர் நடந்தனர் நலம்பெறு குலம்பெறு
        நறுங்குவளை செங்கமல நீள்
தடந்தொறு முடைந்துந றவங்குதி கொளும்படி
        தருங்கைப றெனும்பதியு ளோர்

அடர்ந்துற மொழிந்துந பியின்குணம் அறிந்திட
வரும்பொருள் தெரிந்துமிக வே
தொடர்ந்துயர் பெரும்பதி களும்பல கடந்தணி
துலங்கிட உ வந்துசெலு வார். (42)

(வேறு)

கலைநூல் அறிவே பலகற்றார்
கருதா வகையே நிலைவிட்டால்
உலைவாய் மெழுகாய் உருகித்தீ
உறுமா நரகே ழினுநிற்பார்
அலையா வகைநாம் நபியைப்போய்
அணைவோம் இசுலாம் நெறிநிற்போம்
மலையா மனமே எனநற்றே
வருவார் மதினா நகர்புக்கார். (43)

(வேறு)

வளமதி னாவிற் கோட்டை
வாயலிற் செல்லுங் காலை
உளமகிழ்ந் தவ்வூர் வாழ்வோர்
ஓடிநந் நபிமுன் சென்றங்(கு)
அளவிடில் எழுநூ றாய்ந்தோர்
அப்துல்லா உடனே கூடித்
தெளிவுடன் வாரார் என்னச்
செப்புமுன் மறுகிற் சேர்ந்தார். (44)

(வேறு)

மதினாநக ரான திற்புக்கார்
மணிமா ளிகைநீண் மறுகிற்போய்
இதனாரபு துல்லா வெனுமிக்கோர்
இணைசூதர்க ளோடு இயல்புற்றே
முதுதே னதிலே பிரசப்பாண்
முரலாய் விழுமா றெனநற்றேன்
பதுமா லயமுர் வதனத்தோர்
பளிவா சலிலே தெரிசித்தார். (45)

தெரிசித்த பள்ளி தன்னிற்
செல்லுமுன் ஜிபுற யீல்வந் (து)
அருஷுற்ற நபியைக் கண்டங்
காதிதன் சலாமும் கூறிப்
பரிசுத்த மசலாக் கேட்கும்
படிகாலைச் சூதர் வாரார்
சுருதிக்கா லுமக்கு நான்தான்
சொல்வன்நீர் அவர்க்குச் சொல்லும். (46)

என்றவர் உரைக்க இப்பால்
இறையருள் இறசூல் தாமும்
வென்றிசேர் அசுஹா பெல்லாம்
விரையும்மா மலரும் போலத்
துன்றிய சனிநாள் மிக்க
சுபுஹ்தொழு திருக்கும் காலை
மன்றல்சேர் மறையோர் பள்ளி
வாயலில் வந்து கண்டார். (47)

(வேறு)

வந்துகண்டுச லாமுரைத்திட
மன்னர்நந்நபி முன்னியே
சிந்தையானச லாமுக்குத்தரம்
செப்பியொப்புள நட்பினால்
இந்தமாநகர் தன்னில்உங்களை
யாங்கள்கண்டிலம் இப்பொழுது(து)
உந்திவந்துள நீங்கள்யாரென
ஓதவேதியர் கூறுவார். (48)

(வேறு)

நீதியாகிய கைபறெங்குநி
றைந்துவாழு மறைக்குலச்
சூதரானவர் தூதுகொண்டுரை
சொல்லுநல்லப்துல் லாவியான்
கோதிலாததவு றாத்துஇன்ஜீல்சபூர்
கூறும்வல்லவறி வாளனான்

காதினானுமது மெய்ப்பதாம்புயம்
காணவந்தவனும் நானரோ. (49)

(வேறு)

உண்மையாலநபி நீர்விடுத்தமணி
ஓலைகண்டுளம் மகிழ்ந்துயான்
திண்மையானபல சூதருக்கும்உரை
செப்பிஒப்புரவ தாகவே
தண்மையாகிய ஹராமிலும்பல
தலத்தினும்பெறு பலத்தினும்
வண்மையாகிய ஹலாலிலும்வெகு
வரத்திலும்செறி தரத்திலும் (5)

(வேறு)

உண்டாவதிலும் உண்டாகாததிலும்
ஒளிவோ டழிவதிலும்
அண்டாததிலும் அழியாததிலும்
அறிவுறு நெறியதிலும்
கொண்டாடியமா மசலாவாயிரம்
கொண்டே வந்தேன்யான்
கண்டோர்புகழும் கொந்தாலமே
கலைபயில் இறசூலே. (51)

பத்துநூறுமச லாவுமிங்கெழு
பாரிலும்விடை பாதலமீதிலும்
தத்துவானிலும் சொர்க்கலோகத்திலும்
தாண்டுமப்புற மானதலத்திலும்
ஒத்துநானுரை கேட்கிலம்மொழிக்
குத்தரம்சொலில் உண்மைமுகம்மதாம்
சித்தமாமச லாவினிலோர்மொழி
சிந்திலும்நபி அல்லதுதிண்ணமே. (52)

துங்கமாமச லாவினுக்குத்தரம்
சொல்லில்ஆதிதன் தூதுவராகுநீர்
திங்கள்வீசுல கத்தினிலும்முடை
தீனலாதொரு தீனிலையாகையால்

எங்கள்மாநகர் உள்ளர்யாவரும்
யானும்என்னொடி ணங்கியபேர்களும்
பொங்குநற்கலி மாவுரைத்திந்நெறி
பூண்டுதீனிடை புக்குவதுண்மையே. (53)

(வேறு)

இப்படி உரைக்கக் கேட்டங்(கு)
எம்இற சூல்தாம் சொல்வார்
மெய்ப்புடன் உமக்கு மிக்காய்
வேண்டுவ தெல்லாம் கேளும்
செப்பிடு வித்தை அல்ல
திண்ணமாய் உம்மை நாயன்
ஒப்புடன் எம்மைக் கொண்டே
உத்தரம் சொல்லு விப்பான். (54)

(வேறு)

உண்மைஇற சூலுடன்உவந்து மசலாவினை
உரைத்திட எனக்கருதியே
திண்மைகொடு சூதர்கள் செறிந்திட அஸ்ஹாபிகள்
திரண்டினி திருந்தளவிலே
விண்மகிழ மண்மகிழ வேதாம்ப ருக்கிறைவன்
மேவியசலாம் அதுகொடே
வண்மையுள ஜிபுறயீல் மீக்காயீல் இசுறாபீல்
வந்தெதிர் இறங்கினர்களே. (55)

(வேறு)

வந்தபுகழ் ஜிபுறயீலும்
வலது புறத் தேயிருந்தார்
கொந்துலவு மீக்காயீல்
குலவும்இசு றாபீலுடன்
இந்தெனுமெய் ஜிபுறயீலுக்கு
இடதுபுறத் தேயிருந்தார்
சிந்தைமகிழ்ந் தெல்லோரும்
திருநபியைச் சூழ்ந்திருந்தார். (56)

(வேறு)

வேதியர் வந்திற சூலையுவந்து
    வியன்கொளு மாமசலா
ஓதிடும் என்றவர் யாதுசெயும்முனம்
    உம்பரும் இம்பருமே
போத மிகுந்துள மாமதினாவுள
    பூவையர் ஆடவரும்
ஆதியொ டந்தமெ லாருமிசைந்துற
    வாகமகிழ்ந் திடுவார். (57)

தூதுவிடு வரலாறு முற்றியது

திருவிருத்தம் 51

இறசூல் வளமை வரலாறு

இனமுடன் இமையோர் வந்தங்
    கிருந்தபின் அப்துல் லாதாம்
கனமுகிற் கவிகை வேந்தே
    காசிமே என்று போற்றி
மனமிக மகிழ்ந்து மிக்க
    மாமச லாவுக் கர்த்தம்
சினமில்லா நபியைப் பார்த்துத்
    தெளிந்தவர் கேட்க லுற்றார். (58)

(வேறு)

குயமேந்து வாசநபி கோவுநபி யேநீர்
பயகாம்ப ரோநீதி பார்க்கில் இறசூலோ
புயலாய்ந்த பாரிற்புக லீரென வுரைக்கச்
செயலாய்ந்த வேதமொழிச் செல்வருரை செய்வார் (59)

(வேறு)

சூதரி லேயுறு சுருதிவல் லோரே
பூதல மீதிறை புகழ்பெற வேயான்
காதிற சூல்பய காம்பரும் ஆமென்(று)
ஓதிட வேதியர் உற்றுரை செய்வார். (60)

(வேறு)

இங்கிதமாய்ப்பய காம்பரெனப்பெயர்
    இட்டதெமக் குரையீர்
அங்கமெலாநறை வீசுமுஹம்மதே
    ஆனநபிக் கரசே

துங்கமொடேஅறு ஷேறியபோதிறை
    சொல்லிய நாவிலையாய்
மங்கிவிடாமொழி என்னொடுமேம்பொரு
    ளாய்வச னித்ததனால். (61)

நல்லதுநீறிற சூலெனவோதிய
    நாமமெடுத் தருள்வீர்
பல்லவமான பதத்தினரேமறை
    பன்னிய நந்நபியே
வல்லபமாகிய எம்மிறையோனெனை
    மாநிலமேல் தூதாய்ச்
செல்லெனஅன்று விடுத்ததனாலிவை
    செப்புவன் செய்திகொடே. (62)

மெய்யிறசூலே உண்மையுரைத்தீர்
    வேறுசொல்லீர் இனிநீர்
வையகமானதும் வானகமானதும்
    மற்றுளஊர் வனமும்
செய்யலையாழி நடப்பனவெற்பொடு
    சேரவகுத் துளதோர்
துய்யவனும்மொடு பேசினனோஅது
    சோபனமெப்படிச் சொல்லுகவே. (63)

நாயன் அடியான் உடன்சரியாய்
    நவிலத் தகுமோ அவன்விடுத்த
நேய நெறிசேர் தூதருடன்
    நிகழ்த்திப் பெறலாம் அதுவன்றி
ஆய பெரியோன் மறையிடத்தே
    அதிர்ந்த மொழிகேட் டருள்பெறலாம்
தூய இறசூல் இவைகூறச்
    சூதர் பெருமான் ஏதுசொல்வார். (64)

(வேறு)

ஆதம்வழி வந்தமனு வானவரை எல்லாம்
தீதறவே உம்முடைய தீனில்வர வென்றோ
ஆதியுறு தீனிலையில் ஆகவர வென்றோ
நீதியுரை போதமொடு நீரழைப்ப தென்றார். (65)

(வேறு)

இப்படியே அப்துல்லா
    இபுனுசலாம் கேட்டிடவே
மெய்ப்புடைய முகம்மதென்னும்
    வேதாம்பர் மிகத்தெளிந்தங்(கு)
ஒப்புரவாய் ஆதிஇறை
    உவந்துலகில் தனைவணங்கச்
செப்பமுடன் எமக்களித்த
    தீனில்வர அழைப்பெனென்றார்   (66)

(வேறு)

வரிசைநபி யேமனுவை வாருமென்ப தெல்லாம்
இருமைஇசு லாமிலோ ஈமானி லோநீள்
கிரியைதனி லோசொல்லும் என்னஅவர் கேட்க
முரிதுபெற நன்னபிஇம் மூவழியில் என்றார்.   (67)

(வேறு)

என்னவே உரைக்கக் கேட்டங்
    கின்புறும் அப்துல் லாதாம்
மன்னவர் நபியே எங்கள்
    முஹம்மதே வரிசை சூழும்
பன்னுநால் வேதத் தோரே
    படைப்பினுக் கெல்லாம் கோவே
சொன்னநேர் உண்மை என்றே
    தோத்திரம் செய்து சொல்வார்.   (68)

(வேறு)

முடிமேவு வேந்தர் குலத்துளோர்
    முசுலிம் களாக நடக்கவே
படிமீதில் ஈமான் அளித்தநேர்
    பயகாம் பரான பதத்தரே
வடிவான மாந்தர் குலத்தைநீர்
    வழிபாட்டில் ஆக்கும் கருத்ததோ
பிடிபாட்டி லோவந் தழைக்கிறீர்
    பிரமாணம்ஏதென் றுரைத்திடீர்.   (69)

(வேறு)

கொண்டல்வந் ததிர்ந்து கோலக்
குடைகவிழ்த் தருகில் ஏக
முண்டக மலர்த்தாள் பாரில்
முடுகிடா முஹம்ம தென்போர்
மண்டலம் மதிக்கும் சூதர்
வங்கிடக் குலத்தோர் கேட்க
எண்டிசை தழைத்து வாழ
இரண்டிலும் அழைப்பேன் என்றார். (70)

(வேறு)

மானாக மேவந்த மக்காவில்வாழ்
தேனாவி லேவந்த செப்போசையாய்
மீனாக மேகொண்ட மெய்த்தூதரே
தீனாவ தேதென்று செப்பீர்மனே. (71)

வீறான சூதர்க்கு மேலானவா
தேறாகு பாகொத்த தீனாவதே
சாறான கலிமா ஷஹாதத்துடன்
ஈறாத சீபத்தில் ஈமானுமாம். (72)

கொந்தால மேமிக்க கோஜாலமே
வந்தோரை வாழ்விக்கும் மனுநீதியாய்
சந்தான தீனதெத் தனைதானென
நந்தாத புகழ்பெற்ற நபியோதுவார். (73)

(வேறு)

வாங்கினால் மலையொன்று மறையென்று சேர்
ஏங்கலால் இசைகொண்ட இயலாலி மாமன்
பாங்கினால் மறையன்பர் பயகாம்பர் நெறிசேர்
தீங்கிலா திறையொன்று தீனொன்ற தென்றார். (74)

(வேறு)

நூறு வீசிய நுண்ணிறை நண்ணியே
பேறு நான்மறை பேசுமு ஹம்மதே
ஊறு தேன்மொழி உண்மை எமக்கினி
வேறு கூறுமென வேவிளம்பு வார். (75)

(வேறு)

எல்லா நபிகளுக்கும் என்ற தீனும் செயலும்
சொல்லா னதொன்றோ துரங்கள் வேறோ வெனவே
அல்லா வொருவன் அவரவர்க்கெல் லாம்புவியில்
செல்லாத தீனும் செயலும்வெவ்வே றென்றனரே. (76)

(வேறு)

சாவிதி யென்றே தொழுதிறைஞ்சும்
    தக்கோர் சொர்க்கம் புகுவதெல்லாம்
மேவிய தங்கள் செயலாலோ
    வேதாம்பர் தீனின் நிலையாலோ
ஆவல் மிகுத்தே அப்துல்லா
    ஆல நபியே விளம்புமெனப்
பூவுல கெங்கும் புகழிறசூல்
    புரிந்தே அதனைப் புகலுவரால். (77)

(வேறு)

செயல்கொண்டும் தீன்கொண்டும்
    சிலர்சொர்க்கம் புகுவார்
செயலன்றி தீன்கொண்டு
    சிலர்சொர்க்கம் புகுவார்
செயலன்றி யேசொர்க்கம்
    செல்கின்ற வாறை
இயல்கொண்டே இனிக்கேளும்
    என்றேஉ ரைத்தார். (78)

(வேறு)

சூதரொடு மிக்கதற ஜாக்களும் காபிரும்
சுடரங்கி தொழுவோர்களும்
சேதமுறு புத்ததை வணக்கமுறு வோர்களும்
தீனெறியின் இச்சைபெறவே
போதமனம் நத்திஈ மான்நெறியில் நின்றுசெயல்
பூணுமுனம் ஆவிசிதறில்
சோதியருள் பெற்றிவர்கள் ஆனசெயல் அன்றியே
சொர்க்கத்தில் ஆவார்களே. (79)

(வேறு)

ஆமா விதுநீர் உண்மை உரைத்தீர்
அடியேன் உயிர்வாழ்வே
சீமான் நபியே சிந்தா மணியே
தெளிவே ஒளிவேகேள்
நாமாமறியாக் காபிரும் சூதரும்
நடவா தறஜாரும்
ஓமா மொழியிவை யிவர்செயு நற்செயல்
உதவும் தோவுரையீர். (80)

எனவே இறசூல் நவில்வார் புவிமீ(து)
எவரா கிலுமீஈமான்
தனையே நிலைபா டிலையா னவரே
தனந்தா னமும்நாளும்
புனைவார் தொழுவார் அழுவார் நெறிநேர்
புகல்வார் அதுவீண்போம்க்
குனகா ருடனே நரகேழ் தனிலே
குடியாய் விடுவாரே. (81)

நல்லது ரைத்தீர் நபியே அவனியில்
நாயன் உமக்காக
வல்லப முற்றே கிருபை விளைத்தே
வரவிடு மறையோதி

எல்லவ ருக்கும் நல்வழி பெற்றே
ஈடேறும் படியாய்ப்
புல்லறி வற்றே நல்லறி வுற்றுள
புறுக்கான் என்றனரே. (82)

(வேறு)

புறுக்கான் என்றதன் பொருளே தெனவே
மறுக்கா ணாமொழி வள்ளல் உரைப்பார்
அறுக்கான் என்னும் பலமுக ஆயத்(து)
இறக்கான் அன்றா டிறக்கிய தென்றார். (83)

(வேறு)

நிலையான மொழிசேர் கு றானுக்கு நேரே
தலையேது முடிவேது சாஃற்றிடுவீ ரென்ன
மலையாத தலைபேசில் வசமான பிசுமில்
அலையாத முடிவோதில் அணிஅபுஜத் தென்றார். (84)

(வேறு)

நேரிய அபுஜது என்னும்
பொருளினை நிகழ்த்தீர் என்னச்
சீரிய அலிபு அல்லா
ஜீம்அவன் ஒளியாம் மிக்க
கூரிய வண்மை தாலாம்
குதாஉறு தீனே யாமென்(று)
ஏரியல் இணங்கு மேனி
எம்இற சூல்தாம் சொல்வார். (85)

நவ்வியி னுடனே கூறும்
நபிஇற சூலே உண்மை
ஹவ்வசுஎன் றதுஏ தென்னக்
கனலுறு ஹாவி யாவில்
வெவ்விய நஞ்சை யெல்லாம்
வியன்படப் பிரித்தேன் என்னத்
தவ்வலொன் றில்லா நாயன்
சாற்றிய வாற தென்றார். (86)

பாங்கொடு ஹுத்தீ யென்னும்
பயன்எமக் கருளீ ரென்னத்
தீங்கு பா வத்துக் கெல்லாம்
சிறந்தது ஹெனன்ப தென்றார்
ஈங்குநீர் உண்மை சொன்னீர்
இயலிற சூலே வண்மை
ஓங்குநீள் கலிம னென்னும்
பொருளெமக் குரையும் என்றார். (87)

அன்புறும் கலிமன் என்னும்
பொருளபு துல்லா கேட்க
இன்புறும் ஏகன் நாயன்
இயலடி யாரை யெல்லாம்
துன்பம் தறவே வேறாய்த்
தொகைப்படப் பிரித்துக் கேட்பேன்
என்பதென் றிறசூல் கூற
இயல்அபு துல்லா சொல்வார். (88)

கொழுங்கறு ஷத்அ தென்னக்
குறைஷியென் பதுவாம் என்றார்
அழுந்தியல் தஃக்கது ளள்
ளகுவெதென் றிஞர் கேட்கத்
தொழும்பதம் உடையோன் கோபச்
சூழ்வினை காபிர் கட்கும்
எழுந்திலான் கிருபை மூமின்
கட்கும்என் றிசைத்த லென்றார். (89)

(வேறு)

போதுந்து புவிமீது புகழ்கொண்ட நபியே
தூதின்பம் எனமேவு சொல்லுண்மை சொன்னீர்
நாதன்ற னருள்கிருபை நாலுண்டந் நாலும்
ஏதென்று மிக்காய் எமக்கருளும் என்றார். (90)

(வேறு)

ஒன்றாவது தூபாமரம் உயர்ஏவல் இரண்டாம்
நன்றாகிய மூன்றாவது நன்மைக்குறு சொர்க்கம்
குன்றாதகு றானோடுமே கூறும்இவை நான்கும்
ஒன்றானவன் கிருபைப்பொருள் என்றார்உயர் நபியே. (91)

(வேறு)

விரும்பியே உண்மை சொன்னீர்
வேறினி நபியே கேளும்
அரும்புதோய் மரமொன் றுண்டங்
கதினுறு கனியைப் பாரில்
திருந்தவே இருவர் உண்பார்
சேணுல கத்திற் சென்றால்
பொருந்தவே ஒருவர்க்(கு) ஊணாம்
ஏததைப் புகலும் என்றார். (92)

(வேறு)

அந்தமாம் பேரீந்து அதன்கனியைத் துனியாவில்
சிந்துமனக் காபிருடன் தீனவரும் புசித்திடுவார்
முந்துபுகழ் ஆகிறத்தில் முசுலிம்கட் குணவாம்என்(று)
இந்தவகை நபிகூற இசைந்தப்துல் லாவுரைப்பார். (93)

(வேறு)

அலிமாமுலை அமுதுண்டவர் கலியோடு முனிந்த
அலிமாமனார் கலிமாநிலை பெறவாழ்முகம் மதுவே
சலியாமனம் மகிழும்படி தானுண்மை அறைந்தீர்
பலிமாமச லாவேறுரை பகரும்என நவில்வார். (94)

(வேறு)

வேத நபியே முஹம்மதரே
வேண்டும் வகைநான் உமைக்கேட்க
நீதி பெறவே உரைக்கின்றீர்
நெறியார் உமக்கார் நிகழ்த்துகிறார்

சோதி அகலாப் பரவைநிலாத்
துலங்கும் ஜடத்தார் சிறகுடையார்
போதம் அனைய ஜிபுறீல்தான்
புரிந்தே எமக்குப் புகலுகிறார். (95)

(வேறு)

ஓசைபெறச் சிபுரியீலுக்(கு) உரைப்பவரார் எனக்கேட்க
வாசமுகிற் குடையுடைய முஹம்மதுரைசெய்திடுவார்
காசினியிற் பலவுயிரும் கனபூடும் தான்தழைக்க
வீசுமழைத் துரமுடைய மீக்காயீல் என்றனரே. (96)

(வேறு)

விழுமதப் புகழ்படைத்த மீக்காயீல் தன்பால்
செழுமைபெறத் திருவசனம் செப்புவரார் எனவே
தொழுமமினிற் பருதிவிடும் சுரம்மாற வெனவே
எழுமனிலத் துரமுடைய இசுறாபீல் என்றார். (97)

உலவைதுர மாக உவந்தஇசு றாபீல்
குலவுமவர் பாலிலே கூர்ந்துரைசெய் பவரார்
அலிபில்உது மானார் அமர்ந்தெழுதி யோதும்
இலவ்குமகு பூலு எனும்பலகை என்றார். (98)

(வேறு)

அப்பலகைக்கார் அறிவிப்பவரென
அப்துல்லா கேட்க
மெய்ப்பொடுமக்கா நகராளும்புகழ்
வேதாம்பர் மொழிவார்
செப்பியநாயன் சொல்லதுமாறித்
திருநாவிரு நாவாய்
இப்படியெங்கும் அப்படியேதினம்
எழுதிய கலம் என்றார். (99)

(வேறு)

வேரி வீசிய மிக்க கலம்நனக்
காரு தானங் கறிவிப்பர் என்னவே
நேரி தாகிய நீதிஎழுத் தெல்லாம்
சீரி தாயிறை செய்யெனச் செய்யுமே. (100)

(வேறு)

அப்படி கலம்இறையால் அணிபல கையிலெழுத
மெய்ப்பொருள் இசுறாபீல் மீக்காயீல் தமக்கருள
செப்பிய மீக்காயீல் ஜிபுறயீ லுக்கருள
இப்படி ஜீபுறயீல்வந் தேகிள மக்கருள்வார். (101)

என்றது கேட்டளவே இன்புறும் அப்துல்லா
நன்றிற சூல்நபியே நல்ல குணத்தரசே
அன்றறு ஷேறியவா ஆதி திருத்தூதே
வென்றி விடாவகைநீர் விள்ளுவ துள்ளதுவே. (102)

(வேறு)

ஆதியைநீதி அநாதியை அன்பனை
அத்தனை நித்தனைநேர்
சோதியை வேதனை நாதனை நூறுள
சுத்தனை இப்புவிமேல்
ஏதுவி லாவகை ஆண்பா லாய்த்தொழு(து)
ஏத்துவ ரோவலது
போதக மாகிய பெண்பா லென்றிவை
போற்றுவ ரோபுகலீர். (103)

(வேறு)

கானகந் தனில்நீர் காட்டிய எம்இறசூல்
தீனவர் இன்பமொடே செப்புவர் ஒப்புரவாய்த்
தானவ னென்றதனால் தக்கவன் என்றதனால்
ஆனவன் என்றதனால் ஆண்பால் என்றனரே. (104

இறசூல் வளமை முற்றியது

திருவிருத்தம் 47

ஜிபுறயீல் பெருமை வரலாறு

ஈனமில்லா திறையவன்றன்
இயலதுகேட் டுளமகிழ்ந்தே
ஆனபுகழ்க் கைபறில்வாழ்
அப்துல்லா இபுனுசலாம்
சோனைமுகிற் குடைவேந்தே
சுருதிவல்ல சுல்தானே
வானவர்கோன் ஜிபுரியீல்தம்
வளமையெல்லாம் எடுத்துரைப்பீர். (105)

அருளுமெனக் கேட்டளவே
அகுமதரின் அகமகிழ்ந்து
வரிசையுள ஜிபுரியீல்தம்
வளமையெல்லாம் எடுத்துரைப்பார்
ஒருவனருள் இமையவர்க்குள்
உயர்ந்தோரில் உயர்ந்தோரல்லச்
சரிபகரில் தாழ்ந்தவர்க்கும்
தாழ்ந்தவரும் அல்லவென்றார். (106)

(வேறு)

நகைமுகம் இலங்கும் வெள்ளை
நன்னிலா வீசும் மேனி
சுகமக ரந்த நாசி
துலங்குகற் பூரத் தாலே
அகமிக மகிழ்ந்து வானோர்
அனைவரில் அழக தானோர்
திகழொளி பரந்த வெள்ளைச்
சிறகொரு வகைஎட் டுண்டே. (107)

(வேறு)

குருபத்தர் ஆலநபி கொள்கைஅக லாமல்
வருபத்தர் ஏகனருள் மன்ஜிபுற யீல்பாற்
சுருபத்தொ டேமுன்னம் சொன்னசிற கன்றி
இருபத்தி நாலா யிரம்சிறகுண் டென்றார். (108)

அடங்குசிற கிருபத்து நாலாயி ரம்கீழ்
ஒடுங்கியபொ டிச்சிறகின் உற்பனம் உரைக்கில்
இடங்கொள்புக ழேகனறி வானதின் இலக்கம்
படிந்தணிகள் மூன்றணியிற் பத்திகொ டிருக்கும் (109)

அச்சிறகில் ஓர்அணி அனைத்தும்மா ணிக்கம்
மெய்ச்சிறகில் ஓர்அணி விளங்குதர ளத்தால்
இச்சைபெற ஓர்அணியில் ஏந்துசிற கெல்லாம்
பச்சையுறு குங்குமம் எனப்பகர லுற்றார். (110)

ஓங்குசிற கிற்சிறிய தொன்றினை விரித்தால்
தூங்கும்அடுக் கானதுனி யாவினை மறைக்கும்
ஈங்கிவைகள் அன்றிஅவர் என்றும்இள மைப்பேர்
தாங்குமுது மூப்புமவர் தம்மளவுக் கில்லை (111)

என்றுரைக்கக் கேட்டபின் எழுந்தபுதுல் லாதாம்
நின்றெதிர்ந்து பார்த்துமிகு நேசமொடு ரைப்பார்
நன்றிதத்த வார்த்தையிது நாயன்நபி யேநீர்
வென்றிபெற வேறுமச லாவிளம்பும் என்றார் (112)

ஜிபுறயீல் பெருமை முற்றியது

திருவிருத்தம் 8

ஒன்று முதல் நூறின் உரை வரலாறு

ஒன்றாம் இரண்டுறா தேதுரையும் என்ன
குன்றாத வேதமொழிக் கொந்தாலம் ஆனோர்
மன்றாரும் ஏழுபுவி வான்நரகு சொர்க்கம்
நன்றாய மைத்ததொரு நாயனவன் என்றார் (113)

(வேறு)

நாண்குலா விரண்டாவது மூன்றாகா தேதென
மாண்புலாவு மொழியுரைக்க வள்ளலேது விள்ளுவார்
வீண்பெண்ணாசை அவனிமீதில் மேவுமாந்த ராகவே
ஆண்பெண்ணான ஆதமும்ஹவ் வாவுமென்ன வோதினார்(114)

(வேறு)

மூன்றாகும் நான்காகாதேது மொழியீரே னவே
தோன்றாத வாறாகச் சூதர்பெரு மான்கேட்க
வேன்றாலம் போற்றுமியல் இறசூலியல் பான
சான்றோர்கள் கேட்கத் தலாக்குமூன் றென்றார். (115)

நாலாகும் ஐந்துறாதேது நவில் வீரென்று
ஆலாலம் உண்டவரை ஆய்ந்தறிஞர் கேட்க
மேலான மாந்தர்தமை மெய்வழிகொண் டோங்கும்
கோலான நால்வேதம் என்றவர் குறித்தார். (116)

அஞ்சேதெ னப்பகரும் ஆறுறா தென்ன
நஞ்சேவு சர்ப்பமதை வென்றநபி யானோர்
துஞ்சேவ லைக்கருது சூதர்செவி கேட்கப்
பஞ்சேயொ குத்தாம் எனப்பகர லுற்றார். (117)

ஆறாகும் ஏழுறா தவையருளும் என்ன
மாறாத மக்கநகர் மன்னபி மகிழ்ந்தே
நீறாக முத்தினில் நிறைந்தபடைப் பெல்லாம்
வீறாய மைத்தநாள் மெய்ஆற தென்றார். (118)

(வேறு)

உரைந்தசொல் ஏழே அன்றி
எட்டுறா துரையும் என்ன
மறைந்துள பொருளாய்க் கூண்ட
மாமஜி லீசிற் கேட்க
நிறைந்ததோர் இறசூல் வண்மை
நித்தனுக் கேரார் தம்மைச்
சிறைக்குள்ளாய் வருந்தக் காயும்
தீயுறும் நரகே ழென்றார். (119)

(வேறு)

ஏந்துள எட்டே தொன்ப துறாதெனச்
சாந்தை அழைத்தோர் சால மகிழ்ந்தே
வேந்(து) அறுஷைத்தான் மிக்குடன் ஒப்பாய்
ஏந்து மலாயிக்கத்து எட்டணி யென்றார். (120)

(வேறு)

பண்டாவிய மொழியொன்பது
பத்தாகுவ திலையென்
றண்டாவகை இறசூல்தமை
ஆய்ந்தோருரை கேட்கக்
கொண்டாடிய மூசாநபி
குலவும் பிரு வூன்முன்
திண்டாடிய திட்டாந்தரம்
செய்தார்நவ மென்றார். (121)

(வேறு)

ஒல்கிலாப் பத்தே தொன்றோ
டொருபதிங் காகா தென்ன
மல்கிலா வேத நீதி
முகம்மதை மறையோர் கேட்கச்

சொல்கிலாத் தெளிந்தோர் மிக்கோர்
சுருதிக்கு வல்லோர் ஹஜ்ஜு
துல்ஹஜ்ஜு மாதம் பத்தாம்
நாளினில் தொழுவர் என்றார். (122)

(வேறு)

பாசமுறு பதினொன்றேயதிற்
பன்னிரண்டா காதென்ன
வீசுபுகழ் நபிஇறசூல்
மிகமகிழ்ந்து மடவாரில்
காசினியொண் கனிஅரிந்தோர்
கரம்அரிய அவள்கெடுத்த
யூசுபுநன் னபிதுணைவர்
இவர்பதினொன் றென்றனரே. (123)

(வேறு)

சீரிய நபியே பனிரண் டேதிவை
திகழ்பதின் மூன்றாகாச்
சூரிய கிரணம் வீசிய ஞாலச்
சூதரும் இவைகேட்க
வேரிய கமல மேனியர் இறசூல்
வீரமும் மிகவானோர்
பாரினில் வருடம் என்றறி மாதம்
பனிரண் டாமென்றார். (124)

(வேறு)

தத்தூ சடாத வேதத்
தவரே பதின்மூன் றேதென்
றொத்தூ சடாத கைப
றுயர்பதித் தலைவர் கேட்க
பத்திசா வென்னும் பள்ளிக்
கமைந்ததூண் பதின்மூன் றென்னக்
கத்திஜா மகிழப் பாதை
நடந்தக ருத்தர் சொன்னார். (125)

(வேறு)

தீங்கக லச்சீர் பெற்றபுகழ்
　　செய்ய நபியே உண்மைசொன்னீர்
ஓங்கு தலத்திற் பதினான்கு
　　உரையீர் பதினைந் தாகாதென்(று)
ஈங்கிவை செப்பப் புகழிறசூல்
　　ஏகன் அறுஷின் இடைநடுவே
தூங்கும் மணிக்கிந் தீல்பதினா
　　லென்றே தொகுத்துச் சொல்லினரே. (126)

அந்த மணிக்கிந் தீலின்பரப்
　　பைந்நூ றாட்டை வழியாகும்
சிந்தும் ஒளிசேர் அதின்நீளம்
　　தெரியா திறைவன் அறிவனெனக்
கொந்து பயிலும் நபிஇறசூல்
　　கூண்ட சபையில் இவைகூற
இந்த மொழிகேட் டப்துல்லா
　　இபுனு சலாமீண் டென்சொல்வார். (127)

(வேறு)

அதினஞ் சார்ந்து இயற்பதினைந்
　　தேது பதினா றாகாதென்
மதினஞ் சார்ந்து அரசாளும்
　　முஹம்ம துவே கூறுமென
விதனஞ் சார்ந்த முதடியார்
　　விரும்பிய ரமலான் மாதம்
பதினஞ் சாந்தெய் திகுர்ஆன்
　　பயகாம்பர்க்கு இறக்கினனே. (128)

(வேறு)

விளங்கிய நபியே உண்மை
　　மேற்பதி னாறே யன்றித்
தெளிந்தவை பதினே ழாகாச்
　　செய்தியிங் கருளி ரென்னச்

சளம்படாப் பெரியோன் சிங்கா
        சனமெனும் அறுஷைச் சூழ்ந்து
வளம்பெறத் தழுவும் சப்பு
        மலாயிக்கத் தீரெட் டென்றார். (129)

(வேறு)

நானான்குடன் ஒன்றேதிவை
        நடவாது மூவாறு
தேனாய்ந்துள மொழியீர் திரு
        வுளம்பற்றிடு மெனவே
தீநாக்கெரி நரகத்தொடு
        ஜென்னத்திடை நடுவே
வானாந்திரு நாமம்பதி
        னேழென்றனர் வள்ளல். (130)

(வேறு)

வரைந்தஅத் திருநாமத்தின்
        பரக்கத்தே இல்லையாகில்
கரைந்தஇப் புவனம்ஏழும்
        கறங்குவான் ஏழும்செம்பொன்
நிரைந்தமெய்ச் சொர்க்கம்தானும்
        நீறுபட் டீறதாக
விரைந்துசுட் டங்கிவீசும்
        வினைநர கேழும்தானே. (131)

பக்கமே பதினெட் டேது
        பத்தொன்ப தாகா தென்னத்
திக்கணி அறுஷி னுக்கும்
        சிறந்தமெய்க் குறுசி னுக்கும்
ஒக்கநின் றொளிகள் வீச
        உளமகிழ்ந் தரிய நாயன்
மிக்கினால் நிறுத்தி வைத்த
        வெளியடை பதினெட் டென்றார். (132)

(வேறு)

இப்படி வெளியடை இல்லை யாகிடில்
செப்பமோ டறுஷினில் நிழலிற் செல்பவர்
தப்பற அதினுறு கிரணந் தாக்கியே
ஒப்புடன் அணுகிட ஒல்கு வார்களே. (133)

(வேறு)

எடுத்தபத் தொன்ப தேதிங்
    கிருபதா காதென் றோதப்
பிடித்தநேர் இகலா வேதப்
    பெரும்புகழ் இறசூல் தாமும்
தடித்தவெங் கோபம் துன்றும்
    ஜகன்னமில் தழலால் ஏகன்
படைத்தநீண் மலாயிக் கத்துப்
    பத்தொன்ப தாகும் என்றார். (134)

(வேறு)

இருபதாவ தேதெமக் கியம்புமென்ன நந்நபி
மருவும்நாயன் தாவுதுக்கு மறையதான ஜபூறதை
நிருபமாக வரவிடுத்த நேசநாள தேதெனில்
அருபமான றமலானதில் அணிந்தநாலைந் தென்றனர் (135)

(வேறு)

அறவுநே ரிருபத்தொன் றாவ தேதென
இறவுநீள் கிருபையால் இசைந்த முத்திரை
நறவுதோய் சுலையுமான் நபிக்கு வந்தநாள்
இறமலான் மாதமூ வேழில் என்றனர். (136)

(வேறு)

துலங்கவே இருபத் தோடு
    இரண்டினைச் சொல்வீ ரென்ன
நலங்குலா வியமா மக்க
    நகரில்வாழ் முஹம்ம தென்போர்

இலங்குமாம் றமலா னாளில்
இருபத்தி ரண்டாம் தெய்தி
பலன்கள்சேர் வரிசை மூசாப்
பயகாம்பர் பிறந்தார் என்றார். (137)

முத்திசேர் நபியே உண்மை
மூன்றுடன் இருப தேதென்(று)
ஒத்துநேர் அறிஞர் கேட்க
உயர்நபி ஈசா வுக்கு
நித்தனே சுருதி இன்ஜீல்
நிறைந்த மாறமலான் நாளில்
சுத்தமூ வாறைந் தாநாள்
அதனினில் தோன்றிற் றென்றார் (138)

நாலோடு இரண்டு பத்து
நாளினை நவில்வீர் என்னப்
பாலோடு பழம தான
பயகாம்பர் பரிந்து மிக்காய்
மாலைமன் மூசா வுக்கு
வயதிரு பத்து நான்கில்
மூலிதா யாதி நாயன்
முத்திரை இறங்கிற் றென்றார் (139)

(வேறு)

தாவு நீதிமூ சாநபி முத்திரை
பூவுல கந்தனில் வந்த பொருட்டினால்
மேவு தூருசி னாவெனும் வெற்பிலே
ஏவு நாயனொ டின்சொல் இயம்பினார். (140)

(வேறு)

விரும்பிய நபியே உண்மைசொன்னீர்
மெய்யாய் ஐயைந் தேதென்றார்
கரும்பின் இனிய நபிஇறசூல்
கதித்த ரமலான் மாதமதில்

நிரம்பும் இருபத் தைந்தாம்நாள்
நித்தன் அருளால் நபிமூசா
இரும்பின் இதயம் பிருவூனால்
இலகும் அலையா ழியிற்சேர்ந்தார். (141)

(வேறு)

சென்றவர் உம்மத் தோடே
செய்யலை ஆழி வாயில்
நின்றுறத் திகைத்துப் பார்த்து
நேசஅ சாவைக் கொண்டு
துன்றிநின் றிறையைப் போற்றித்
துணிந்தொரு நிலைகொண் டோங்கி
அன்றவர் அடிக்க வாரி
ஆறிரு தாரை யாச்சே. (142)

(வேறு)

ஆசா உததிமேல் அடிபடப்
பன்னிரு வழிதர அதனூடே
மூசா நபியவர் தீனா னவரொடு
முகில்விசை யுடனேக
வேசா றுளபிரு வூனா கியமன்னன்
விரைவொடு தொடராகிக்
கூசா ரதகரி மாவேல் அணிகொடு
குரைகடல் அதிலானான். (143)

(வேறு)

அடர்ந்த பெரும்படை யும்பிருவூனும்
அருங்கடல் புக்கிடவே
தடந்தரு வெம்புனல் எங்கும் நிறைந்து
ததும்பி வழிந்திடவே
படர்ந்த பவுஞ்சி கடும்பரி தும்பி
பணிந்தர சங்குளதும்
சடங்கள் அமிழ்ந்து மிதந்து புரண்டு
தயங்கி இறந்தனரே. (144)

(வேறு)

ஆராய்ந்துள மசலாவுரை
 கேட்கும்அவை யெல்லாம்
நேராய்ந்தியல் நெறியேகொடு
 நீருண்மை அறைந்தீர்
சீராய்ந்தும திருசேவடி
 மீதேயென துயிரைக்
கூராய்ந்திடு திறையேகொடு
 குறுபானிசெய் திடவோ. (145)

(வேறு)

ஆங்கவர்இருபத் தாறே தென்றுரை
 ஆராய்ந் தோர்கேட்க
தீங்குரை யாநபி தீனுடை
 யார்வெகு சீமானார்
பாங்குட னேறம லானுயர்
 நாள்இரு பத்தாறில்
ஈங்கிறை மூசாக் கீந்தன
 னேதவு றாத்தென்றார். (146)

(வேறு)

ஒருவனால் இருபத் தேழே(து)
 ஓதுமென் றுவந்து கேட்கப்
பிரிவுறா மதினா வாழும்
 பெரும்புகழ் முஸ்த பாதாம்
வரிசையாம் றமலான் தாம்நாள்
 வடித்தமூ வொன்ப தாம்நாள்
கருதியூ னூசு தம்மைக்
 கடற்கயல் பருகிற் றென்றார். (147)

(வேறு)

வலியதாகிய மீனெடுத்தலை
 வாரியெங்கும் உலாவியே
நலியொணாதவர் மெலிவிலாவகை
 நாளும்நாற்பது சென்றபின்

புலியின்வாயி னிறைச்சிமீண்டது
போலயூனுசு நபிதமைக்
கலியவேலையில் அன்றெடுத்துள
கரையில் வந்த துமிழ்ந்ததே. (148)

(வேறு)

நாலேழதை மொழியீரென
நயினார்முஹம் மதுதாம்
பாலேவிய மொழியோதிய
பயஹாம்பர் யஃகூப்
சேலேவிய றமலானுறு
திடநாளெழு நான்கில்
கோலேவி குருடாம்விழி
குணமாயினர் என்றார். (149)

(வேறு)

இணங்கவே இருபத் தொன்ப
தேதென இறசூல் தாமங்(கு)
உணர்ந்தமா றமலான் மாதம்
ஒன்பதோ டிருப தாம்நாள்
மணந்தநேர் நெறிசேர் மிக்க
மதிநபி இதுரீ சென்போர்
குணங்கொடே முகிலில் ஏறிக்
கூட்டொடும் வானம் புக்கார். (150)

(வேறு)

வான கம்புகுந் தங்கு வரிசைபெற்
றான ஜென்னத்தில் ஆன தலத்தினில்
தான வன்அரு ளாலவன் தஞ்சமென்
றீன மற்றவி டம்பெற் றிருந்தனர். (151)

(வேறு)

சீரான முப்பதை யோதீர்
எனப்புதிய தீனாளர் செப்பமிகவே
மராய மெய்சிபுற யீலோத
நற்றுகலி மாவீறு பெற்றவிறசூல்

நேரான மிக்கறம லான்மாத
    முப்பதெனு நீள்நாளில் வெற்றிபெறவே
ஆராயு நித்தனுயர் மூசாநபிக்
    கறுதி யாமாறு செப்பினனரோ. (152)

(வேறு)

திண்ணஞ்செய் நாற்பதினைச்
    செப்பீர் எனக்கேட்க
மண்ணஞ்ச நேருரைக்கும்
    வள்ளல்இறசூல் மொழிவார்
நண்ணுஞ்சொன் மூசா
    நபிக்கறுதி செய்ததைத்தான்
எண்ணஞ்சு நாளில்நிறை
    வேற்றினான் ஏகன் என்றார். (153)

(வேறு)

ஒன்பது மணியே நபிமணியே
    அன்பதை உரையுமென
இன்புறும் இறசூல் துன்பகியா
    மத்தெனு நாளதனில்
அன்புயர் ஆண்டை யொருபதை
    ஒருநா ழிகையாயிங்(கு)
அன்பதினாயி ரம்ஆண்டு
    ஒருநாளங் காமென்றார். (154)

(வேறு)

உறுபதை அறுபதை ஓதும் நீரென்னப்
பருபதம் உடன்மொழி பகர்ந்த நந்நபி
பொறுபதம் உடையவன் பொருட்டில் அம்புலிக்(கு)
அறுபது நரம்பென ஆய்ந்து கூறினார். (155)

(வேறு)

வணங்க எழுபது ஏதென மறையோர்
குணங்கொ டுயர்நபி கூறுவர் மொழிதாம்
பிணங்கி இறையொடு பேசிட மூசா
இணங்க எழுபது பேரொடு சென்றார். (156)

(வேறு)

வரலாறு என்பதை வடித்தருளும் என்னத்
தரையாளும் ஆலநபி தம்முடைய தீனில்
சுரர்பானம் உண்டுகெடு சூமருடல் மீதே
இரசாதி தெண்டமுறும் எண்பதடி என்றார். (157)

(வேறு)

எண்புரக்கும் தொண்ணூறிங்
கேதெமக்குக் கூறுமென
விண்புரக்க அரசாளும்
மெய்இறசூல் மீண்டுரைப்பார்
பண்புரக்கும் தாவூது
பயகாம்பர் நபிக்கரசாய்
மண்புரக்க வாழுமந்நாள்
வைத்தஹலால் தொண்ணூறே. (158)

(வேறு)

நூறானதை மொழியீரென நோக்கானவர் கேட்க
மாறாநெறி உடையோர்அறிவுடை யார்உயர் வள்ளல்
ஆறாத சனாச் செய்திடும் அவர்மேல்அடி பூணும்
வீறாகிய தெண்டம்மொரு நூறாமென லிண்டார் (159)

(வேறு)

ஒப்புரவாய் ஒன்றுதொடுத்
தொருநூறுச் சூத்தரங்கள்
மெய்ப்புடனே சொல்லுகின்ற
வேதாம்பர் தமைப்பார்த்துத்

தப்பறவே சூழ்ந்த
சபையிலுள்ளோர் கேட்டிருக்க
இப்புவிநேர் அப்துல்லா
இபுனுசலாம் எழுந்துசொல்வார். (160)

(வேறு)

உண்மை உரைத்தீர் நன்னெறி கற்றீர்
உறுதி படித்தீர் கிருபை விளைத்தீர்
வண்மை எமக்கீ தென்ன பலிப்போ
முகம்ம துமைத்தாள் பணிவது பெற்றோம்
கண்மை பெறச்சூ தந்நெறி விட்டே
கருதி உமக்கா கியவழி நிற்போம்
திண்மை யுறத்தான் இன்னம் எமக்கே
சிலமொழி செப்பீர் எனவும் உரைத்தார். (161)

ஒன்று முதல் நூறின் உரை முற்றியது

திருவிருத்தம் 49

தோற்றரவு உண்டான வரலாறு

அடைப்புகழ் ஆதம் தம்மை
 மகிழ்ந்திறை யேதி னாலே
படைத்தனன் அருளீர் என்னப்
 பரிந்துஅபு துல்லா கேட்கக்
குடைக்கினி தான கொண்டல்
 குலவிய இறசூல் தாமே
விடைச்சிர மருப்பில் ஆய்ந்த
 மேதினி மண்ணால் என்றார். (162)

(வேறு)

மண்ணை ஏதில் வகுத்தனன் இங்கிவை
நண்ணி ஓதிடும் என்ன நவிலவே
திண்ண மாகிய தீனெறி நன்னபி
நுண்ணி தான நுரையினில் என்றனர். (163)

கொன்ப ரந்துள கோல நுரைதனை
இன்பொ டேகன் எதில்அமைத் தானென
முன்பொ ரேழிர வோரிர வாய்இறைக்(கு)
அன்பு கூறினர் அப்பினில் என்றனர். (164)

(வேறு)

உருளெறிந் தப்புனல் உதித்த தெவ்விதம்
அருளுமென் றப்துல்லா அடர்ந்து கேட்கவே
மருளுறுங் காபிரை வதைத்த நன்னபி
இருளினில் உதித்ததென் றிணங்க வோதினார். (165)

மைப்பிர விருள்தனை வகுத்த தெவ்விதம்
இப்பொருள் தனையெமக் கியம்பு வீரென
மெய்ப்பொருள் இலகு வேதாம்பர் மெய்மகிழ்ந்(து)
ஒப்பரும் ஒளியினில் என்ன வோதினார். (166)

வீசிய ஒளியினை வேத நாயகன்
ஆசற ஏதினில் அமைத்த னன்என
நேசமோ டப்துல்லா நிகழ்த்த நந்நபி
மூசிய சுடர்எழு முத்தில் என்றனர். (167)

(வேறு)

நித்தி லந்தனை எங்கும் நிறைந்தவன்
பத்தி கொண்டெதி லேபடைத் தானென
முத்தி கொண்டவர் கேட்க முயன்றுவீ(சு)
அத்த ரிங்கடை யாளத்தி லென்றனர். (168)

உண்மை கொண்டடை யாளம் உதித்ததை
திண்மை கொண்டுரை செப்பிடும் என்னவே
பெண்மை கொண்டொரு வன்வரப் பேசினோர்
வண்மை கொண்ட வடிவினில் என்றனர். (169)

(வேறு)

விளங்கிய சுடரஞ் சிந்தும்
        மெய்வடி வெதிலுண் டாச்சென்(று)
உளங்களி கூர எங்கட்(கு)
        உரைத்திடும் என்னக் கேட்கக்
களந்தனில் இறந்தோர் தங்கள்
        கண்தனில் இருந்த கோமான்
வளம்பயில் சிவந்த மாணிக்
        கத்தினில் வகுத்த தென்றார். (170)

(வேறு)

மதிக்கொண் ணாதஅம் மாணிக்க மேதினில்
உதித்தது இங்கிவை ஓதிடும் என்னவே
விதிக்கும் நாயன் அருள்கொண்ட மெய்நபி
துதிக்கும் குன்னிலெ னத்தொகுத்து ஓதினார். (171)

ஓங்கி வீசுகுன் ஏதிலுண் டாச்செனப்
பாங்கொ டேமறைப் பண்டிதர் கேட்கவே
வாங்கு பூங்குட மீதில் வகுத்தவர்
ஏங்கி லாஇரண் டெழுத்தினில் என்றனர். (172)

(வேறு)

அவ்வெழுத் திரண்டுமேதில் ஆனதந்த வாறினைச்
செவ்வியொக்க வோதுமென்று சிந்தைகொண்டு கேட்கவே
சவ்வெழுத் திரண்டினிற் றிரித்ததைப் பகுத்தவர்
வவ்விமிக்க நாயன்ஏவும் வல்லபத்தில் என்றனர். (173)

(வேறு)

வல்லபந்தனை ஏதில் வகுத்தனன்
சொல்லும்என்று துணிந்தவர் கேட்கவே
நல்ல(து)என்றிற சூல்நவில் வார்புகழ்
சொல்லவன்பொடு செய்யெனச் செய்யுமே (174)

(வேறு)

சூகைமுலை உண்டபுகழ் ஆலநபி யேஆதி
தூதரே தூதுலாவும்
பாகிலினி தானஅறி வோதுகுரு பத்தரே
பட்சமொ டபித்தாலியை
மோகதிரு நாவுகொடு நீவும்அரசே மிக்க
முத்திசேரு முகம்மதே
தாகமுடன் இங்கிவைகள் உண்மைசொன்னீர்வேறு
தகுதிபெற இனியருளுமே. (175)

(வேறு)

உந்துகடற்புவி மாமனுவோர்களில்
ஒவ்வொரு வர்க்கருகே
தொந்தமொடெத்தனை வானவர்நின்று
துரங்கள்செய் வார்எனவே
சந்தபமற்றுள வேதியர்இபுனு
சலாமிவை கேட்டிடவே
மந்தரபொற்புய நந்நபிரண்டு
மலக்குகள் என்றருள்வார். (176)

(வேறு)

அதிலொருவர் வலதுபுற நிலைகொடுறு வரிசையெழு
　　திடுவரவர் பெயர்கிறாமன்
எதிரிடது புறநிலைகொ டொருவர்அதி பிழைவரைவர்
　　அவருடைய பெயர் காத்திபீன்
முதிரஉல கிடைதனில்கொ டிருள்வெளியில் எவருமுற
　　முயலுநன்மை தின்மையுளதெலாம்
விதியருளின் ஒழுகில்எழு திடுவரொரு பொழுதுமிடை
　　விடுவதிலை எனநபி சொன்னார்.　　　　　(177)

(வேறு)

மருப்படியும் மாலைபுனை வள்ளல்இற சூலே
அருட்பொருளி துண்மையிரண் டானஇமை யோர்க்கும்
இருப்பிடம தெங்ஙனென வென்றநபி மாந்தர்
பருப்பத புயத்திடை எனப்பகரல் உற்றார்.　　　　(178)

(வேறு)

எழுத்தாணி மைக்கூடு இயற்சாயி செப்பேடு
　　இவர்க்கே(து) எடுத்தே சொலீர்
அழுத்தாணி முத்தேத வத்தோர் கருத்தே
　　அடுத்தோர் பொருட்டே எனப்
பழுத்தார் கனித்தேன் மறைச்சூதர் உற்றே
　　பலிப்பன தைக்கூறவே
முழுத்தா மரைப்பூ முகத்தார் நகைத்தே
　　முசிக்கா தெடுத்தோதுவார்.　　　　　(179)

(வேறு)

மறுகுவ தணுகா நாவு
　　வரைந்துள கலம தாகும்
இருதயம் ஏடாம் சாயின்
　　இயல்கனி வாயின் ஊறல்
உறுதிகொ டிவர்க்கு நாளும்
　　உவந்தமைக் கூடு கண்டம்
பெறுமிவை கொண்டு மாந்தர்
　　பேறெல்லாம் எழுதிக் கொள்வார்.　　　(180)

இப்படி நன்மை தின்மை
எழுதியே பழுதில் லாமல்
ஒப்புர வாகி நிற்பார்
உகம்முடி வாகும் மட்டும்
மெய்ப்பரி வுள்ள நாயன்
விரித்துள கியாமத் தாகும்
அப்பொழுது அபுலாக் கெல்லாம்
அறியவே கிருபை செய்வான். (181)

தோமர மளவாய் வெய்யோன்
சுடர்களைப் பரப்பி நிற்கக்
காமரந் தன்னில் செந்தீக்
கலந்தன வாறு போலச்
சாமரம் என்னச் செப்புத்
தரையினில் மாந்தர் எல்லாம்
நாமர மாகி நிற்பார்
நவின்றிடார் நாணம் எய்தி. (182)

மறுகுவார் அழுது வீழ்வார்
வாடுவார் பசியால் அங்கம்
குறுகுவார் வாய்விட் டையோ
கோவெனக் கூவி நிற்பார்
இறுகுவார் இதுவோ பேறென்
றிரங்குவார் ஈமான் தன்னைச்
சறுகுவார் வேகு வோராய்த்
தயங்குவார் மயங்கித் தானே. (183)

அண்டொணாப் பருதித் தீயால்
ஆகமே வேகும் நேரம்
தண்டியே நாயன் அந்தத்
தரணியில் அடியா ரான
தொண்டர்பால் நன்மை தின்மை
தொகுத்த வானோர்கள் தம்மைக்
கொண்டுவா எனவே ஏவ
லாட்கள்தாம் கூட்டிச் செல்வார். (184)

(வேறு)

மன்னன்ஆதிமுன் வந்து தேவர்கள்
மாநிலத்தினில்வாடி வானமாந்தரே
இன்னநேரம்நீர் இன்னதலத்திலே
இன்னநாள்இன்ன காரியம் ஆனதை
உன்னிச்செய்தபோ(து) உந்தம்மோடுநாம்
ஒக்கவேநின் றெழுதிக்கொண் டோமெனப்
பன்னியேபல நன்மையும் தின்மையும்
பார்த்தெடுத்துப் பனுவல் செய்வார்களே. (185)

(வேறு)

சொன்னம் வழங்கும் இறசூலேநீர் உண்மைசொன்னீ
இன்னம் சிலவேறு இயம்பும்என வேபோற்றி
மன்னும் புகழ்ஏகன் அமைத்தலவு குல்மகுபூல்
என்னும் பலகைஇயல் வளமைகூ றும்என்றார். (186)

(வேறு)

பரிவுடன் உற்றிறை செயலென வைத்துள
பலகையின் வட்டமெலாம்
மரகத பச்சைகொ டழகு செறித்தனன்
வடிவுள முத்ததனால்
தரிபடு முத்ததின் முழுதும மைத்தனன்
தகுதிகொ(டு) அப்பலகை
விரிவிடம் இத்தனை எனநிய மித்திடில்
விதியதெ னத்தகுமே (187)

உம்பர்மு தற்படை யுண்டனர் பிற்பட
உந்திய திப்பலகை
நம்பின வர்க்கொரு தம்பகு தாஅதில்
நாட்டும் எழுத்ததெல்லாம்
இம்பர்த னிற்புகழ் மாந்தர் தனைச்செய
எண்ணிய ராஜதமும்
வம்பணி மாந்தர் நடத்திய காரண
வாறும்எ னப்பகர்வார். (188)

(வேறு)

மெய்யல்லோ சொன்னீர் அந்த
விளங்குமப் பலகை மீதில்
உய்யவே கோட்டும் வேட்டத்
துயர்கலம் ஏதி னாலே
துய்யநா யகன்அ மைத்தான்
சொல்லு(ம்)நன் னபியே என்னச்
செய்யநீ ளொளிவி னாலே
திருட்டித்தான் என்னச் சொன்னார். (189)

ஒளிவினால் அமைத்தே ஆதி
உவந்தஅக் கலத்தின் நீளம்
தெளிவினால் உரையீர் என்னத்
தெளிந்தபு துல்லா கேட்க
அளிகுலா வியநன் மாலை
அணியுமெய் இறசூல் தாம்நேர்
வழிகுலா வியதோ ரைந்நூ
றாண்டதன் வழியுண் டென்றார். (190)

அதினுறு பருமன் தன்னை
ஆய்ந்தெமக் குரையீர் என்னக்
கதிர்மணிச் சுடரம் சிந்தும்
கைபறின் அறிஞர் கேட்க
விதியிது எனவே ஏகன்
விடுத்தணிக் கரத்தோ டுண்டோர்
மதிகொடு தெளிவுற் றெண்ப
தாண்டதன் வழியுண் டென்றார். (191)

அக்கலம் தனக்குச் சென்னி
அறுபதோ டிருப துண்டும்
இக்கலத் துந்து நாஅங்
கெண்பதுண் டந்த நாவால்
மைக்கலந் தூறிச் செல்லும்
வரைந்துள எழுத்திற் கெல்லாம்
மெய்க்குலம் தெளிந்தோர் இவ்வா
றாம்என மீண்டும் சொல்வார். (192)

கூரிய கலத்தின் மிக்க
 கொடுமுடி நிலையெங் கென்றார்
நேரியல் அறுஷைத் தொட்டு
 நிற்குதென் றிறசூல் கூற
ஆரியன்மொழியீ துண்மை
 அறுஷினுக் கப்பால் ஏதென்(று)
ஓரியல் அறிஞர் கேட்க
 உயர்நபி வான்ஏ ழென்றார். (193)

தோற்றரவுண்டான வரலாறு முற்றியது

திருவிருத்தம் 32

வானம் உள்ள வரலாறு

வானகத்தை வைத்ததுமவ் வானகத்தின் வண்மையும்
தீனகத்தில் அப்துல்லாவும் செப்புமென்று கேட்கவே
கானகத்தி லேஉவந்து கைநகத்தில் ஆறெழப்
போனகத்தை உண்டுபால் புசித்தஆல நபிசொல்வார். (194)

மூலமாக ஆதிநாயன் முத்தையொன் றமைத்ததில்
ஏலவே இருண்டகோப மெவ்வராக மும்பயந்து
ஆலகாலம் என்னவெந்தங் கங்கம் எங்கும் உருகியே
கோலவாரி போற்கரைந்து குமுறுதோயம் ஆனதே. (195)

அந்தஅப்பி னில்திரண்(டு) அரும்புகை எழும்பியே
உந்திஒக்க வேபரந்து உறிக்குள்ஏழ் அடுக்கெனச்
சுந்தரப் பொறிப்பினோடு தூண்டுலா வதன்றியே
அந்தரத்தில் ஏழுதட்ட தாகநின்ற தங்ஙனே. (196)

நின்றஏழு தட்டில்நின்ற நேரில்ஏழு வானமாச்(சு)
என்றுவள்ளல் கூறவே இயம்புவார்பின் அப்துல்லா
நன்றுநீர் மொழிந்ததுண்மை நாலுமூன்று வானினும்
துன்றுகோல வாசலுண்(டு) இலாதவாறு சொல்லிடீர். (197)

சொல்லும்என்ன அறிஞரும்
துணிந்துவந்து கேட்கவே
நல்லதென்று வேதஆல
நபிமகிழ்ந்து கூறுவார்
வல்லபங்க ளால்அமைத்த
வானகங்க ளுக்கெலாம்
செல்லுகின்ற வாசலுண்ட(து)
எங்ஙனென்று செப்பினார். (198)

வீதியான வானகம்
 விளங்குவாச லுக்கெலாம்
சோதிவீசு போதிகை
 துலங்குநீள் கொடுங்கையும்
போதுலாவு நிலைகறங்கு
 பூட்டுதாழ் கபாடமும்
தீதிலாத படிகளும்
 சிவந்தமாணிக் கங்களே. (199)

(வேறு)

அறவு நீண்டெழு வாசலங்ஙன்
 அடைத்த பூட்டை அவிழ்த்துள
திறவு கோலுயர் வேதநாயகன்
 செய்ய மெய்த்திரு நாமமென்(று)
உறம கிழ்ந்திற சூலுரைத்திட
 உண்மை கொண்டுபின் அப்துல்லா
குறைவிலாமல் எமக்கினஞ்சில
 சொல்லும் என்றெதிர் கூறுவார். (200)

(வேறு)

இன்புறும் முதல்வானம் ஏதென மொழியீர் என்(று)
அன்புறும் நெறிவல்லோர் ஆய்ந்துற வேகேட்க
முன்புறும் புகழ்வேத முஹம்ம தெனும்குரிசில்
அன்புறும் இளவெள்ளி யாம்என வில்கின்றார். (201)

(வேறு)

இடவிய இரண்டாம் வானம்
 ஏதெமக் கியம்பீர் என்ன
திடவிய மூன்று வேதம்
 தெளிந்தமெய்க் கருத்தர் கேட்கப்
புடவியில் அடிப டாத
 புண்ணியர் இறசூல் தாமங்(கு)
அடலுறு சிவந்த செம்பொன்
 ஆம்எனக் கூற லுற்றார். (202)

ஏற்கவே மூன்றாம் வானம்
　　ஏதெமக் கியம்பும் என்ன
மார்க்கமே தெளிந்த கைபர்
　　மாமறை வல்லோர் கேட்கச்
சூற்குலா விசயங் கேறிச்
　　சுடர்மணி கொழிக்கும் மக்க(ம்)
ஊர்க்கணார் இறசூல் தாமும்
　　முத்தமென் றொத்துச் சொன்னார். (203)

இணங்கவே நாலாம் வானிங்
　　கேதெமக் கியம்பீர் என்ன
மணந்தபூ மாலை மார்பர்
　　மன்னர்அப் துல்லா கேட்கக்
கணங்கள்வேந் தங்கை தன்னில்
　　கட்டினை அவிழ்க்கக் கூறும்
குணங்கள்சேர் இறசூ லுல்லா
　　குறைவில்லா இளம்பொன் என்றார். (204)

மேவிய ஐந்தாம் வான
　　மேதிவை விளம்பீர் என்னக்
காவியம் தடம்சூழ் கைபர்க்
　　காவலர் உவந்து கேட்க
கூவிய வாரணத்தால்
　　குறிபஜி றறியச் சொன்னோர்
தாவிய கிரணம் வீசச்
　　சமைந்தவெண் வெள்ளி என்றார். (205

கூரிய ஆறாம் வானம் ஏதெனக் கூறும் என்றே
பூரியம் அனைய வேதப் புகழ்அபு துல்லா கேட்கச்
சூரியன் சசிகள் சாயத் துலங்கிய மக்கம் வாழும்
சீரியர்இறசூ லுல்லா சிவந்தமா ணிக்கம் என்றார். (206)

பரிசினால் ஏழாம் வானம் ஏதெனப்பகரீர் என்னப்
பிரிசமாய் வேத நீதி பெற்றபு துல்லா கேட்க
அருசிலே ஏறிச் சென்றங்(கு) ஆதியோ டுரைத்த கோமான்
வரிசையாய் மகிழ்ந்து பச்சை மரகதம் என்னச் சொன்னார். (207)

இவ்வகை வானம் ஏழின்
இயல்பினை இறசூல் கூறச்
செவ்விய புகழ்சேர் வண்ணத்
திரிமறைச் சூதர் கோமான்
அவ்வியம் அணுகா வேதன்
அடுக்குவான் ஏழ தன்னை
எவ்வகை அடையா ளத்தால்
இசைத்தனன் என்னக் கேட்டார். (208)

கேட்டபின் இறசூல் தாமும்
கேவல வானம் ஏழும்
கோட்டிய அடுக்கில் ஒன்றும்
குறைவற நிறுத்த வீதி
ஈட்டிய ஒன்றினோ டொன்
றினைஒவ்வா அடையா ளத்தால்
வேட்டமாய் ஆதி நாயன்
படைத்தனன் என்ன விண்டார். (209)

வாக்கினால் புறுக்கான் ஓதும்
முஹம்மதர் மொழியைக் கேட்டுத்
தேக்குறாக் கிருபை யோடே
திறல்அபு துல்லா மீண்டும்
ஆக்கமாய் ஏழு வானின்
அகலமோ டுயர நீளம்
நோக்கிஇங் கருளும் என்ன
நுவன்றிட இறசூல் சொல்வார். (210)

(வேறு)

வானுக்கு வானமோர் ஐந்நூறு வருடத்து
வழியுண்டும் அதனகலமும்
பானட்டி நேரிட்டு லாவுக்ர நீளப்
பதங்கன்ஐந் நூறாண்டென
மானுக்கு நேர்கொண்டு பிணைநின்ற இறசூல்
மகிழ்ந்தோ திடக்கருதியே
தீனுக்கு நேர்கொண்டு வந்தோர்கள் எல்லோரும்
தேனுக்குள் ஈயாகினார். (211)

(வேறு)

பாரினை அடுத்து வானீர்
பசுமைஏ துரையீர் என்னச்
சீரிய கோபுக் காவைச்
செழுங்கதிர் மரக தத்தால்
மாரியும் பொழியும் மண்மேல்
வகுத்தனன் இறைஅம் மேரின்
கூரிய கிரணம் தாக்கிக்
குலவும்அப் பசுமை என்றார். (212)

(வேறு)

தங்கும் அந்த பச்சைஒளி தாவுகோபுக் காவுடன்
பொங்கியே முழங்குங்கடல் புனைந்தஏழு பாரையும்
அங்குலியில் பூண்டகணை யாழியெ னவேதான்
எங்கும்உறச் சூழ்ந்திருக்கு தென்றனர் இசைந்தரோ (213)

(வேறு)

நீதிஆலநபி மீண்டு கூறுவர்
நிறைந்த அம்பரம்ஓ ரேழினும்
ஆதிவானவர் களைப்படைத்துற
அமைத்தனன் சிலரை அன்பினால்
ஓதுசங்கம் அதிலக்கம் இன்னதென
ஒருவரும் கணக்கெண்ணொணாக்
கோதிலாதஇறை ஏவல் கொண்டவர்
குணங்கொ டேமிக வணங்குவார். (214)

வணங்குவாரென மகிழ்ந்து வள்ளல்இற
சூல்உரைக்க மறையோர்கள் தாம்
கணங்கொடேயுற எழுந்து நின்றுநபி
கமலபாத மிக வருடியே
இணங்களங்கள்இத யங்கள்கூர மச
லாவியம்பியல்பி னுக்கு யாம்
குணங்கொடென்செய வெனப்பி ரியங்களொடு
கொள்கையான மொழி கூறுவார். (215)

வானம் உள்ள வரலாறு முற்றியது

திருவிருத்தம் 22

அறுஷின் நிலை உள்ள வரலாறு

கூவிலொன்று வளர்பிறைக்
    குதிக்கமெய்ப்ப தத்தையன்(று)
ஆவல்கொண்டந் நீரினாவி
    அமுதம்அக்கும் அகுமதே
நாவிலாய்ந்த மொழியிலுண்மை
    நல்லதின்னம் நாயகன்
ஏவல்கொண்டு வேறெமக்(கு)
    இயம்புமென்று கூறினார்.   (216)

(வேறு)

எய்வானகம் ஏழானதுக் கப்பால்என வென்றே
கைபாறதன் மறையோர்உரை கருதிப்பல கேட்க
மெய்வாசகர் இறசூல்எனும் வேதாம்பர் உவந்தே
கையாத்தெனும் ஓசைப்பெரு கடலென்று கணித்தார்.   (217)

அங்காகிய கைபாறெனும்
    ஆழிக்கினி அப்பால்
மங்காதென வென்றேதிரி
    மறையோர்உரை கேட்க
வெங்கான்உறை ஆயன்பெற
    மெய்யாடெழ ஈந்தோர்
கம்காமெனும் கடலென்று
    குறித்தன்பொடு ரைத்தார்.   (218)

கலித்துள கம்காம் என்னும்
கடலினுக் கப்பால் ஏதென்(று)
அலிக்குறு மாம னான
அகுமதை அறிஞர் கேட்க
புலித்திறல் வீரர் தம்மைப்
போரில்வென் றீமான் நல்கும்
வலித்திறல் இறசூல் தாமே
வானவர் கூட்டம் என்றார். (219)

அந்தவா னவர்கள் கூட்டப்
பெருமையை அறிவன் ஆதி
சிந்தையால் அவர்கள் நாளும்
செய்திடும் செயலைக் கேண்மின்
நிந்தமே சிலரெப் போதும்
நிலைகுலை யாமல் நிற்பார்
உந்தியே சிலர்மிக் கான
ருக்கூவினில் உவந்து நிற்பார். (220)

(வேறு)

சுகமது பெறச்சிலர் சுஜூதிடை கிடப்பார்
அகமகிழப் பின்இருப்பில் ஆய்ச்சிலர் இருப்பார்
மிகமகிழ்வின் ஆதியை மெய்யுற வணங்கி
யுகமுடி யுமட்டுணை வின்றியே இருப்பார். (221)

(வேறு)

ஊணில்லார் உறக்கம் இல்லார்
உயர்நிலை குறையார் என்றும்
பூணவே ஆதி தன்னைப்
புகழ்ந்துற வணங்கி நிற்பார்
நாணவே கியாமத் தான
நாளது வந்த தென்றால்
சேணிலே இருந்து மெல்லச்
சென்னிகள் எடுத்துப் பார்ப்பார் (222)

செ ன்னிகள் எடுத்துப் பார்த்துத்
    திருந்தவே வருந்திப் போத
மன்னவா இறையே ஏகா
    வல்லவா என்றே போற்றித்
துன்னவே உன்னை யாங்கள்
    தொழும்படி தொழுதி லோம்என்(று)
உன்னியே மிகவும் வாட்டம்
    உற்றவர் உரைப்பர் என்றார். (223)

திருந்திய மொழியைக் கேட்டுச்
    செய்யுநேர் அப்துல் லாதாம்
பொருந்திறல் நபியே வேறு
    புகலும்என் றிகலிக் கேட்பார்
வருந்தியே வணங்கும் அந்த
    வானவர் ஆன கூட்டப்
பெருங்குழு அதனுக் கப்பால்
    ஏதெனப் பெயர்ந்தும் கேட்டார் (224)

(வேறு)

அப்பாலொரு கிருபைக்கட லுண்டென்றனர் அப்பால்
தப்பாமறை யோர்வேறுரை சாற்றும்எனப் போற்றி
மெய்ப்பாகிய கிருபைக்கடல் மேலேதென விண்டார்
ஒப்பாகிய இறசூல்அதன் உட்போதகம் மொழிவார். (225)

கிருபைக்கடல் மேலேநெறி
    கிளரப்புகழ் வானோர்
இறையைத்தொழு தவன்தன்பணி
    விடையேசெய்து நிற்பார்
உறுதிக்கவர் இடையேவெளி
    ஊசிக்கிடம் இலையென்(று)
அறுதிப்பட மறுமைக்குப
    காரர்நபி சொன்னார் (226)

(வேறு)

மேவும் புகழ்சேர் இறசூல் நபியே மெய்சொன்னீர்
ஏவும் செயலிமை யோர்குழு மேலே ஏதென்றே
நாவுந் தியநேர் மறையோர் கேட்க நபியானோர்
தாவும் சக்கஃபுல் மஃபூஃ என்னும் தலமென்றார். (227)

இக்கார் சக்கஃபுல் மஃபூல் அதன்மேல் ஏதென்றே
மிக்கா கியமும் மறையோர் கேட்க மெய்யான
மக்கா நகர்வாழ் கலிமா மீதே வரும்வள்ளல்
தக்கோர் வரக்குல் மன்சூர் என்னும் தலமென்றார். (228)

(வேறு)

மதுரத்தால் அந்த வரக்குல்
மன்சூரின் மேலே தென்ன
முதிரத்தால் நபியைப் பார்த்து
முன்மறைச் சூதர் கேட்க
விதுவைத்தான் பிதிரப் பார்த்து
மீண்டொன்ற தாக்கி விட்டோர்
சிதறத்துல் முந்த ஹாவாம்
செப்பும்அத் தலமே என்றார். (229)

(வேறு)

கொன்னூறும் அத்தலம் கோட்டுபுகழ் நாயன்
ஐ(ன்)நூறும் இருநூறும் அறிவாளர் கேட்க
முன்நூறி னொடுபத்து மும்முறுச லீன்கட்(கு)
என்நூறு காட்டுவேன் என்றதலம் என்றார். (230)

(வேறு)

பலகலை அறிவோர் திரிமறை உடையோர்
பவுறா னியமா னதுகொண்டே
தலைமையின் நபியே முறுசல்கள் நிலைசேர்
தலமா னதன்மேல் ஏதென்றே.

குலவிய புகழ்சேர் அவனியின் அரசோர்
குருவா கியமா நபிஅன்பாய்
இலகிய ஒளிசூழ் மரகத திரையோர்
எழுபதி னாயிரம் உண்டென்றார். (231)

(வேறு)

அந்தத் திரையில் ஒருதிரையின்
அகலப் பெருமை எடுத்துரைக்கில்
இந்தப் புவிபோல் எழுதினா
யிரமா மடங்குண் டெனவுரைக்க
நந்தத் தரளக் கதிர்பரப்ப
நாக மணிசூழ் கைபறெனும்
அந்தப் பதியின் அறிஞர்அதற்
கப்பால் ஏதென் றருள்செய்தார். (232)

(வேறு)

வீறாய் அதன்மேல் எழுபதி னாயிரம்
விதுவொளி வெளியடை உண்டென்றார்.
மாறா நெறிசேர் மறையோர் மீண்டுற
மதிவெளி யடைமேல் ஏதென்றார்.
பேறா கியதீன் வழிநேர் உடையோர்
பெரியோன் அருள்கா ரணமான
ஆறா னதுநீள் கரமீ தருள்வோர்
அருசுல் அளீம்ஆம் அதுஎன்றார். (233)

(வேறு)

அருசுல்அளீ மென்னும்
அத்தலத்திற் கப்பால்
வரிசைபெற ஏதவை
வடித்தருளும் என்ன
இருமையுறும் ஆலநபி
எழுபதினா யிரமாம்
திரையொளியி னாலுண்டெ
னத்தெளிந்து சொன்னார். (234)

அத்திரையின் மேலேது
அதைஅருளும் என்ன
முத்திரைமன் னாலநபி
யைமுடுகிக் கேட்டார்
எத்திசையும் நின்றநபி
எழுபதினா யிரமாம்
தத்துதிரை யெய்த்திருளி
னிற்சமைந்த தென்றார். (235)

திமிரதிரை மேலேது
செப்புமென வேதான்
அமுதகனி யுறுவேத
ஞானர்இவை கேட்க
அமரர்தொழும் மகுமூதர்
ஆய்ந்தெழுப தாயிரம்
திமிதமிடு மின்னின்
திரைக்குழுஉண் டென்றார். (236)

வீதிப்ர காசமெழு
மின்திரையின் மேலே(து)
ஓதிச்சொல் வீரென
உரைக்கநபி தாமே
ஏதிற்கு லாவுதிரை
எழுபதினா யிரமாம்
ஆதித்த சோதியில்
அமர்ந்துளதங் கென்றார். (237)

வெய்யகதி ரத்திரையின்
மேலேது தானென்(று)
ஐயமற வேஅபுதுல்
லாஅறைந்து கேட்க
வெய்யசசி யின்னொளிவி
னால்எழுப தாயிரம்
துய்யதிரை அங்ஙனுண்டு
என்றுநபி சொன்னார். (238)

(வேறு)

வெடிநிலாவொளியில் வைத்தஅத்திரையின்
மேலேதென விரும்பியே
படியில்ஓதுமறை அப்துல்லாஉரை
பகர்ந்துகேட்க இறசூலவர்
கடுகிநாதமெழ விடைவிடாது எதிர்
கலந்துநாடொறு முழங்கியே
இடியினால்எழுப தாயிரம்திரைகள்
உண்டெனக் கடிதியம்பினார். (239)

(வேறு)

அறைந்த பெருவாய் குமறி டியின்
அணிசூழ் திரைமேல் ஏதென்றே
நிறைந்த புகழ்சேர் இறசூல் நபியே
நெறியால் உரைசெய் யீரென்ன
இறந்த இசுலாம் மிகவே பெருகிட
இறையோ டுறவே விசைகொண்டோர்
சிறந்த பனியால் எழுபதி னாயிரம்
திரைதான் அதன்மேல் உண்டென்றார். (240)

(வேறு)

அந்தப் பனித்திரையின் மேலே தெமக்குரையும்
என்றன்பி னால்அப்துல்லா
சிந்தைக் கிணங்கவே தாம்பர்நின் றிச்சைகொடு
திருந்தப் பகர்ந்தருளவே
தந்திப் பெரும்பூசல் இடுகாபிர் அணிமீது
தாவிப் பொரும்வள்ளலார்
உந்துக் ரமேகதிரை அங்கெழுப தாயிரம்
உண்டென் றுவந்துரைசெய்தார். (241)

(வேறு)

மேகதிரைக் கப்பால்ஏ துரையும் என்ன
மெய்அப்துல் லாமகிழ்ந்து விரும்பிக் கேட்க
நாகமுடி மீதேறி வென்ற கோமான்
நாயன்அருள் அறுஷேறி நின்ற சீமான்

தாகமுட னேபாதைக் கேகி மீண்டோர்
அலிமாமுலை உண்டுலகில் தகுதி பூண்டோர்
ஆகமிக வேமகிழ்ந்து மறையோர் கேட்க
அங்காழி எழுபதினா யிரமுண் டென்றார். (242)

(வேறு)

அக்கடற் பெருமையை ஆதி அன்றியே
மிக்கவர்க் கறியொணா தென்ன மெய்நபி
திக்கினிற் புகழுரை செய்ய வேமகிழ்ந்(து)
உக்கிரத் தொடுமறை யோர்கள் ஓதுவார். (243)

அந்த நீள்கடற் கப்புறம் ஏதெனச்
சிந்தை யால் மறைச் சீரியர் கேட்கவே
உந்தி ஏழுபத் தாயிரம் ஊற்றெனக்
கொந்து மீர்உரை கூறினர் போதவே. (244)

(வேறு)

நிரைத்தஅந்த ஊற்றில்ஒன்றின்
நேயவண்மை கூறிலோ
இரைக்கும்இந்த அவனிபோல
எழுபதாயிரம் மடங்(கு)
உரைக்கலாம்ள னப்பகர்ந்து
உயர்ந்தஆல நபிசொல
விரித்த வேத நீதியார்
மிகமகிழ்ந்து விள்ளுவார். (245)

(வேறு)

மெய்யிது பகர்ந்தஉரை
வேதஇற சூலே
உய்யுமணித் தாளில்அடி
யேம்களுயிர் போலக்
கொய்துதினம் கோடிகுறு
பானிகொடுத் தாலும்
செய்தினியும் போதாது
எனத்தெளிந்து சொன்னார். (246)

(வேறு)

சொன்ன அந்த ஊற்றின்மேல்
    ஏது சொல்லும் என்னவே
மன்னும் அந்த அப்துல்லா
    மகிழ்ந்து மீண்டு கேட்கவே
பொன்னு வந்தி டாத நேச
    பூத லத்தில் நன்னபி
உன்னி எழுப தாயிரம்
    வெளியுண் டங்ஙன் என்றனர். (247)

(வேறு)

இடவிதாகிய வெளிக்குமேல்என
    வென்று சிந்தையில் இணங்கவே
திடவிதானபுகழ் அப்துல்லாவுரை
    தெளிந்துகேட்கமனம் உன்னியே
புடவிமேல்ஞமலி சேரு மாமதி
    புரிந்துரைக்கவெதிர் கூறினோர்
அடவியானபெருங் கானகம்எழுப
    தாயிரங்கள்உண் டென்றனர். (248)

(வேறு)

விரிவுள கானகம் மேல்ஏ தென்றே
பரிவுள மறைதெரி பண்டிதர் கேட்க
உரியுடை யொடுமர வுரியுண வானோர்
அருமலை எழுபதி னாயிரம் என்றார். (249)

(வேறு)

உவணிலுறு மாமலையின் ஒன்றினுறு மேன்மை
இவணிலுறு கோபுக்கா என்னுமலை போல
அவணமொரு மூன்றரைய சாரமடங் குண்டே
சிவணவெ நடந்திறைமுன் சென்றநபி விண்டார். (250)

(வேறு)

எளிமைகொ டப்பெரு மலைகளின் அப்புறம்
ஏதென்றே
தெளிவொடு வித்தகர் உரைசெய முத்தணி
சேர்கின்றோர்.
வெளிபடு சித்திர கிரண கிரித்திரள்
மேலங்கோர்
ஒளிகொடு பட்டணம் எழுபதி னாயிரம்
உண்டென்றார். (251)

(வேறு)

பழுதிலாஒளி யால்அமைத்துள
பட்டணங்களின் அப்புறம்
எழுதொணாமறை யோர்கள் அன்புடன்
ஏதெனச்சொலும் என்றிடத்
தொழுதுநாயனோ டேஇரந்து
துஆச்செயும்புகழ் நன்நபி
எழுபதாயிரம் அணிமலக்குகள்
உண்டெனக்கடிது இயம்பினார். (252)

(வேறு)

பேரணி இமையவர் பெருமை யானதை
ஆரணம் இடுபவர் ஆதி அன்றியே
ஓரணி நெடுமையே உளது கூறிலோ
தூரமும் வழிஐநூ றாண்டின் தோற்றமே. (253)

ஆயிலாதி என்னும்அந்த அணிமலாயிக் கத்தெல்லாம்
தாயிலாத சேயெனத் தவித்துவாடி ஏகனை
லாயிலாக இல்லல்லாஹு முஹம்மதுர்ற சூலுல்லா வென்(று)
ஓய்வில்லாமல் ஓதிநிற்பர் என்றுவள்ளல் ஓதினார். (254)

(வேறு)

அருள்புரிந்திடும் அமரர்வாழ்பதி
அதனின்மேலுள வானதைத்
திருவுளஞ்செயும் எனமகிழ்ந்துறு
செய்யவேதியர் கேட்கவே
முருகெறிந்திடும் மிருகமதந்திகழ்
முஹம்மதெம்மிற சூல்நபி
மருமணந்திகழ் அறுஷெனச்சொல
மறையரும்மறு மொழிசொல்வார். (255)

மன்னுநூறணி அறுஷின்மேலுள
வாறுரைத்திடும் என்னவே
உன்னியேநபி கூறுவார்உடை
யோன்இராஜதம் ஆனதைத்
துன்னஆரும்உ ரைக்கொணாததுய்
யோனல்லால்அறி வார்இலை
என்னவேமறை யோருடன்அபு
துல்லாவெழுந்தங் கியம்புவார். (256)

(வேறு)

அன்றக நோய்கொண்ட அபுஜகிலுடனே
அருஞ்சுரத் தேகையில்ஷாம்
என்றது கொண்டெதிர்ஏகிட நாக
மெழுந்தெதி ரேசீறி
நின்றது கண்டதின் உறுபொருள் ஈந்துநன்
நீதி நடத்தியவா
வென்றியொ டிங்கிவை உண்மை சொனீரினி
வேறுபகர்ந் திடுமே (257)

அறுஷின் நிலை உள்ள வரலாறு முற்றியது

திருவிருத்தம் 42

பானுடு திங்கள் வரலாறு

அருணன் அம்புலி உடுவி னங்களின்
அரிய காரணம் ஆனதை
கருணை கொண்டுள அறிஞர் அன்பொடு
கருதி ஓதிடும் என்னவே
வருண னும்ஜிபுற யீலும்அங்குள
வரத ராஜனும் ஆகவே
பொருள்ந யந்துரை சொலம கிழ்ந்துறு
போத மார்நபி கூறுவார். (258)

இங்கித சொற்பயில் இபுனு சலாமே
வெங்கதிர் சசியின் வீறது கேளிர்
மங்கில தெப்பொழுது தும்வடி வாகத்
தங்களில் ஒப்பும் தகுதியும் உளதே. (259)

ஆதிஏ வலையே அன்றி
அவம்ஒரு நாளும் செய்யாப்
போதமே உடைய தாகிப்
புவியெலாம் விளக்கம் செய்யுஞ்
மேதையா யொன்று கோபம்
விளைத்திடும் விளைத்த தெல்லாம்
நீதியாய்க் குணங்கொடாற்றி
நிறுத்தும்என் றென்னச் சொன்னார். (260)

இருவரும் முசுலீம் ஆகும்
இரவர(சு) ஒருவர் ஆள்வார்
பரிவுடன் ஒருவர் நாளும்
பகலினை அரச தாள்வார்

ஒருவரை ஒருவர் சீறா(து)
ஒன்றர சாளும் நேரம்
வருமவை கண்ட போது
மறைந்திடும் ஒன்ற தாமே. (261)

வென்றியாய் ஒருத லத்தில்
வீற்றிருந் தரசா ளாதங்(கு)
ஒன்றுகீழ் பாலில் தோன்றி
உயர்குட பாலில் செல்லும்
ஒன்றுமேற் கெழுந்து கீழ்பால்
ஓடுமங் கமர்ந்தி ராமல்
என்றுமே உடந்தை மாறாது
இவர்க்கிது வேலை யாமே. (262)

இயங்கியே எழுந்து திங்கள்
இரவினை இரவ தாக்கிப்
பயங்கொடு வெய்யோன் மிக்க
பகலினைப் பகல தாக்கி
முயன்றிவை இருக்கும் நாளில்
முஹம்மதர் கலிமாத் தன்னை
நயந்துரை செய்யும் என்ன
நாயகன் அருளிச் செய்தான். (263)

இறையவன் அருளக் கேட்டங்(கு)
இரண்டும்மெய்க் கலிமாத் தன்னைக்
குறைவற ஓதிற்று அந்தக்
கொள்கையால் தகுதி உண்டாய்
நிறைசுடர் ஒளிவின் மிக்க
நேசமும் உதயம் தானும்
உறைகடி தோட்டத் தோடே
ஒழுக்கமும் பெற்ற தன்றே. (264)

எப்படைப் புளதுக் கெல்லாம்
ஏறிய ஒளிவும் ஆகித்
தப்பறத் துரங்கள் செய்யும்
தகைமையும் நம்பால் தந்தங்(கு)

இப்படிக் கமைத்தான் ஏகன்
　　என்பதற்கு எமக்கா ரிங்ஙன்
ஒப்பென நினைத்த தந்தோ
　　உளத்தினிற் பெருமை யானே. (265)

பெருமையாய் இருக்கும் நேரம்
　　பெரியவன் ஜிபுற யீலைத்
திருமுன்னே அழைத்து நீர்போய்ச்
　　சிறகினால் அவர்கள் மெய்யைப்
பரவியே தடவும் என்னப்
　　பண்புடன் ஜிபுற யீல்வந்(து)
இருவர்மேல் சிறகால் நீவ
　　இவர்கள்மெய் கறுத்த தன்றே. (266)

தானவன் ஜிபுற யீல்வந்
　　தடற்பெரும் சிறகூ டாட
மேனியில் மறுவு மாகி
　　வீசிய ஒளிவும் மங்கி
ஈனமும் ஆனோம் இன்னம்
　　ஏதுவந் துறுமோ என்னப்
பானுவும் மதியும் போதப்
　　பயந்துறத் துரங்கள் செய்யும். (267)

துரங்களே செய்யும் வாறைத்
　　துணிந்துவந் திறசூல் சொல்லச்
சிரங்களால் வணக்கம் செய்யும்
　　தெளிந்தமும் மறையோர் மீண்டும்
பரங்கொடே இறைவன் மிக்க
　　பகலினை அமைத்த வாறை
வரங்களால் உரையீர் என்ன
　　முஹம்மது நபிதாம் சொல்வார். (268)

இரவெனும் இருளி னாலே
　　எழிலுறு பகலை வைத்தான்
பரவிருள் இரவென் றோதப்
　　பகலெனும் வெளியை வைத்தான்

வரமுறும் இரண்டால் இந்த
மாநிலத் துயர்ந்து வாழும்
நரருளா ராண்டு மாதம்
நாள்இவை அறிவர் என்றார். (269)

(வேறு)

அப்படிச் சந்திரன் அருணன் இல்லையால்
இப்படி விளக்கிலா இல்லம் ஆய்விடும்
மெய்ப்பொடே யதன்றியிம் மேதி னிக்குளே
எப்படி மானிடர் இருந்து வாழுவார். (270)

திருத்தி நன்னபி செப்பிய சொல்லினைக்
கருத்தி லேயுறும் கைபறின் வேதியர்
ஒருத்த னால்இவை உண்மைசொன் னீஎனப்
பொருத்தி வேறு புகலும்என் றோதினார். (271)

(வேறு)

உடுக்களை அமைத்ததை நிறுத்திய தலத்தினை
உரைத்திடும் எனத்தமது மேல்
வடுக்களை யமிக்கொடு மனத்தினினை வுற்றுள
மகத்தறி ஞருட்கிருபை யாய்க்
கடுக்களை எடுத்(து)அடி சினிற்கறி சமைத்துள
கலப்பமு தெனப்பருகி னோர்
அடுக்களை தினப்புகை யதற்றமனை வித்தகர்
அதற்கெதிர் எடுத்துமொழி வார். (272)

திருந்துகதிர் நட்சத் திரங்கள்தனை ஏகன்
அருந்தலற மூன்றுவகை யாகவே அமைத்துத்
தரந்தரமோ டோர்பகுதித் தாரகையை எல்லாம்
பரிந்தறுஷின் கீழ்நிரையின் பத்திபெற வைத்தான். (273)

(வேறு)

அறுஷெனும் ஆச னத்தை
அலங்கிதஞ் செய்து பின்னர்
பரிசில்வெண் மணிய தென்னப்
பதித்தநட் சத்தி ரங்கள்

தரிகொடு நிரைகள் தோறும்
　　தளங்கிநின் றிலங்கி வீசி
விரிகதிர் ஏழாம் வானை
　　விளக்கம்செய் திருக்கும் தானே. (274)

வயம்பெற ஓர்பங் காறாம்
　　வானுக்கும் இமையோ ருக்கும்
நயம்பெற நிறுத்தி வைத்தான்
　　நடுநிலைத் தீபம் என்றே
வியன்கொடு மீண்டோர் பங்கை
　　மெய்யுறு முதல்வா னத்தில்
உயர்ந்துநின் றொளிர வைத்தான்
　　உலகுளோர் காணத் தானே. (275)

(வேறு)

ஏன்றணி வீசி இலங்கிய நட்சத்
　　திரமணி யானதெல்லாம்
மூன்றணி யாக வகுத்ததில் ஓர்அணி
　　முதலறு ஷின்கீழே
நான்றுள தோரணி ஆறாம் வானினும்
　　நவ்விய ஓர்அணியைத்
தோன்றிய முதல்வா னத்திலும் வைத்தனன்
　　தூக்கு விளக்கெனவே. (276)

(வேறு)

இந்தவா னகத்தில் இந்த
　　எழில்உடு இல்லை யாகில்
கொந்தக லாத கானில்
　　குலவிராற் றாரை தப்பி
நந்தக லாத கோண
　　நாற்றிசைக் குறிப்பும் காணா(து)
அந்தகர் ஆகி நிற்பார்
　　அறிவுள மாந்த ரும்மே. (277)

(வேறு)

அறைந்துவீழ்ந் திடியென அதிர்ந்த ஓசைகள்
உறைந்த நீ டலைகளும் உவட்டும் ஓசையும்
நிறைந்தலோ நீத்தமும் நிலைப்பி லாமையும்
குறைந்திடாத் தனிமையும் குலவும் வாரியே. (278)

(வேறு)

தனிமையுறும் இந்தவாரி தனில்உலவு வங்கமீது
தனவணிகர் எங்குமோடவே
உனிசயில முன்புபோன வழிகப டறிந்துகூற
ஒருவரிலை எங்ஙன்ஏகிலும்
பனிஅகல உந்துபோது பகல்முழுது நின்றுதாரை
பகரும்இருள் முங்கிராவெலாம்
இனிதுடு விருந்துகூறும் அலதுநரா் உந்துசூறை
இடையுறு துரும்ப தாவரே. (279)

(வேறு)

நறுப்படா மலர தென்ன
நகைத்தநட் சத்தி ரங்கள்
கறுப்படா வண்ணம் இந்தக்
ககனிடை இல்லை யாகில்
அறுப்படா வெள்ளி யாகும்
அம்புவி அனைத்தும் என்ன
மறுப்படா மொழிசோ் மக்க
முஹம்மதா் கூறலுற்றார். (280)

அறபினின் காபிர் ஆன
அறிஞர்கா ரணத்தால் கேட்க
உறவெள்ளைப் பாறை மீதில்
உயர்மரம் எழுப்பும் கோவே
திறம்அனைத் துண்மை சொன்னீா்
தீங்கிலா மசலா இன்னம்
மறமனக் கறைகள் தீர
வகுத்தெமக் குரையும் என்றார். (281)

(வேறு)

ஓங்குகக னத்தொடுல கத்தின்நடுத் தன்னில்
தூங்குகடல் எத்தனைகள் சொல்லுமென வள்ளல்
தாங்குபுவி வட்டமேழி னோடும்ஒரு தட்டாய்ப்
பாங்கினொடு நிற்கும்எழு பௌவம்என விண்டார் (282)

ஊன்றியுரை சொன்னதிவை உண்மைஇற சூலே
ஏன்றதிர வீ(சு)அனிலம் எத்தனைஉண் டென்னத்
தோன்றுமறை யீர்இலகும் ஊதையுரை சொல்லின்
மூன்றுவகை உண்டென முஹம்மதுரை செய்தார் (283)

அவ்வழியில் ஓர்அனிலம் ஆதுகிளை எல்லாம்
வவ்வியு மிருண்டுளது மற்றுமொரு வாதம்
செவ்விபெற வெந்நரகில் செந்தழலை மூட்டும்
இவ்வுலகில் ஓர்அனிலம் எப்பொழுதும் வீசும் (284)

(வேறு)

அவனியில் இந்த ஊதை
அடித்தழல் ஆற்றா தாகில்
புவனுறும் படைப்பை எல்லாம்
பொங்கிய நரகம் வாட்டும்
இவண்இதிங் கன்றி வெய்யோன்
எறிகதிர்ச் சுடர தாலே
சிவணிடில் உயிர்புற் பூடும்
சேரவே எரிந்து நீறாம் (285)

நன்றிது நபியே உண்மை
நாள்தொறும் மாலை நேரம்
துன்றிய பரிதி எங்கே
தரித்திடும் சொல்லீர் என்ன
வென்றிகொண் டுதயம் காட்டி
விரைந்துறு குடபால் ஓடித்
தன்றழல் ஆற அங்கோர்
தடத்தினில் தரிக்கும் என்றார். (286)

ஆதவன் தரிக்கும் அந்த
        அருந்தட வாவி என்றும்
சீதளம் பொருந்தி எங்ஙன்
        இருக்குது செப்பீர் என்ன
நாதனன் பாகத் தோன்றி
        நாளதை விளக்கம் செய்து
போதுறுந் தடமே கோபுக்
        காவெனும் பொருப்பில் என்றார். (288)

(வேறு)

அந்த மேரினுக்(கு) ஆதாரம் ஏதெனச்
சிந்தை கொண்டு தெளிந்தவர் கேட்கவே
உந்தியே எழுந்து ஓர்மலக்(கு) அங்கையில்
சந்தத மும்தரிப் புற்ற தாமரோ. (288)

(வேறு)

கரத்தில்வெற் பெடுத்து வந்த
        கடல்மலக் கிருப்பே திந்த
உரைச்சொலை பகரீர் என்ன
        ஓதும்வே தியர்க டாவத்
தரித்தஇப் புவனம் ஏழு
        தலத்தினுக் கப்பால் என்றே
நரைத்தவட் கிளமை ஈந்தோர்
        நவின்றிட மறையோர் கேட்பார். (289)

(வேறு)

பெருகுசங்கையம் மலக்குநீணிலை
        பேசும்என்றபின் நபிசொல்வார்
ஒருபதம்படு வானில்வைத்தெழு
        வானிலோர்பதம் ஊன்றியே
திருமுகம்வட பாலும்மிக்குள
        முதுகுதென்திசை மீதுமாய்
அருகுதிண்புவி யுகமுடிந்திடும்
        அளவுநிற்பரென ஓதினார். (290)

பானுடு திங்கள் வரலாறு முற்றியது

திருவிருத்தம் 33

பற்பல காரண வரலாறு

மாசணு காத செஞ்சொல்
முஹம்மதே உண்மை வேந்தே
ஆசன மான உண்மை
அருஷினைச் சுமந்து நாளும்
மாசன முடனே நிற்கும்
மலக்குகள் இலக்கம் தானும்
நேசமோ டவர்கள் வாறும்
நிகழ்த்திடும் என்னக் கேட்டார். (291)

பரிந்தவர் கேட்க மிக்க
பயகாம்பர் அருளிச் செய்தார்
அரும்புகழ் அப்துல் லாவே
அருஷினைச் சுமந்து நிற்கும்
பெருங்குழு மலக்கி லக்கம்
பேசிடிற் பெரியோன் அன்றிப்
புரிந்தெவ ராலும் சொல்லப்
போதுமோ போதா தென்றார். (292)

உரைக்கொணா மலக்கின் வண்மை
கேளும்ஒவ் வொருவர்க்(கு) ஆதி
நிரைக்கும்மெய்ச் சிறகோர் பக்கம்
நியமித்த தெழுப துண்டும்
தரக்கநற் சடங்கள் வெய்யோன்
தளங்கிய வடிவே ஆகும்
புரக்கும்அச் சிறகில் ஒன்று
வீழ்ந்திடிற் புவனை மூடும். (293)

சென்னிகள் அறுஷின் கீழும்
திண்பதம் ஏழும் பூமி
தன்னையும் உருவி நிற்கும்
தடப்பெரும் செவிகள் ஒன்றில்
இந்நிலக் கடும்புள் அங்கொன்
றிருப்பின்றிப் பறந்து காதில்
அன்னது மறுகா தேக
ஆயிரம் ஆண்டு செல்லும். (294)

(வேறு)

அந்த மலக்கின் சிலசிரங்கள்
அறவே சிவந்த மாணிக்கம்
உந்து சிரங்கள் சிலமுத்தால்
ஓங்கும் சிலது பளிங்கதனால்
நந்தல் இலாத சிலசிரங்கள்
நானா விதகஸ் தூரியினால்
கொந்து செறிகற் பூரத்தால்
குலவும் சிற்சில சென்னிகளே. (295)

(வேறு)

பெருகிய சடங்கள் வண்ண
பேதமாய் இருப்ப தன்றிப்
பரிவுடன் சிலர்க்குப் பாதி
பனிஒரு பாதி செந்தீ
வரிசைசூழ் சிலர்மெய் பாதி
மண்மறு பாதி தண்ணீர்
இருபுறம் அந்த வாறாய்
இருப்பர்எப் போதும் தானே. (296)

ஆதிதன் பொருட்டால் அந்த
அப்பைமண் அருந்தி டாது
காதிய மண்ணைத் தண்ணீர்
கலந்துறக் கரைத்தி டாது

சாதகப் படச்செந் தீயைத்
    தண்பனி கொன்றி டாது
தீதுடன் பனியைச் செந்தீச்
    சினத்துடன் வாட்டிடாதே. (297)

ஒன்றைஒன் றடரா வண்ணம்
    உடையவன் வல்ல பத்தால்
வென்றிகொண் டாதி நாமம்
    விளங்கவே ஓதி நிற்பார்
என்றபின் அப்துல் லாதான்
    எழுந்திற சூலைப் போற்றி
நன்றிது சொன்னீர் உண்மை
    வேறினி நவிலும் என்றார். (298)

(வேறு)

வரிசைகொண் டிந்நிலை மலாயிக் கத்தெலாம்
அருஷினை எடுத்தவா றருளும் என்னவே
பிரிசமோ டிவர்களைப் பெரிய வன்படைத்(து)
உரைசெய்த வாறினை ஓதக் கேண்மினே. (299)

பகர்ந்தஇம் மலாயிக் கத்தைப்
    படைத்தினி(து) இருத்தி வைத்தங்(கு)
உகந்துள கலிமா தன்சீ(கு)
    ஓதும்என் றுடையோன் விள்ள
அகன்றிடா தேழு பத்தின்
    ஆயிரம் ஆண்ட தாக
புகழ்ந்தநா அமர்ந்தி டாமல்
    புரிந்தவர் ஓதல் உற்றார். (300)

ஓதிய பொருட்டால் ஏகன்
    உரைக்கொணா பலத்தை ஈந்தான்
தீதற எடுத்துத் தங்கள்
    திருமுடி மீதே கொண்டார்

தாதுறும் அருஷைத் தாங்கும்
தகைமையால் அவர்கட் கென்றும்
தீதுறும் இடைவ ருத்தம்
சிந்தித்த தில்லைத் தானே. (301)

இப்படி அருஷைத் தாங்கி
எடுத்துள மலக்குக் கெல்லாம்
மெய்ப்புடன் ஒருதோள் விட்டு
விரைந்தொரு தோளிற் செல்ல
வைப்புறும் முன்னூ றாட்டை
வழிநடை உண்டென் றோத
ஒப்புடன் புகழ்ந்து நின்றங்(கு)
உவந்தபு துல்லா சொல்வார். (302)

(வேறு)

கனியாகிய மொழிஉண்மை
கணித்தீர்இற சூலே
துனியாவினைத் துனியாவெனும்
தொகைஓதிடும் எனவங்(கு)
இனியாமொழி நிலையானவர்
இவைஓதிட நபிதாம்
இனியானவன் அருளால்உரை
தகும்என்றிட மொழிவார். (303)

(வேறு)

உண்மைகொண் டமைத்த சொர்க்கம்
உயர்ந்துமேல் ஆகை யாலும்
தண்மைகொண் டமைத்த செந்தீ
நரகம்கீழ்த் தாழ்கை யாலும்
நன்மைகுன் றுநர்க்கு வாழ்வு
நரகத்தில் ஆகை யாலும்
தின்மைகொன் றவர்க்கு வாழ்வு
ஜென்னத்தில் ஆகை யாலும் (304)

எய்யவே இரணம் என்பால்
இருந்துற வருகை யாலும்
வெய்யதோர் நன்மை தின்மை
விளைந்திடும் தலத்தி னாலும்
பொய்யுள்ளார் மெய்உள் ளார்க்குப்
பொதுநிலம் இதுவே ஆன
செய்கையால் துனியா வென்று
செப்பினன் இதனை என்றார் (305)

(வேறு)

வரிசை நபியே உண்மைசொன்னீர்
வகுத்தோன் கியாமத் எனுநாளைப்
பரிசு பெறவே கியாம(த்)தெனும்
பயனே தெமக்குப் பகரும்எனச்
சுருதி அறிவின் நெறிகருதும்
சூதர் பெருமான் இவைகேட்க
ஒருசொல் உடைய நபிஇறசூல்
உவந்தே அதனை உரைத்திடுவார். (306)

(வேறு)

இந்தநாள் புவனை யாண்டிங்
கிறந்துள படைப்பை எல்லாம்
அந்தநாள் சிதறா வண்ணம்
அவரவர் கபுறி னின்று
நந்திடா தெழுப்பி நாயன்
நன்மையும் தின்மை தானும்
முந்தவே கேட்கும் அந்நாள்
மொழிகுவர் கியாமத் என்றார். (307)

இம்மொழி இறசூல் கூற
இபுனுச லாம்மீண் டின்பச்
செம்மல்நன் னபியே உண்மை
செப்பினீர் வேறிங் கன்பால்

பம்மிய புவனம் வானம்
படைப்பதற் கிசைந்த நாளும்
தொம்மென முதலும் ஈறும்
தொகுத்திடும் என்னக் கேட்டார். (308)

(வேறு)

முதல்துவக்கம் ஞாயிறாம்
முடிந்தநாளே வெள்ளியாம்
உதித்தஇந்த நாளோராறின்
உம்பர்இம்பர் உளதெலாம்
இதைத்துவர்க்கம் என்றுவைக்கில்
ஏங்கிலான் இரங்கிலான்
அதினமைத்த வாதியாம்பின்
ஆனதென் றறைந்தனர் (309)

(வேறு)

குதாஅரு ளாலே யாங்கள்
குறித்துள மசலா ஒன்றும்
கதாஇலா துண்மை சொன்னீர்
கருதியே வேறிங் கோதும்
பிதாவினும் பிள்ளை மூர்க்கம்
பெற்றுறு தந்தை தன்னைச்
சதாஊறும் கோல தாகச்
சதிசெயும் அதுஏ தென்றார். (310)

(வேறு)

இரும்பு பிறக்கும் கல்லிடத்தில்
ஈடு படுத்தும் இரும்புகல்லைப்
பொருந்த உருக்கை இரும்புபெறும்
பூண்ட இரும்பை உருக்கறுக்கும்
திருந்த நெருப்பை உருக்கீனும்
செய்ய உருக்கைத் தீவாட்டும்
வருந்தும் பிதாவின் பிள்ளைமிடுக்
காகும் மசலா இது என்றார். (311)

(வேறு)

அங்கியின் மிடுக்கே(து) இங்ஙன்
அருட்செயும் நபியே என்னப்
பொங்கிய புனல்அ தென்றார்
புனலினின் மிடுக்கே(து) என்ன
இங்கிவர் ஊதை என்றே
இயம்பிட அப்துல் லாதாம்
துங்கநன் னபியே உண்மை
என்னவே தொகுத்துச் சொல்வார் (312)

அரும்பற வைக்குள் ஒன்றை
அந்தரப் பட்சி என்பார்
திருந்தவே அந்தப் புள்ளின்
செய்கைஎ துரையீர் என்னத்
துரிந்தநேர் அப்துல் லாவே
சொன்னஅப் பறவை நாளும்
வருந்துவா னினும்இ ராது
மண்ணினும் தரித்தி டாதே. (313)

(வேறு)

வெள்ளைநிற மெய்ப்புரவி மேனிவடி வாகும்
உள்ளமகிழ் மாதர்குழல் ஆகுமதன் ரோமம்
துள்ளிஎழும் அப்பறவை சூல்உளைந்து முட்டை
எள்ளலற விட்டவுட னேசிறகின் ஏற்கும் (314)

(வேறு)

சிறகினில் ஏற்று நாளும்
சிந்திடா(து) அடையே காத்துக்
குறைவறப் பொரிவ தாகிக்
குஞ்சும்அப் படியே நாளும்
இறைதனைப் பணிந்து போற்றி
இருப்பும்அந் தரத்தே யான
முறைமையால் அந்த ரப்புள்
எனுமொழி பெற்ற தென்றார். (315)

(வேறு)

அகில மீதடிப் பாறணை யாகவே
திகழ மெய்ப்பணி செய்த தலத்தினைச்
சகல நூலுரை சாற்று தபோதனர்
புகலும் என்னப் புகழ்இற சூல்சொல்வார் (316)

(வேறு)

காந்த மலைக்கீழ்த் தொடும்இரும்புக்
கம்பம் எனவே குதாஅருளால்
ஏந்து பைத்துல் மகுமூறு
என்னும் சேணிலைப் பள்ளியின்கீழ்ச்
சேந்த சிவணிட் டொருநேராய்ச்
செய்ய புவிக்கு நடுத்தலமாய்
மாந்தர் வணக்கம் செய்யநின்ற
மக்கா வடிப்பா றணைஎன்றார். (317)

வரையைப் பிளந்த காரணரே
மதியை வகிர்ந்த மன்னவரே
நரையைத் துரந்த இறசூலே
நரருக் குயர்ந்த நாயகமே
ஷரகிற் பொருளே கத்தீபே
தக்கோர் போற்றும் தமனியமே
உரையில் சலவாத் துல்லாவே
உண்மை இனிவே(று) உரையும் என்றார். (318)

(வேறு)

கருதிஒரு நாட்பொழுதைக் கண்டநிலம் ஏதென்(று)
ஒருவன்அரு ளால்அப்துல் லாஉவந்து கேட்கச்
சுருதிஇற சூல்உவரி தோய்ந்தநிலம் என்றார்
அருவியது கண்டவர லாறுரையும் என்றார் (319)

(வேறு)

காசாக் கம்செய்யும் பிருவூன் கலகத்தால்
மூசாப் பயகாம்பர் முன்னீர் இடைபுகவே

ஆசாத் தடியால் அடித்தார்ஈ ராறுவழி
ஊசாப் பெருங்கடலின் உட்புகுந்து கொண்டதுவே (320)

(வேறு)

பன்னிரு வழியதாய்ப் பகுந்த ஆழியின்
அந்நிலம் அதனிலின் அருணன் எய்தினான்
நன்னெறி உடையநம் மூசா நடந்தனர்
பின்னிடை தொடர்பிரு வூனும் மாண்டனன் (321)

(வேறு)

ஏருலாவும் திருப்புயரே
இறசூலே உண்மைசொன்னீர்
தாருலாவு கொடைக்கினிய
தந்தையின்றித் தாரணியில்
சீருலாவும் மாதாவின்
திருவயிற்றில் அவதரித்துப்
பேருலாவப் பிறந்தவரைப்
பெயர்ந்துரையும் எனக்கேட்டார். (322)

மைக்காவிக் கண்ணார்
பைத்துல்முகத் தீசினுக்கு
மிக்கான குற்றேவல்
செய்கின்ற பீமரியம்
தொக்காய்ப் புனல்ஆடித்
தூய்மையுடன் மீளுகையில்
திக்காளும் நாயன்ஜிபு
ரீல்வந்தங் கெய்தினரே. (323)

(வேறு)

திருவுந்துபீ மரியம்திரு
எதிரேஜிபு ரீல்வந்(து)
அருள்கொண்டவர் திருமுன்கையின்
அணிசட்டையில் ஊதக்

கருஉந்திய துடன்அம்புவி
காணும்படி சூலாய்
இருபங்குடன் அனையீன்றவர்
ஈசாநபி என்றார். (324)

(வேறு)

ஓகோ நபியே உண்மைசொன்னீர்
உவரிக் கடலிற் கபுறொன்(று)
சாகா துலவித் திரிந்ததைதைச்
சாற்றீர் எனவே தியர்கேட்க
நாகா சிரத்தைப் பொருதழித்தோர்
நயந்தே யூனுசு நபிஎன்றார்
வாகாய் யூனுசு நபிகபுறாம்
வகைஏ தென்றார் மாமறையோர் (325)

அல்லா எனயூ னூசுநபி
அலைசேர் ஆழி படைப்பான(து)
எல்லாம் காணக் கிருபைசெய்வாய்
என்றார் உததிச் சாளரமீன்
கொல்லா தவரை எடுத்தருந்திக்
கொண்டே உலவி நாற்பதுநாள்
செல்லா உவரித் தலத்திலுள்ள
தெல்லாம் காணத் திரிந்ததென்றார். (326)

(வேறு)

ஆலமதைப் பருகிஇறைக்
கானநபி ஆனவரே
கோலமருத் திண்புயரே
கோமானே உண்மைசொன்னீர்
நாலுநெருப் புண்(டு)அதனின்
நானாவி தங்களெல்லாம்
ஓலமுறக் கூறுமென
ஒவ்வொன்றாய்க் கேட்டனரே. (327)

(வேறு)

அதிலொரு நெருப்புத் தண்ணீர்
அருந்திடும் உணவுண் ணாது
மதிகொடே ஏதிங் கென்ன
மரத்தினின் நெருப்ப தென்றார்
எதிர்மனு வொடுவெற் பங்கே
எரியுணும் அதுஏ தென்ன
நதிஉகிர் ஒழுகச் செய்தோர்
நரகத்தின் அங்கி என்றார். (328)

(வேறு)

நன்றொரு நெருப்புணவு நாரம்உணும் அதுஏ(து)
என்றவர் உரைக்கஉத ரத்தின்அழல் என்றார்
ஒன்றுபுனல் உண்கலும் உதாரசனனை இப்போ
கன்றலற மோதுமெனக் கற்றழல்அ தென்றார் (329)

(வேறு)

மன்னபியே உண்மைசொனீர் மாபைத்துல் மகுமூறு
என்னும்உயர் பள்ளிஇருக் கும்இடம்ஏ தெனவே
உன்னியநா லாம்வானில் உண்டதன்நே ராயிவணில்
துன்னுகியா மத்உளதாம் என்றார்துணிந் திறசூல். (330)

மண்தரைக்குள் ஏறாது வானிலிருந் தோடாதங்(கு)
அந்தரத்தில் ஓராறுண் டதுஎமக்குக் கூறுமென
சுந்தரத்தோள் இபுனுசலாம் சுருதிவழி யேகேட்க
விந்தமலர்ப் புயத்திறசூல் மெய்யினில்வெப் பென்றனரே (331)

பொய்யானது துனியாவில்
பூணாமல் புகழ்படைத்தீர்
கையாத ஈமானாம்
கரும்பெவர்க்கும் விரும்பல்செய்தீர்
எய்யாமல் யாங்கள்உம்மை
யேதுமலைந்து கேட்டதெலாம்
மெய்யாக உண்மைசொன்னீர்
வெற்றிஉமக்கே யெனமொழிந்தார் (332)

(வேறு)

மகரமொடு உரைசெய்த முகம்மதரே வறிஞர்கள்
அருள்பெற வருமுகிலே
ஜெகதலம் இலகிய புகழ்நபி நூஹு
செகுத்துள நாவாயின்
அகலமும் உயரமும் நெடிமையும் அதினுறும்
அணிபல கையின்வாறும்
புகலிடும் எனமறை யவரிவை சொலநபி
புதுமைகொண் டதைஅருள்வார். (333)

(வேறு)

சலதிப்பிர ளயமீதிடை தங்கப்பெரு வங்கப்
பலகைக்கொரு நபிபேரவர் எழுதிப்பணி செயஅங்(கு)
இலகப்புவி நபிபேருள தெல்லாம்பல கையின்மேல்
நிலைபெற்றபின் னேவங்கமும் நிறைவேறினதென்றார். (334)

(வேறு)

மீளவும்ஒரு பலகைநாலில்
விதித்தவன் எழுதச்சொல்லினன்
நாளபங்களில் ஆதிறைஞ்சிய
நான்குயார்கள்தன் நாமமும்
பாளயம்பெற வேவரைந்து
பணிபடுத்திய பலகையை
வேளயங்கொடு சேர்த்தபின்னிடை
மிக்ககப்பல் மிதந்ததே (335)

மிதந்தகப்பலுள் ளோரும்நூகுவும்
வேறுதீவினை யின்றியே
மதந்துளித்தெழு வாந்தமேல்வரு
வண்மைகொண்டிறை அருளுவான்.
பதந்துளித்துள யார்கள்பேர்அணி
பலகைநான்கும் இலாதிடில்
அதிர்ந்தகப்பலும் நீரும் அப்பினில்
சேரவேமடி படுகுவீர். (336)

நல்லதாலநபி யேஉரைத்ததுமெய்
நாயன்நூகுநபி கவும்அவர்
சொல்லிலேஒழுகி லாததால்வெகு
துஆச்செயப்பெருகும் அப்பினில்
எல்லைகாணஅரி தானகாலைதனில்
எங்கும்ஓடிய மரக்கலம்
வல்லநாயன்அருள் பெற்ற வாழ்வுபெற
வந்துசேர்ந்ததலம் ஓதிடீர். (337)

(வேறு)

நாவாயது தங்கும்தலம் ஏதென்றிட நபிதாம்
கூபாநகர் சேர்ந்தவ்விடம் விட்டேகுறை வின்றிக்
காபாவிடை சென்றங்கெழு காலும்பிதிர்க் கணமாய்
தீவாமலை ஜூதிஎனும் சிரம்சேர்ந்துள தென்றார் (338)

எங்கோன்இற சூலேஎன துயிரேஉயிர் உறவே
மங்காநிலை யோர்வாழ்வினின் வாழ்வேமதி யுடையீர்
செங்கோல்அர சேஉண்மை தெளிந்தேஉரை செய்தீர்
தங்காமல்இன் னம்வேறொரு மசலாவுரை தாரும். (339)

(வேறு)

தாரார் பனிஇசு றாயீல்கள் தமரில்
பாரோர் போற்றிய பன்னிருவ கையோரில்
ஈரா றூற்றில் இரும்புனலை உண்ட
வேரார் ஊற்றை எமக்கருளும் என்றார். (340)

(வேறு)

வடித்தமும் மறையோர் கூறும்
என்னவே மகிழ்ந்து கேட்கக்
கடித்தலூ் ஆசா வாலே
கல்லொன்றில் மூசா அன்றங்(கு)
அடித்தபோ தீரா றூற்றாய்
அருவியாய்ப் பொங்கு நீரைக்
குடித்துவீ றானா ரென்னக்
குருநபி அருளிச் செய்தார். (341)

(வேறு)

இறையொரு தூது விடுத்தனன் அத்தூ(து)
இமையவ ருக்கும்அல
உறைபயில் ஜின்பரி மானிட ருக்கல
உரையும்எ வர்க்கெனவே
மறையவர் கேட்டபின் நபிஇற சூல்உயர்
வண்செறி செந்தேனில்
செறிபிர சப்பால் உரைசெய்த தூதுயர்
ஜெபுறயீல் என்றனரே. (342)

(வேறு)

பின்னையும் ஒருதூது ஏகன்
பேருல கத்தின் விட்டான்
மன்னுஜின் பரிக்கும் அல்ல
வானவர் மனுக்கும் அல்ல
உன்னிய பறவைக் கல்ல
ஊர்வனம் விலங்குக் கல்ல
இன்னவை யாருக் கென்றார்
இம்மொழிக்(கு) இறசூல் சொல்வார். (343)

(வேறு)

அலங்கல் தோயும்மூ சாநபி தம்மையே
இலங்கு சென்னியில் ஏற்றிக் கொள்மென்னவே
விலங்கு தூருசி னாமுன் விரைந்திறை
செலெனத் தூது ஜெபுறயீல் எய்தினார். (344)

(வேறு)

தூதுவந் துரைக்கக் கேட்டுத்
தூருசி னாவெற் பின்மேல்
போதமாய் மூசா தம்மைப்
போற்றிசெய் தேற்றிக் கொண்டு
நீதியாய் நின்றார் அப்போ
நித்தனோ டவரும் பேசிச்
சோதிசேர் தவுறாத் தென்னும்
சுருதியைப் பெற்றார் அன்றே. (345)

(வேறு)

ஓசை நபியே உண்மைசொன்னீர்
உடையோன் ஒருகோற்(கு) உயிர்கொடுத்தான்
நேச முடன்அக் கோலேது
நிகழ்த்தும் எனவே தியர்கேட்க
வீசு புகழ்சேர் நபிஇறசூல்
வேதக் குழுவின் சபைநடுவே
ஆசை உயிர்பெற் றதுமூசா
ஆசாக் கோல்என் றருட்செய்தார். (346)

(வேறு)

அஞ்சுநூறு வருடத் தின்வழி யானதொலையை
மிஞ்சஏகி ஒருநா ளதனில் மீளுமவரார்
இஞ்சொல்ஆல நபியே அருளும் என்னஇறசூல்
துஞ்சிலாத அருணன் என்றவர் தொகுத்து மொழிவார் (347)

(வேறு)

மூச்சுவிடும் நாள்தொறு முயங்கும்உயிர் இல்லை
பேச்சுமிலை ஏதிவை பெயர்ந்துரையும் என்ன
ஓச்சமுறு நன்னபியும் உற்றுலகு காண
வீச்சமுறு கீழ்பால் வெளுப்பதென விண்டார். (348)

ஏதுக்குமா காததொன் றுண்டதுவும் ஏதெனவே
வாதுக்கு வந்தமறை யோர்கள்கேட் டிடவே
தாதுக்கு வந்தநபி தம்பிரான் ஏவுநல்
தூதுக்கு வந்தோர் துனியாவெனச் சொற்றார் (349)

பற்பல காரண வரலாறு முற்றியது

திருவிருத்தம் 59

சொர்க்கத்தின் வரலாறு

நறைதுன்றிச் செறியும் வாழ்வும்
    நாடொறும் அழிவில் லாதாய்
நிறைவன்றிக் குறையொன் நில்லா
    நிகுமத்தொன் றுண்ட தேதிங்(கு)
அறையும்பொற் சரணக் கோவே
    என்றபு துல்லா கேட்க
மறைதுன்றிப் பரிந்தே ஓதும்
    மன்னபி அருளிச் செய்வார். (350)

(வேறு)

நந்திடாச் சொர்க்கமோ நரக மோஇறை
முந்தவே படைத்ததை மொழியும் நீரென
அந்தமே வியநபி அருளு வார்முதற்
சிந்தையால் சுவர்க்கமே திருட்டித் தானென்றார் (351)

(வேறு)

துய்யமாநக ரானசொர்க்க
    சுகத்தையோநர கத்தினில்
ஐயமானஅ தாபையோஇறை
    அதிகமாக அமைத்தனன்
உய்யஓதிடும் என்னவேஇனி
    உண்மையாகிய ஜென்னத்தின்
மெய்யதான சுகத்தையேநித்தன்
    மிகப்படைத்தனன் என்றனர். (352)

(வேறு)

மன்னவ ரேகுரு வானவ ரேகலி
மாவில் வரும்பேறே
பன்னக மாமுடி மீதினில் ஏறிய
பண்பின ரேபரிவே
சொன்னதெல் லாம்உள்ள துண்மைய தாமிறை
தூதிற சூல்நபியே
இன்னமு நீர்சில மாமச லாவை
எடுத்துரை செய்தருள்வீர் (353)

சொர்க்கமும் இன்ன தலத்திடை என்றுரை
சொல்லி அதற்குரியோர்
வர்க்கமும் அந்நகர் வாழ்வும் அதிற்செறி
வண்மையும் உண்மைகொடே
நிற்க உரைத்திடும் என்றபு துல்லா
நீதிகொ டேமொழியச்
சற்குண மான முகம்ம(து) அலைகிஸ்
சலாமே எடுத்தருள்வார். (354)

வானகம் ஏழும்அ லாததின் மேலுயர்
வண்மை மிகுத்துளதாய்த்
தானவ னானவ னேஇரு நான்கு
தலம்பெறு சொர்க்கம்அதில்
தேனதி பாய வகுத்தனன் இவையொரு
சீரிய வர்க்கமதில்
ஈனம் இலாவகை யாக நிறுத்திய
வாசலும் எட்டுளதே. (355)

(வேறு)

ஓங்கிய வாசல் ஒவ்வொன்
றுயரம்ஆ யிரம்ஆண் டுண்டும்
தீங்கிலா அகல வீதி
சிறந்தஆண் டைந்நூ றுண்டும்

ஆங்கதின் பீகம் பூட்டி
அணிமணி வாயில் காத்துப்
பாங்கினால் இருப்பர் என்றும்
பண்புடன் இமையோர் தாமே. (356)

(வேறு)

வீதிவயி ரப்படிகள் மிக்கநிலை செம்பொன்
சோதிமணி முத்திலகு துய்யசுழி சுற்றுப்
பேரதிகை பரப்புகதிர் பொங்குபுட்ப ராகம்
சீதகத வத்தனையும் செம்பணிகள் என்றார். (357)

(வேறு)

குறித்த தாள்கள் நீலம் பூட்டுக்
குலவும் பச்சை மரகதம்
செறித்த கோல விசித்ர மேவும்
ஜென்னத் தான நகரெலாம்
பிரித்த வீதி வளைய நேகம்
பேசும் அந்த வளைவிலோர்
மறித்த சோதி வளைவில் உள்ள
வான்க விந்த வட்டமே. (358)

வான்கவிந்த வட்டமான வளைவதெங்கும் அளவிலாப்
பான்கவிந்த புரிசைசூழப் பரமசாள ரங்களும்
தேன்மலிந்த சாலையும்தெ ருச்சிறந்த வீதியும்
கான்கவிந்த சோலையும்க லந்துவாடை வீசுமே. (359)

(வேறு)

ஆதித்தன் உதயம் மிக்க
அவனியில் உள்ளோர் தங்கள்
தீதற்ற பார்வைக் கெய்தும்
செங்கைபோல் சேணியில் வட்ட
வீதிபொற் புரிசை சூழும்
மெய்வளை யொன்றில் வாழும்
கோதற்ற மடவார்க் கெல்லாம்
கொழுநர் தோற்றரவு தானே. (360)

(வேறு)

தத்தியவயிரத் தால்அமைத்த
    சமயமண்ட பங்களும்
வித்துருமத்திற் சோடாயமைத்த
    வேரிவீசும் மாடமும்
கொத்தணிநீலத் தால்அமைத்த
    கோலமேவு கூடமும்
சித்திரபச்சை மேடையும்
    சிறந்திலங்கும் எங்குமே. (361)

(வேறு)

மங்காத மாணிக்க மாளிகை அநேகம்
    மாறாத சோதிமுத்து மாளிகை அநேகம்
சிங்கார பச்சைவெள்ளி மாளிகை அநேகம்
    சீரான மெய்ப்பளிங்கு மாளிகை அநேகம்
வங்காரச் செம்பொனணி மாளிகை அநேகம்
    மாமரக தத்தின்ஒளி மாளிகை அநேகம்
செங்கோல் பரப்பொளியின் மாளிகை அநேகம்
    சித்திர முகப்பொடறை வைத்துள தநேகம். (362)

(வேறு)

பஞ்சணையின் மெத்தைமலர்
    பாயலொடு தூங்கு
மஞ்சனம ணிக்குருசும்
    வாடைவெளி ஆடை
மிஞ்சுகதி ரத்னமணி
    மேவரியா சனமும்
வஞ்சமற வேஇருக்கும்
    மாளிகைகள் தோறும். (363)

(வேறு)

மரகத கம்பமறா வாழை மாணிக்கமுகும்
கரவற வித்துருமக் கால்கள் செறிப்பதுவும்
பரவிய வெண்தரளப் பாளை விரிப்பதுவும்
திரள்மணி மாணிக்கத் தீபம் இருத்துவதும் (364)

சுந்தர பொற்கிரணத் தோரண வீதிகளும்
சந்திர மெய்த்துவசம் தாவும் நிழற்சரிவும்
மந்தர மொத்தமணி மாட விளக்கமதும்
அந்தர நித்தியகல் யாணம் எனத்தகுமே.   (365)

(வேறு)

இப்படி ஒன்றினொடொன்(று)
    இணையற மாளிகையை
மெய்ப்போ டமைத்ததெல்லாம்
    வீணுல கத்திலுள்ளோர்
செப்பமு டன்தொழுதே
    செய்திடும் நன்மைநலத்(து)
ஒப்புர வைக்கண்டே
    உற்றவ ருக்கருள்வான்.   (366)

(வேறு)

சீரான இத்தகைமை சேர்ந்தபடி யாலே
பேரான சொர்க்கநகர் பெண்ணிருக்கும் வீடாம்
மாராய பூமிமண வாளர்மனை யானால்
நேராய் அவர்க்கருளும் நீள்பரிசம் சொல்வாம்.   (367)

(வேறு)

நாயனேவலை நாடி இருப்பதும்
    நாட்டுநான்மறை நல்வழி செல்வதும்
நேயமான ஹலாலை உவப்பதும்
    நீதிமேவி அநீதி அசப்பதும்
காயமேகு மவனைந் துநேரமும்
    கத்தனைத்தொழும் காரியத் தாரையும்
ஆயுநோன்புசக் காத்திவை ஈயலும்
    ஆகும் அம்மட வார்க்குப் பரிசமே.   (368)

(வேறு)

இப்பரிசம் ஈயுமவர்
   இதயமிக மகிழ
மெய்ப்பரிய மங்கையர்கண்
   மெய்யழகு மிக்க
செப்பரிய ஆபரணச்
   சீதனச் சிறப்பும்
ஒப்புரவோ டத்தனையும்
   ஓதும்எமக் கென்றார்.   (369)

(வேறு)

உம்பர்மா மடவார் வாழ்வும்
   உவமைமெய் அழகு தானும்
இம்பர்மீ தோதும் நீதி
   இயல்அபு துல்லா கேட்க
நம்பர்மான் ஈமான் நல்கி
   நன்னெறி நடத்து நேர்மை
அம்பர்மான் மதம்தோய் அங்கத்(து)
   அகுமதர் அருளிச் செய்தார்.   (370)

மாதிலா மனைபாழ் என்னும்
   வழமைமுன் அறிந்த நாயன்
கோதிலா அடியார்க் கின்பம்
   குலவியே சிறப்புண் டாக்கி
வீதிசூ ழிகையிற் சோதி
   விளங்குமா ளிகைகள் தோறும்
தாதுசூழ் ஹவ்வா ஆதம்
   தமைப்படைத் தமைத்தல் கேண்மோ   (371)

(வேறு)

மையை முகிலைச் செருகறலை
   வாசக் கடுக்கை சைவலத்தைத்
தொய்ய வெருளப் பொருதுநறாத்
   தோய்ந்து களபச் சாந்தணிந்து

ஐயம் அறநெய்த் திருண்டெழுப
தாயிரம் பின்ன லாய்ப்பிரித்து
வெய்ய கிரணச் செழுநீலம்
இலங்கும் அலங்கற் சுரிகுழவார். (372)

(வேறு)

ஆய்ந்துள பின்னல்ஒன் றவிழ்த்தி டிற்கதிர்
பாய்ந்துள பருதிசூழ் பௌவ லோகமும்
தோய்ந்திடும் இருளினால் சுடர்ள ரிந்துவிட்(டு)
ஓய்ந்துள இல்லமாம் என்ன ஓதினார். (373)

(வேறு)

கஞ்சணி கயலை ஓட்டிக்
காலனைக் கடிந்து நீல
நஞ்சணி அமுதம் தேக்கி
நயனம்உட் சிவந்தீ மானை
நெஞ்சணி யாதார் தம்மை
நேருற நாட்ட மான
மஞ்சணி ஆலி செங்கை
வாளினம் கொடிய கண்ணார். (374)

(வேறு)

அட்டிடாக் கனகபணி நாற்பதினா
யிரம்வகைஆ பரணம் பூண்டு
மட்டிடா அழகெறிக்க எழுபதுபூந்
துகில்புனைந்து வாசம் வீசி
விட்டிடாக் கனங்குழல்தொட் டெடுத்துமுடித்
திருக்குமந்த மின்னார்க் கென்றும்
தொட்டிடா அஞ்சனமை சுருக்கெழுதி
இருக்கும்விழி சுற்றும் தானே. (375)

(வேறு)

வடுவற மாதர் அங்கை
வாள்உகிர் அனைத்தும் சோதி
அடுச்சி தரளத் தாலே
அமைத்தனன் அவனி மீதே
கடுகள வுலகிற் காட்டிற்
கதிரொளி அதனால் இம்பர்
வடுகொலை இடியைக் கண்ட
மஞ்ஞைபோல் அயர்ந்து வீழ்வார். (376)

(வேறு)

புளகித் திருகிப் புடைத்தெழுந்து
பூரித் தடிகொண் டிறுமாந்தங்(கு)
இளகிக் குழைந்து குணம்இரண்டாய்
இருகண் கறுத்துப் பணைத்தோங்கிக்
களபக் கதம்பச் சேறணிந்து
கரடத் திரிகடப் பால்பொதிந்தே
அளவுக் கடங்காத் துயர்விளைக்கும்
அமுதச் சுமுகக் கனதனத்தார். (377)

(வேறு)

வித்துருமம் என்னமது ரத்தொடமு தக்கனியை
மேவும் இதழார்
முத்துநிரை யைச்செறிமு ருக்கையைநெ ருக்கெயிறின்
முல்லை நகையார்
சித்திரம திப்பிளவெ னச்சிலைஎ னக்குலவு
செய்ய நுதலார்
குத்திர மதர்த்துள விழிச்சியர் அனப்பெடை
குலாவு நடையார். (378)

குங்கும கதம்பமக ரந்தம் திருந்தெதிர்
குலாவு குமிழும்
திங்களென வீசுமுக மும்கிரண பொற்பணி
சிறந்த குழையும்

இங்கவனி யிற்குழல் அங்கவர்க ளுக்கிணைகள்
    இல்லை யெனுமா
மங்கையர்கள் மின்பட மருங்கொசிய நன்றுலவு
    மாதர் அரசாம். (379)

(வேறு)

நிலாவிரிய வானக வி(ல்)லாமென நிறைந்தே
பலாய்குபி ரில்லாதஅறி வாளர்குழு மீதே
உலாவிய விலோசனம் உறுங்கணை தொடுத்தே
குலாவுகுமி ழோடுறைசெய் கூடுபுரு வத்தார் (380)

(வேறு)

மருக்கான கத்திடை தழைச்சோர்வு பட்டுழலும்
    மரங்க ளுடனே
நெருக்கான என்புகள் உயிர்ப்போன தஞ்சடம்
    நிறைந்த உயிராய்
இருக்கான தென்றுஅவ னிக்கே இருந்தவர்
    யாவர் எனினும்
உருக்கான நெஞ்சுகல் இருப்பான நெஞ்சையும்
    உருக்கு மொழியார். (381)

(வேறு)

செங்களப கற்பூர சிந்துரம் இலங்கப்
பங்கய பதத்தணி பணிச்சிலம் பொலிக்கக்
குங்கும நிறத்தொடு குலாவுமட மாதர்
அங்கமது கஸ்தூரி யாகமணம் வீசும் (382)

(வேறு)

முண்டக பாத சோதியும்
    மோக கலாப சாய்கையும்
அண்டிய கேச தாசமும்
    ஆலிலை ரோம ரேகையும்

பண்டொரு நாளும் கண்டிலாப்
        பாவையர் கோல மானதைக்
கண்டு குலாவ ஆயிரம்
        கண்கள் கொள்ளாது காணுமே. (383)

உண்டிலை யான வஞ்சியு
        முற்கலை மேவு வாழையும்
விண்டமு தூறு மூரலும்
        வேயை முனிந்த தோள்களும்
மண்டொளி வீசு பூகமும்
        வாலிப மாதர் கோலமும்
கண்டுகு லாவ ஆயிரம்
        கண்கள் கொள்ளாது காணுமே. (384)

(வேறு)

இவ்வகை அழகெ றிக்கும்
        எழில்செறி ஹூருல் ஈன்கள்
பௌவமெய் உலகை ஆண்டு
        பலவகை கணக்கும் தீர்ந்தங்(கு)
ஔவியங் களைந்தீ மானை
        அணிந்துசொர்க் கத்தை ஆள
வெளவிய செவ்வி யோர்கள்
        வரும்பெரும் பவுஞ்சைக் காண்பார். (385)

கருத்தினால் வரவு கண்ட
        ககனமா மடவார் உள்ளம்
வருத்தவே பிரிந்த கேள்வர்
        வரவுகண் டணங்கு போலும்
திருத்துமா மழையைக் கண்ட
        செழுந்திறல் பயிரே போலும்
பருத்திபோற் றிருந்தக் கண்ட
        பதுமமே போலும் ஆவார். (386)

(வேறு)

கச்சணி கொங்கைகள் பேரணியாகக்
காதள வாய்விழி தரவடி ஓடச்
செச்சை நறுங்கள பத்தொடை மேவும்
சீரிய வார்குழல் சாமரை வீச
அச்சொ டெழுந்த மதிக்குலம் என்ன
அன்ன மெனப்பிடி யென்ன அசைந்தங்(கு)
எய்ச்சி மெலிந்த மருங்கு தள்ளாடி
ஏந்திழை யார்எதிர் கொண்டு நடப்பார். (387)

அதிவித கிரணப் பரிபுரம் அலர
அயில்விழி மகரக் குழையுடன் இடற
மதிவத னப்ரபை யொடுதொடி தருண
மணிஅணி பணியில் இளவெயில் பரவ
எதிரிணை முலைகள் புளகிதம் எறிய
இடையுறும் இரியும் எனஇருள் சரிய
முதிரிடும் மயல்கொள் அனமென உலவி
முடுகுவர் ஹூறுல் ஈனெனு மவரே. (388)

(வேறு)

அழகாக எதிர்கொண்ட ஹூரானி மடவார்
ஆதார மாதர தீதாறு கண்டே
பழகாத மணவாளர் தனையா ளறிந்தே
பாங்காக நீங்கா சலாம்கூறி நின்றே
குழலாட அணியாப ரமணமாட மிகவே
கொண்டாடி நின்றாடக் கண்டாசை கொண்டே
சுழலால விழியார்கள் பணிமாறி உளமே
சுகமாக மாராய சோபனம் சொல்வார். (389)

மாராயம் எங்களுடை மணவாள ரேநீங்கள்
வருவீர்கள் எனநீடு வழிமீது விழியாய்
ஆராயு நெஞ்சுகொடு அல்லா(ஹ்)வின் அருளால்
அன்றுமுதல் இன்றளவும் என்றணைவர் என்றே

நேராய் இருந்தோம்ள மக்குதவி செய்தான்
நீங்கள்அதி பாங்கினொடும் ஏங்கலற விண்டே
சீராய் அலங்கரித் தாதரவி னோடே
சிங்கார மெய்யழகு செய்துகொளும் என்றே (390)

(வேறு)

சித்திர தட்டீழ்த் தழகிய கைக்கே
செம்மணியைக் கோலி
வைத்ததின் முத்தா ரத்தை நிறைத்தே
வயிரமிகத் தூவிப்
பத்திபெறச் சூழ் பச்சை மணிக்கே
பவளம்அதில் தோன்றத்
தத்தமு றத்தான் இப்படி ரத்னா
லத்திஎடுப் பாரே. (391)

(வேறு)

ஆலத்தி இட்டவர்கள் வீரப் புயத்தில்அணி
மாலைத் திரட்கள் அணிவார்
பாலுக் கிகத்தகனி தேனொக் கவிட்டினிய
பானத்தை மெத்தி அருள்வார்
கோலக் கருப்பூர பன்னீரத்தர் கஸ்தூரி
கோதற்ற தேசி தறுவார்
சேலொத்த சித்ரவிழி யார்இப் படிக்கருகு
சேவித்து நின்று மொழிவார். (392)

(வேறு)

எங்களையும் இந்தஉல கங்களையும் இங்குளது
யாவும்உயர் வாழ்வும் இதெல்லாம்
உங்களை விரும்பியது கொண்டிறைவன் அன்புடன்
உமக்கென அமைத்த னன்இதை
இங்கினி திருந்துஅதி சுகங்களை அறிந்திட
எழுந்தருளும் என்று மடவார்
துங்கமுடன் நின்றுரை பகர்ந்திடுவர் என்றுநபி
சொல்லமறைச் சூதர் மொழிவார். (393)

(வேறு)

பேதித்த வன்னெஞ்சு தேறப் பதம்சொன்ன
பேறுக் கண் ணால நபியே
நாதித்த வாசாம ஞானத்தை நேராய்என்
நாவிற் சுமந்து கொளவோ
காதத்தில் வீசுதிரு மேனிச் சிறப்பைஎன்
கண்ணிற் பொதிந்து கொளவோ
பாதத்தில் என்னுயிரை ஆலத் தியிட்டுமது
பைம்பொற் பதம்பணியவோ (394)

(வேறு)

நிச்சயம் உரைத்திரது நீதிநபி யேஅறிஞர்
நேசகுரு வே அகுமதே
கச்சகுபி ரைக்களம் அறுத்துநெறி யொக்கவளர்
காரணம் தானகலிமா
மெச்சரிய சொர்க்கநிலம் எத்தனைமண் எத்தலம்
விளங்குபால் எய்துவதெல் லாம்
பச்சென முளைத்துவளர் பூடினம்அ தேதிவை
பகர்ந்திடும் எனப்பகரு வார். (395)

(வேறு)

நிலங்கள் துய்ய வெள்ளியால்
நிறைந்த பூழ்தி மண்ணெலாம்
கலந்த அம்பர் மான்மதம்
கருப்புரப் பரா கத்தால்
இலங்கு நீல மிக்கபுட்ப
ராகசெம் மணிக் குழாம்
மலிந்து வீசும் வெண்மணி
மணற்செ றிந்த வாறிதே (396)

(வேறு)

நாடெல்லாம் செம்பொன்னின் நாட தாம்அதின்
வீடெல்லாம் சுடரம் மணிவீட தாம்உயர்
காடெல்லாம் கனிமலர்க் காட தாம்எழும்
பூடெல்லாம் குங்குமப் பூடென் றாரரோ. (397)

(வேறு)

பெருந்தவா புடையீர் உண்மை
பேசினீர் ஜென்னத் தோர்கள்
பொருந்தவே உணவு யாவும்
புசித்திடும் பொருளால் அங்ஙன்
வருந்திடா வண்ண மேவும்
மலஞ்ஜலம் உண்டோ என்னத்
திருந்தவே மறையோர் கேட்கச்
செல்வநன் னபியென் சொல்வார் (398)

(வேறு)

இன்புறும் அப்துல் லாவே
இயல்செறி சொர்க்கத் தோர்கள்
அன்புற உணவு யாவும்
அருந்தியது அவர்கட் கென்றும்
இன்புறும் மணந்த வேர்வாய்
வெகுண்டெழும் அதுவே அன்றி
மன்புனல் மறுநீர் பாயா
மலமும்உண் டாகா தென்றார். (399)

(வேறு)

சேந்துள குங்கும மாலை மணந்தெழு
சீரிய சொர்க்கமுள்ளோர்
நேர்ந்த பலன்பெற முந்துண வானதை
நீர்அரு ளீரெனவே
பூந்தட னந்தெரி கைப றெனும்பதி
பூண்மறை யோர்மொழிய
வேந்திறை வன்திரு லாஞ்சனை கொண்டவர்
மீன்சினை என்றனரே. (400)

(வேறு)

அந்தச்சினை தங்கும்கயல் ஏதென்றபு துல்லா
சிந்தைக்கிசை கொண்டேமொழி செப்பீர்என நபிதாம்
இந்தப்புவி ஏழும்விடை ரிஷபக்கத முழுதும்
உந்திச்சுமை கொண்டேவளர் உவரிக்கயல் என்றார். (401)

மக்கம்திரு மதினாநகர் வளரும்புகழ் நபியே
ஒக்கும்இது ஹக்குண்மை உரைத்தீர்இரு நான்கு
திக்கும்இர திக்கும்மொழி செப்பீர்இனி வேறென்(று)
எய்க்கும்உறு சொர்க்கத்துள நதிஎத்தனை என்றார். (402)

(வேறு)

ஆறிலா நகரெலாம் அழகிலா தென்றனர்
வேறிலா நீதியால் மேவுசொர்க் கங்களின்
மாறிலா வண்மைசூழ் வளமையால் வைத்ததோர்
ஈறிலா ஆறுநான் குண்டென் றியம்பினார். (403)

(வேறு)

நீதிஆறு நான்கினும் நிறைந்தநீர் குறைந்திடா
வீதிதாவி ஓடுகின்ற விரைவுதங்கி நின்றடாச்
சோதிஆறில் மண்படிந்து சுவைநலங்கள் சோர்புறாக்
கோதிலாத நதிகளின் குணங்களாகும் என்றனர். (404)

(வேறு)

ஜென்னத்தர சாளும்அவர்
சிங்காசனம் அருகே
மன்னப்புனல் ஓடிச்செலும்
வளர்பொன்தவி சிடையில்
சொன்னத்தொடு வெள்ளிக்குழி
யும்சூழ்திசை எல்லாம்
உன்னிப்புனல் தனையேதினம்
அமுதம்பரு கிடவே. (405)

அந்தப்புனல் தனைஅம்புவி
யோர்அன்பொ டருந்தில்
நந்தற்றவ ணங்கேழெழு
பதினாண்டள வணுகாச்
சிந்தைக்கெரு விதவாலிபம்
இன்றிச்சடம் முதிரா(து)
எந்தப்பிணி நோவும்அணு
காதென்றுரை செய்தார். (406)

(வேறு)

ஐயகோ நபியே உண்மை
அருள்செய்தீர் அந்த ஆற்றின்
செய்யதோர் அகல நீளம்
சிறப்புள வளமை யாவும்
உய்யவே உரையீர் என்ன
உறுதிகொண் டறிஞர் கேட்கத்
துய்யநேர் இறகு லுல்லா
தொகுத்ததை விரித்துச் சொல்வார். (407)

(வேறு)

சதுநதியில் ஒருநதியின் அகலம்ஐந் நூறாண்டு
தடம்உளதங் கதன்நெடுமையும்
முதுபுனலின் ஆழம்உள ஆழத்திலுள தெவையும்
முதல்வனதை அறியலாகும்
புதியமண நதியொழுகு கவலனைய அதனினுறு
புதுமையது கேளுமெனவே
பதுமவத நளினமெழ இதயமிக மகிழவெகு
பரிவினொடு நபியுரை செய்வார். (408)

(வேறு)

புனல்வழி ஏறும் புதுமைகள் கேளும்
புகழ்பெற வீசும் பொன்னுல கம்சூழ்
கனபதி தோறும் மறுகுகள் தோறும்
காவணமாளிகை மேடைகள் தோறும்
அனநடை யாரும் கொழுநரும் மேவும்
ஆசன மீதும் தூபாவின்
கனிமலர் தோறும் பணறுகள் தோறும்
காவுகள் தோறும் கால்பாயும். (409)

(வேறு)

இந்தவா றாறு நான்கின்
இடைவிடா தொழுகும் ஆற்றின்
நந்திடா அருவி தோறும்
நதிஇரு மருங்கு தோறும்

பந்திசூழ் அரிய சிங்கா
சனத்துறு பக்கம் தோறும்
உந்தவே பாவித் தங்ஙன்
இருப்பதன் உவமை கேண்மோ. (410)

(வேறு)

நித்திலக் கிண்ணம் வெள்ளிக் குழிவொடு
நீலமணிக் குழிவும்
வித்துரு மக்குழி வாட்கிண் ணம்மொடு
வெண்மணி யிற்குழிவும்
சித்திர கிண்ண மரகத வட்டில்
செம்மணியிற் குழிவும்
எத்திய சுடர்வயி ரக்குழி வுடனே
எங்கும்இலங் கிடுமே (411)

(வேறு)

ஏகநா யகன்அ மைத்த
எழில்மணிக் கிண்ணம் எல்லாம்
பாகுதேன் மதுரப் பானம்
பயன்கொள்நந் நீரை மெத்தி
ஆகமே மகிழ ஜென்னத்
தாள்பவர்க் கன்பு கூறித்
தாகமே தணியும் வாறு
கொடுத்திடும் தயவி னோடே. (412)

இன்புனல் ஆறு கால்பாய்ந்(து)
இயல்புள ஜென்னத் தோர்கள்
அன்புற மிகவே வாழும்
அவரவர் மனைகள் தோறும்
முன்புற வாக வோடி
முதலவன் சலாமும் கூறிப்
பின்புறு துயரம் எல்லாம்
பெயர்ந்துரை செய்யும் தானே. (413)

ஆதிதன் அடிமை யான(து)
அனைத்தினும் சிறப்புள் ளோரே
மாதவ முடனே நீங்கள்
வரும்வழி அதனைப் பார்த்துக்
கோதற இருந்தோம் இப்போ
கூடுதற் குதவி செய்தான்
போதஇன் றெங்கள் தன்னைப்
புசித்திடு மென்னத் தானே. (414)

(வேறு)

நன்றாகக் கூறும் நாயன்அரு ளாலே
குன்றாத இதயங்கள் குசியாக மிகவே
அன்றாடம் எங்களை அருந்துமென வோடி
மன்றாடி நின்றாடி வணங்கிடும் மகிழ்ந்தே. (415)

(வேறு)

மன்றாடக் கண்டுமனம் மகிழ்ந்து ஜென்னத்தோர்
நின்றாவிக் கும்புனலே நேசமுட னேயாங்கள்
இன்றாவித் துண்போம் எனவே விடைகொடுக்க
வென்றாவிக் கும்போல் வேட்டமுறும் மெய்நதியே. (416)

வேட்டமுறும் ஆதி
விரும்பிக் குடிஞைஎலாம்
தேட்டமுடன் தோய்ந்தே
தெவிட்டா தருந்துமென்னக்
கோட்டும் புகழார்
குலாவும் தடங்கள்தொறும்
ஓட்டமுடன் சென்றங்
குதவும் உறும்புனலே. (417)

(வேறு)

ஆறுகள் நாரம் தன்னை
அருந்திடும் என்ன ஈய
வீறொடு பாவித் தங்ஙன்
விரிந்துள கிண்ணம் எல்லாம்

தேறொடு பானம் மிக்க
தெள்ளமு தனைத்தும் கோலிப்
பேறுடன் அருந்தும் என்னக்
கொடுத்திடும் பிரியத் தோடே. (418)

(வேறு)

குடிக்கும் பொழுது கரம்தீண்ட
வேண்டாம் அப்புக் கொளுங்கிண்ணம்
நடிக்கும் உகளித் தெழுந்துநின்றோர்
நாவுக் குதவும் அதுவன்றிக்
கிடக்கும் அவர்க்கும் இருப்பவர்க்கும்
கேவல மாகாத் தனித்தனியே
கொடுக்கும் எனவே நபிகூறக்
குலவும் இபுனு சலாம்மொழிவார். (419)

(வேறு)

கோலாக லப்பிரபு வேவேத பக்தியுள
கோவே குணக்குரிசிலே
மேலான வெற்றிஇற சூலே உரைத்ததுமெய்
வேறோதும் இக்கினுடனே
பாலான சொர்க்கமிரு நாலான தற்கினிய
பானேற விட்டுலவிய
நாலாறி னிற்பெரிய ஆறே தெமக்குரையும்
நானாவி தத்தினுடனே. (420)

(வேறு)

சவுதத் திரிகரடக் களிறொத் திடுவீரர்
கவுதற் கருள்ஈமான் கயிறிட் டரசாள்வோர்
மவு(த்)தைக் குபிர்சேரமிக மடியப் பொரும்இறசூல்
கவுலுல் கவுதர்அந் நதியிற் பெரிதென்றார். (421)

(வேறு)

அந்தவா றெந்தன் உம்மத்
ஆவதின் மூமி னோர்கள்
முந்தவே புசிப்ப தாகும்
முழங்கும்அப் புனல தெல்லாம்
இந்துசூ ரியனிற் சோதி
இலங்கிடும் அதனின் வாசம்
கொந்துமான் மதம்கற் பூரம்
குங்குமம் தனிலும் மிக்காம். (422)

அப்படிக் கிரணத் தோயத்
தணிமக ரந்தம் வீசும்
மெய்ப்புனல் இனிமை கூற
விளங்கும்சொல் அப்துல் லாவே
தப்பற உவந்து கேளும்
என்னவே இறசூ லுல்லா
இப்புவி இனிமை போல
எழுபது மடங்குண் டென்றார். (423)

பிறந்திடுங் கியாமத் அந்நாள்
பெரியவன் ரகுமத் தாலே
இறந்துள உயிர்அ னைத்தும்
எழுப்பியே கேட்கும் நேரம்
நிறைந்துள அடியார்க் கெல்லாம்
நித்தமேல் வேட்ட மாகச்
செறிந்துள தவனம் தன்னைத்
தீர்க்கவே விடுவன் தானே (424)

விட்டஅத் தவனத் தாலே
மேதினிப் புனல தெல்லாம்
மட்டறப் பருகி னாலும்
வளர்ந்திடும் தவனம் தீரா
நட்டநற் பரப்பூங் காப்போல்
நலங்கெட வாடும் நேரம்
இட்டநற் படியை மாறா(து)
இறையவன் கிருபை உண்டாம் (425)

(வேறு)

இறைபெருமைத் தகுதிகொண்டே
எனைமகிழ்வுற்(று) அகுமதென்றே
மறைவழியிற் பரிவுகொண்டே
வரும்உம்உம்மத் தனைவர்தங்கள்
உறைதவனத் தகைமறந்தே
உளமகிழக் கிருபைகொண்டே
நறைகவுலுல் கவுதர்எனும்
நதிஉதகத் தருளுமென்பான். (426)

(வேறு)

ஏகன்அன் பாகச் சொன்ன
இயல்புகண் டேவ லாட்கள்
வாகினால் அந்த ஆற்றின்
வளப்புனல் கொணர்ந்தே ஈவார்
ஆகமே மகிழ்ந்து வாங்கி
அருந்தும்நேர் அடியார் எல்லாம்
தாகமும் தணிந்து நாயன்
தன்னையே புகழ்ந்து நிற்பார். (427)

(வேறு)

அந்நேரம் இங்கிவர்கட்(கு) ஆதியுடன் மன்றாடி
மன்னேயெம் ரப்பே வடிவே பி ழைபொறென்றே
முன்னேறி நின்று மொழிவேன் இறைஎனக்குத்
தன்னேரின் மன்றாட்டம் தந்தேன்என வுரைப்பான். (428)

இந்தவாறிற சூலுரை செய்யவே
வந்ததூதர் வணங்கபு துல்லா
சிந்தைகூரத் திருப்பதம் போற்றியே
கொந்துமீரெனக் கூறுவர் போதவே. (429)

(வேறு)

ஆதி ஒளியே அகுமதரே
அடியேம் களுக்கிங்(கு) அரும்பொருளே
நீதி உடையீர் நெறியுடையீர்
நேசப் பயனே காரணமே
வீதி அலைஆ ழிப்புகழே
வேத விளக்கே காவியமே
சோதி மணியே உண்மைசொன்னீர்
சொல்லீர் மசலா வேறென்றார். (430)

(வேறு)

வென்றிபெற ஜென்னத்தோர் வேதாதி தீதாறை
நன்றிபெறச் சந்திக்கும் நாளேது உரையுமென்ன
அன்றுதயின் சுமந்தோர்க்கு ஆனதொந்தம் தீர்க்கவெனச்
சென்றநபி வெள்ளிக் கிழமையெனச் செப்பினரே. (431)

(வேறு)

சாதி விருந்திட நாலமு துண்டீர்
தான விருந்துறு பாலமு துண்டீர்
ஓதி விருந்தறு ஷேறியும் உண்டீர்
ஊரில் விருந்(து) உதுமானிட முண்டீர்
தாதி விருந்துமை மூனிடம் உண்டீர்
சால விருந்துஅ நேகம துண்டீர்
ஆதி விருந்திடு காரணம் இங்கே
யாரும் மகிழ்ந்திட ஓதிடும் என்றார். (432)

(வேறு)

அரியகியா மத்துநாள் கேள்வி கேட்டங்(கு)
அவரவர்தம் கணக்குவகுப் பறுத்து நாயன்
வரிசைபெறும் ஜென்னத்தோர் கூட்டம் எல்லாம்
வளம்பெறவே சொர்க்கபதி குடிய தேற்றி
எரிஅகலா ஜஹன்னத் திற்கென் றேகுவான்
வீணரையும் பாழ்நரகில் இருத்தி மூட்டித்
தரிபடவே வேறுகருத் தன்றி வாழும்
தகுதிதனில் யானுமங்ஙன் தனித்துத் தானே (433)

(வேறு)

மின்பரி யானபு றாக்கினில் ஏறி
வீதி தரித்திடவே
என்பரி வோடுறு சொர்க்க தலத்தினில்
ஏகிடும் அந்நேரம்
அன்பரி லாகிய அன்பர்எந் நாளினும்
ஆனகுதா இறைவன்
முன்பிறை ஓதிய ஜெபுறயில் வந்ததி
முத்திபெ றப்பகர்வார். (434)

(வேறு)

அருகுநல்ல ஜெபுறயீல்வந்(து) அகுமதாம் முஹம்மதே
திருவிருந்து நபியும்இன்ப தீனுளோரு மாகவே
பருகவென்று அருளின்மிஞ்சு பதவிநாயன் அவனுறத்
தருவிருந்தென் னளவிலின்று சமையுதென்று பகருவார் (435)

(வேறு)

அவ்விருந்தை எந்தன்உம்மத் ஆனவர்க ளோடே
செவ்விஇறை சொர்க்கதலம் சேர்ந்தநமக் கெல்லாம்
தவ்வலற வேவிருந்து சாற்றினனென் றோதி
அவ்வியமில் லாதவா றாகஅறி விப்பேன் (436)

(வேறு)

விருந்திறை விலக்கிய தறிந்திட எவர்க்குமெய்
விளங்கும்என் உம்மத்தி னுடனே
திருந்திட உரைத்(து)அனை வரும்கெருவி தத்தொடு
சிறந்தினிதி ருக்கும்அளவே
பெருந்தவம் மிகுத்தாள வும்கிருபை வைத்தவர்
பெரும்பிழை பொறுக்கும் உடையோன்
அருங்ககன அத்தலைவர் அங்கடிசில் வைத்தமுது
அருந்திட அழைக்க வருவார் (437)

(வேறு)

அழைக்கவருமந் நேரமிக்க ஆன சொர்க்க வாதிகள்
இளைப்பிலாம லேஉவந்து இயல்புறாக்க தானகொய்
யுளைக்குழாங்க ளைச்சிறக்க உற்றலங்க ரித்துநீள்
மழைக்குளாய்ந்த மின்னெனக் கொணர்ந்துநிற்பர் வானவர்.(438)

வாசிகொண்டு வருவரென்று வள்ளல்கூற அபுதுல்லா
மூசுதுங்க மீறியபு றாக்கதான புரவியின்
காசியங்கள் ஆனதைக் கவன்றுகூறும் என்றிட
ஓசைகொண்ட அகுமதர் உவந்துரைப்பர் உண்மையே. (439)

தீங்கிலாத ஜென்னத்தோர் சிறந்தசொர்க்க நாடெலாம்
பாங்கினால் உவந்தென்னோடு பவனிஏகி மீளவே
நீங்கிடாத விசையுடன் நிறங்கெடா புறாக்கெனும்
ஓங்குவாசி சேரநாயன் ஒளிவினால் அமைத்தனன். (440)

வன்னபேத மாய்அமைத்த
வயபுறாக் கெனும்பரி
சென்னியான தைச்சிவந்த
செம்பொன்னால் அமைத்தனன்
உன்னல்ஆன னத்தைநித்தன்
உற்றசொர்க்க மீதில்வாழ்
கன்னிமாதர் வதனமென்(று)
அமைத்தனன் கருத்தினால். (441)

அச்சுவக் கருங்கண்நீல மாதரந்த நித்திலம்
பச்சைமிக்க சிறகுகால்கள் பவளநாசி பாளிதம்
மெச்சும்வால்கள் புட்பராகம் மெய்க்குடுமி செம்மணிக்
கெச்சைகிண்கி ணிக்குரங்கள் வைரவெள்ளிக் கேசமே. (442)

மெய்யொடொத்த கலணைபச்சை
வெள்ளிஜோடு பச்சையாய்ச்
செய்யரத்ன கிரணபத்தி
செம்மலாலி துல்துலாம்

துய்யசித்ர மரகதக்
குசைதுலங்கு பாவடி
ஐயம்அற்ற செம்பொன்னால்
அமைத்திருப்ப தாமரோ. (443)

அண்டர்சூரி யப்ரகாசம் ஆகும்வாசி மேலெலாம்
கொண்டமாரு தத்திலும் குலாவும்மின்னி னும்விசை
மிண்டி வீறொ டனுமனித்து வேதன்நாமம் ஓதியே
தண்டைகொஞ்ச நின்றுதாள் தரித்திடா நடிக்குமே. (444)

அந்தவீர வாசிசேர
ஆதிதூதர் கைகொடே
முந்திடாது கொண்டுவந்து
முன்னில்விட்டு நிற்பவர்
குந்தமான(து) ஆதிஏவல்
கொண்டுஜென்னத் தோர்கள்பால்
நந்திடாது தலைஎடுத்து
நின்றுபார்த்து நவிலுமே. (445)

(வேறு)

உய்ய சொர்க்கபதி யோர்களே இறைவன்
உங்களுக்கென உவந்துதான்
ஐயம் அற்றவடி வாகஎங்களை
அமைத்த அன்றுமுதல் இன்றெலாம்
மையல் உற்றுமிக நீங்கள் வருகும்வழி
பார்த்துநின்றுமனம் மறுகியே
எய்ய நட்பினுடன் என்று காண்பதென
ஏங்கிநின்றனம் யாங்களே. (446)

ஏங்கு கல்புகளி கூரவே இறைவன்
இன்று கூட்டரவு செய்தனன்
பாங்கில் உங்கள்தர ஜாத்தி னால்இறை
பகர்ந்தி டும்வரிசை பெற்றிட
ஓங்கு நேசபுரி சாலமாய்வருடி
உபசரித் தவச முறைகொடே
நீங்கள் எங்கள்உடல் மீதில் ஏறுமென
நின்று வாசிகள் நிகழ்த்துமே. (447)

நின்று வாசிகள் நிகழ்த்தவே அரிய
நேய சொர்க்கபதி யோரெலாம்
நன்று தானென மகிழ்ந்து நாயனருள்
நல்விருந் தமுது செய்திடச்
சென்று முந்தியான் புரவி மேற்கொளச்
சேர்ந்த எந்தன்உம்மத் தோரெலாம்
வென்றி கொண்டுகலி மாமுழக் கியே
வீர வாசிகளின் மேற்கொள்வார். (448)

வீர வாசிதனில் ஏறி ஆடிவரும்
மிக்க சொர்க்கநகர் வித்தகர்
ஆர வாரமொடு வீதிவிட் டதனை
மாற விட்டுவரு வார்பெரும்
சூரர் ஆனவகை மாறியே விகட
தூள மேறுபரி யானதைப்
பூரை பூரையென வேஅமைத்துகுசை
பொஞ்சுவார் இவுளி கொஞ்சவே. (449)

(வேறு)

மாற விட்டபரி மீளவிட் டுவள
மாக வட்டமிடு வார்பெரும்
சூறை பட்டசுழி போலவெற் றிகொடு
சூழ நித்தமிடு வார்மனம்
தேறு சித்ரபரி கால்உழக்க உயர்
செம்பொன் நன்னகர் நிலத்தில்மண்
நீறு கஸ்தூரிபொ னம்பர் பாளிதம்
நிறைந்த பூழ்திகள் எழும்பவே. (451)

(வேறு)

சீரிய புரவிச் சிந்தைகள் குளிரச்
செல்செல் எனவே சேனையுடன்
வீரியன் இபுலீ சைப்பொரு சூரர்கள்
வெல்வெல் எனவே மிடைமிடையச்
சூரிய பருதிக் குதவினர் தீன்தீன்
சொல்சொல் எனவே சுகமாக
ஆரையும் இனிநாம் தேடுவ திலைஎன்(று)
அல்லல் அறவே சொல்லுவராம். (451)

(வேறு)

தத்து பரிச்சதுர் பாத சிலம்புகள்
தண்டை கலின்கலின் என்றிடவே
தெத்தி யெனப்பரி வுச்சுவி தத்தொடு
செய்ய வயப்பரி துள்ளிஎழக்
கொத்தணி நித்தில தொங்கல் விரிந்து
கொழுங்கவ ரித்திரள் வீசிவரச்
சித்திர வித்தகர் ஒத்தணி யிட்டதி
செப்பமொ டொக்க நடத்திடுவார். (452)

(வேறு)

செம்பொனிட்டேறு மண்டபச்சூழி
சிகரமேடை மீதினும்
கொம்பினுறும்பூ நறுங்கனித்தேன்
குலாவிவீசு காவிலும்
அம்பர்கஸ்தூரி குங்குமப்பூழ்தி
ஆனதூள்கள் மூடவே
வெம்பரச்சூறை கொண்டுமெய்த்தாள்கள்
பந்தடித்தாடும் மாவெல்லாம். (453)

(வேறு)

செவுரி மெய்க்குட் பிரபை ஒத்துத்
திமித தித்திச் சவுதநீள்
சவுரி யத்திற் கிருபை மிக்குத்
தனது சொர்க்கப் பதியில்வாழ்
கொவுரி வட்ட தனமொ டிச்சைக்
கொழுநர் கட்டித் தழுவவே
பவுரி வட்டத் தொடு ந டித்துப்
பதறும் உச்சப் பரியெலாம். (454)

(வேறு)

அப்படி வாசி சேர
அணிஅணி யாகக் கொண்டங்(கு)
ஒப்பிநான் முன்னும் எந்தன்
உம்மத்தோர் பின்னு மாகச்

செப்பொணாச் சேனை யோடே
　　செல்செலென் றேகும் நேரம்
தப்பிலான் பருமா னாக
　　முழங்குமோர் சத்தம் தானே. (455)

தூதரே நபியே என்றன்
　　தோழரே சொர்க்க வேந்தே
கோதிலா நுந்தம் உம்மத்
　　தோர்பெரும் குழாங்க ளோடே
நீதியாய் வகுத்த அந்த
　　நிலைஅணி குலையா வண்ணம்
போதுநீர் அஞ்சல் என்னப்
　　புகழ்இறை பருமான் உண்டாம். (456)

ஆனவன் அருளக் கேட்டங்(கு)
　　அணிகொடு நடக்கும் நேரம்
ஈனமில் லாத ஜென்னத்
　　தோரெலாம் ஏகன் ஈயும்
போனகம் பருகப் போகின்
　　றாரென்னப் புரிந்து மந்த
மோனைகொண் டும்பர் சொர்க்கம்
　　முழங்கவே அலங்க ரிப்பார். (457)

(வேறு)

ஆதா ளியாக அலங்கரித்து வானோர்கள்
ஏதாக என்முன் எதிர்ப்பவுஞ்சிட் டின்பமுடன்
மூதாதி வானவர்கோன் மூவரும்வந் தென்புரவிக்(கு)
ஆதார மாக அணிக்குசைதொட் டேகுவரே. (458)

(வேறு)

குசையது தொட்டே முன்செல்லப்பெருங்
　　கோதா ரிப்படை பின்செல்ல
விசைகொடு மிக்க புறாக்கெல்லாம்
　　விண்ணுல கெங்கும் நடித்துவர

திசைய ததிரத் தானவனிடு
கின்ற விருந்தை அருந்திடவே
இசைகொடு மெய்மெய் தீனென்றே
எங்கும் முழங்க விருந்திடுவார். (459)

(வேறு)

ஜென்னத்தா னோர்கள் எல்லாம்
செய்யவன் அருளும் அந்த
அன்னத்தா னங்கள் உண்ண
அணிஅணி யாகப் பந்தி
தன்னைத்தான் இருத்தி வானத்
தலைவரும் இமையோர் தாமும்
இன்னத்தாற் குறைகள் உண்டென்
றியம்பிடா வண்ணம் ஈவார். (460)

(வேறு)

தீன்சிநேக மானநெறி
சேர்ந்தவர்கட் கெல்லாம்
நான்சிநேக மென்னஇறை
நல்லமலர்க் காவில்
தேன்சிநேக மானகனி
செய்அமுத பான
மீன்சினையின் அன்னமுட
னேவிளம்பும் என்பான். (461)

ஏகன்அரு ளின்படி இணங்கஇமை யோர்கள்
பாகுகனி தேன்அமுத பானம்இனி தான
வாகுசினை யோடுற வழங்குவ தெல்லாம்
தாகமுடன் என்உம்மத் தானவரும் உண்பார். (462)

உண்டுகளி கூர்ந்தவுடன் உண்மைகுறை தீதாரு
கண்டுகளி கூரவென வேகருதும் நேரம்
மண்டுநறை செங்களப குங்குமக தம்பம்
கொண்டொருசெம் மேகம்எழும் பும்குழுமி அங்ஙன். (463)

(வேறு)

எழுந்துள மேகம் ஆதி
இறையவன் ரஹ்மத் தோங்கிப்
பொழிந்திடும் அம்பர் பன்னீர்
பொங்குகுங் குமம்கஸ் தூரி
செழுங்கள பங்கள் தன்னில்
ஜென்னத்தோர் சிறக்க மூழ்கி
முழங்கவே அலங்க ரித்து
முஹம்மதர் இடத்தில் நின்றே. (464)

(வேறு)

நீதி யேஇந் நிஃமத் தெலாமுண
வோதி யேவிருந் திட்டுப சாரமாய்ப்
போத வேஅடி யேங்களைப் போற்றிய(து)
ஏது காரணம் என்ன வியம்புவார். (465)

(வேறு)

பரிந்தவர் கேட்க நாயன்
பாரினில் அடியார் முன்பு
பொருந்தவே இருந்தார் தம்மைப்
போற்றிசெய் திடுங்கள் என்னத்
திருந்தவே சொன்னேன் அந்தச்
செயல்செய்தீர் ஆகை யால்என்
விருந்துளார் நீங்கள் ஆனால்
விதிஉப சரிக்க நானே. (466)

பாங்கினால் மொழியைக் கேட்டுப்
பரிந்திறை தன்னைப் போற்றி
ஓங்குநேர் வாசி வீரர்
ஒருவரை ஒருவர் விட்டு
நீங்கிடா அணிக ளாக
நிறைந்தெழு சேனை யோடே
தீங்கிலான் தீதாறு தன்னைத்
தெரிசிக்கக் கருத்தர் தானே. (467)

(வேறு)

வல்லபங்க ளால்என்னை வணங்கும்அடி யார்கள்
எல்லவரும் இன்பமுடன் எந்தன் தீ தாறைக்
கல்புகளி கூரமிகக் காண்பதற் கமைத்த
எல்லைமக்கா முன்மஃமூ றாம்வெளியிற் சென்றே (468)

(வேறு)

நின்றுநீதி ஆதியே நிகரிலாத ஒருவனே
என்றுமுள்ள சோதியே ஏகனே இரப்பனா
குன்றிடா அநாதியே குறைவிலாத நாயனே
ஒன்றினாலும் காணொணா உண்மையான வண்மையாய்(469)

(வேறு)

கத்தனே கண்ணே என்றும்
காணவல் லானே சாகா
நித்தனே நாவே யன்றி
நிகழ்த்துசீ மானே தீனே
சுத்தனே செவியே யன்றிச்
சொல்லுரை கேட்கும் கோவே
வித்தகா மெய்யே யன்றி
மெய்யுள வேதத் தோனே. (470)

உன்னியே யாங்கள் உந்தன்
ஒப்பிணை இலாத்தீ தாறு
தன்னையே காண்போம் என்னத்
தகுமுனா ஜாத்துச் செய்து
மன்னுஹூ வல்லா ஹு நின்
வடிவினைக் காட்டென் றோதப்
பின்னைவா வென்னா நாயன்
பெருகவே கிருபை கொண்டே (471)

சுகமதாய் அடியார் எல்லாம்
கண்டுறத் தொழும்ம(க்)காமுன்
மகுமூறா வென்னும் வண்மை
வெளியில்தன் வடிவு தன்னை

உகமையாய்க் காட்டு வான்அவ்
வொளிவினைக் கண்டோர் எல்லாம்
மிகவுமே தியங்கி வாடி
மெய்யழிந் தயர்ந்து வீழ்வார். (472)

(வேறு)

அயர்ந்து நாற்பதின் ஆயிரத் தாண்டுற
மயங்கி மெய்அழிந் தேவிடு வார்மிகக்
கயங்கி மீண்டு வரக்கண்டி டாமலே
முயன்று தேடி முறையிடும் சொர்க்கமே. (473)

(வேறு)

ஜென்னத்து மாளிகையும் சிங்காச னங்களும்
அன்னத்தை வென்றநடை யானஹூருல் ஈன்களும்
சொன்னத்தை மாறாத துய்யவன்பாற் போற்றி
மின்னத்துச் செய்துதுஆ வேண்டுமிகத் தானே (474)

அல்லாவே எங்கள் அரசேஅடி யேங்கள்
எல்லாரையும் ஆருக் கென்றே படைத்துவைத்தாய்
வல்லானே அன்று வழங்கும் தவணைஉந்தன்
ஒல்லாப்பொய் வந்ததெமக் கென்றே உரைத்திடுவார் (475)

சொன்ன தவணை அளவும் தொழும்அறிஞர் வருவார்
என்னவழி பார்த்து இருந்தோம் யாங்களெல்லாம்
மன்னும் உனது வடிவுகண்டே மெய்யடியார்
இன்னம்வரக் காணோம்அங்(கு) ஏதுன(து) இராஜதமே (476)

(வேறு)

தாகமுடன் மோகமிகத் தந்தவனே யாங்களெல்லாம்
ஆகமெலிந் திங்ஙன் அறிவழிந்து வாடாமல்
பாகுபடும் உன்னடியார் பாங்காக எங்களுடன்
வாகுபெறக் கூடுதற்கு மன்றாட்டம் தந்தருளே. (477)

(வேறு)

இங்கிவர் இப்படி இன்பமுடன்
துங்க மிகுந்து துஆச்செயவே
வெங்கக னத்திடை மெய்அருளால்
அங்கொரு சத்தம் அதிர்ந்திடுமே. (478)

(வேறு)

கோலமிக வான ஹூரானி மங்கையரே
பாலமுத ஈமான் பழகும்அடி யார்களெலாம்
சீலமுடன் தீதாரு தெரிசித்த அப்போதே
சாலமருண் டேவிழுந் தார்கள்த னைமறந்தே. (479)

(வேறு)

தேங்கி மருண்டு தமைமறந்த
செய்ய அடியார் அனைவரையும்
ஓங்கும் எழில்ஹூ ரானிகளே
உங்கள் கொழுநர் தனைஅறிந்து
ஏங்கல் தவிரக் கரநீவி
இயல்போ டழைத்துக் கொடுபோமென்(று)
ஆங்கு முதல்வன் மொழிஅதிரக்
கேட்டே ஹூருல் ஈன்களவர். (480)

(வேறு)

தங்கள்தங்கள் தலைவரென்று அறிந்துவந்து தாமரை
அங்கைகொண்டு நீவவே அயர்ந்தபோர்கள் அனைவரும்
மங்கிவெம்பி நின்றிடும் மயில்குலங்கள் மாமழை
பொங்கஉந்து வாறெனப் புரிந்தெழுந்து போற்றுவார் (481)

உண்மையான நாயனே
உணர்ந்தளங்க ளுக்கெலாம்
வண்மையாக இன்னம்உந்தன்
வடிவுகாட்டி டென்னவே

தண்மையாக நின்றுபோற்றும்
அளவில்ஏகன் சத்தம்தான்
திண்மையாய்என் வடிவுமேலும்
தெரிசிப்பீர்கள் எனவரும். (482)

(வேறு)

தரிபட ஏகன் கூறும்
அளவினில் தமைம றந்த
அரியநற் பரிகள் எல்லாம்
அனுமதித் தெழுந்து நின்று
வரிசையுள் ளடியார் பாதம்
வருடிமேற் கொள்ளும் என்னப்
பரிவொடு ஜென்னத் தோர்கள்
அனைவரும் பரிமேற் கொள்வார். (483)

(வேறு)

மொர்க்கமெய்யுற வாசிமேற்கொள
மிக்கமெய் ஹூ ரானிகள்
வர்க்கமானவர் தங்கள்மெய்மண
வாளருக்(கு) அணி மாலையிட்(டு)
அர்க்கநூலிடை வாடைவீசிய
ஆலவட்டம் உ லாவிடச்
சொர்க்கமாநகர் புக்கவென்றிணை
சொல்லொணாப்படை செல்லுமே. (484)

செல்செலென்றதி சேனையாகிய
ஜென்னத்தோர்கள் பெரும்படை
வெல்லவென்றணி சிந்திடாமல்
விரைந்துதானை மிடைந்திட
நல்லலங்கல் நெருங்குபூங்குழல்
நாரிமார்தனை மாளிகை
செல்செல்என்று தொடர்ந்துசென்றுயர்
சொர்க்கமாநகர் புக்குவார். (485)

துங்கமாளிகை புக்குமுன்துனி
யாவில்வல்லியர் தொந்தமாய்
எங்கள்ஆடவர் தங்கள்மேல்இசுக்
காகினீஇழுக் கல்லவோ
மங்கையர்க்கிது நீதியோ ஹூ
ரானிஎன்றுள வாசிபோல்
இங்கிரும்மதிப்பு எங்குமேதரித்(து)
ஏழையல்லவி யாங்களே (486)

தொல்லையானதுனி யாவில்வாழ்வுமிடி
துக்கமிக்க சுகத்தையும்
அல்லலாய்அனுப வித்துநாயனருள்
ஆனதீனில் ஈமானெறும்
நல்லநாயமொடி றந்துஆகிறில்
பிறந்துபாலம்அகன் றோர்க்கெலாம்
சில்லமோடிதுபெண் அரசுநாடிதோ
செப்பும்என்னஅவர் சீறுவார். (487)

(வேறு)

அரையழுக்கு மிகுதலையழுக்கொடு
ஹயிள்அழுக்கில் மிகமுழுகுவீர்
சுரைவி தைக்குநிகர் உமதெ யிற்றுநிரை
சொலில்எமக்கிணை அல்லவென்(று)
உரைசெ யப்புவன வனிதை செப்புவதும்
உளதுமக்குமது உறுதியோ
பிரிய முற்றுமக வதுபெ றப்பதவி
பெற்றிலார்கள்வாய் பேசுமோ (488)

என்றுரைத்திரு அமர மாதரும்
இகலியே இறை திருமுன்னே
சென்றெதிர்த்து வழக்கு ரைத்துள
தின்கணக்கிறை தீர்க்கவே
வென்றிபெற்றுல கத்தின் மங்கையர்
மிக்கவாழ்வுற வாங்கியே
நன்றென ஹூறானிமார்தலை
நம்பிராட்டியும் ஆவரே. (489)

(வேறு)

என்னவேத நபிஉரைக்க இன்பமான அபுதுல்லா
மன்னவா முஹம்மதே மணம்குலாவும் வள்ளலே
அன்னைமாண்ட மகவுதேட அன்றுகாட்டும் அகுமதே
சொன்னவாறி துண்மைவேறு சொல்லும்என் றியம்பினார்.(490)

(வேறு)

சாவான(து) இலாதானுற
சதுராகிய சொர்க்கக்
காவாகிய தூபாவினில்
உறுகாரண மதனை
நாவாலலுரை கூறீரென
நனிவேதியர் கேட்கக்
கோவாகிய இறசூல்நபி
கொண்டாடி உரைப்பார். (491)

குளிரச்செறி மலர்வீசிய
கொம்பிற்கொழுந் தெல்லாம்
துளிர்விட்டணி நிழல்வீசி
வளர்ந்தோங்கிய தூபா
மிளிர்விட்டணி மரம்நிற்பது
மேனோக்கிய வேராய்க்
கிளரத்துணர் விடுகொப்புகள்
கீழ்நோக்கிய பணறே. (492)

(வேறு)

வேரெல்லாம் வெள்ளியால் விளங்கும் பணற்
சீரெல்லாம் செம்பொனால் செய்ய கொம்பிளம்
பூரியான் மலரெலாம் பொலிந்த முத்தினால்
பாரிசேர் இலையெலாம் பசுந்த சோதியால். (493)

(வேறு)

அவ்விலையில் ஒன்றுதுனி யாவிடைவி ழுந்தால்
வவ்விஎழு வான்படு வானையும்ம றைக்கும்
இவ்வுலகின் நாதகீ தத்திசைகள் எல்லாம்
செவ்விகொடும் அவ்விலையில் சீர்பெறஇ சைக்கும் (494)

(வேறு)

நிலவரு ணன்கதி ரொளிவு
திகழ்ந்திட நின்றன்போ(டு)
உலவிய திண்பொழில் வெகுமரம்
உண்டதில் ஒன்றின்பால்
குலவு கொழுஞ்சிறு பணறள
விலையுர கொப்பென்றும்
இலகு பெரும்பண றெழுபதி
னாயிரம் உண்டென்றார். (495)

(வேறு)

சீரிய சீத நிழல்விரிந் தெங்கும்
செறிந்திடும் பணறுகள் ஒவ்வொன்றில்
ஆர வளர்ந்து நெருங்கிய கொப்புகள்
அணிஎழு பதினா யிரம்உண்டங்கு
ஏருல வுங்கொப் பொவ்வொன் றுக்கிடை
எழுபதி னாயிரம் கொப்புண்டும்
கூரிய கொப்புகள் ஒவ்வொன் றுக்கிடை
கொத்தெழு பதினா யிரமுண்டே (496)

(வேறு)

அப்பெரிய கொத்தொன்றில் அஞ்சீரும் செய்யும்
செப்புமா மாதுவளை செய்யமுந் திரிகை
மெய்ப்பெரிய பேரீந்தின் வெய்யபழம் ஆக
ஒப்பஇரு பத்தோர் வகைக்கனிகள் உண்டே. (497)

(வேறு)

அஞ்சீரன் பத்தாறில்
ஆதிஅருள் காரியங்கள்
அஞ்சீரோன் றெட்டில்அவ
ரவர்க்கன் பாகஇறை
அஞ்சீர் அணுகாமல்
ஆறிரண்டிற் போயருந்த
அஞ்சீர்ள னும்கனியை
அம்மரத்துண் டாக்கினனே. (498)

செப்புக்க னியுமிறை சீறும்பி ழையைநினை
செப்புக்க னியுய்ந்தி ருக்குமந்தச் சிந்தைதனில்
செப்புக்க னியுடனே சீராடி யேஅருந்தச்
செப்புக்க னியையும் சிறக்கப் படைத்தனனே.   (499)

முந்திரிகைக் கனிவாய்
    மூண்டபிழைக் காலாக
முந்திரிகைக் கிடும்இரையாய்
    முன்னரகில் தாழாமல்
முந்திரிகைக் கொளும்தவுபா
    மொழிந்தவருக் கிருந்தருந்த
முந்திரிகைக் கனியுமங்ஙன்
    முதல்வன்உண் டாக்கினனே.   (500)

மாதுவளைத் துடிஇடையார்
    மணக்கோல ஹூரானியெனும்
மாதுவளைக் கரம்இறுக
    மலர்அணையில் தினம்மருவி
மாதுவளைத் திடும்அவர்போல்
    வருந்தாமற் புரிந்தருந்த
மாதுவளைக் கனியையும்சீர்
    வளம்பெறஉண் டாக்கினனே.   (501)

தமரத்தங் கனிமகவைத்
    தரணியைவிட் டன்பாய்மெய்த்
தமரத்தங் கனியைஉயிர்
    தவறுமுனம் ஈமானைத்
தமரத்தங் கனியாய்அ
    தனைப்பூண்டோர்க் கங்கருந்தத்
தமரத்தங் கனியையும்அத்
    தலத்தினில்உண் டாக்கினனே.   (502)

பேரீந்து தேன்குலவப் பெறுமீமா னுடனவனிப்
பேரீந்து சொர்க்கதலம் பெற்றிருக்கும் அந்நேரம்
பேரீந்து உகமாறாப் பேறாக வேபுசிக்கப்
பேரீந்து நற்கனியும் பேறுடனுண் டாக்கினனே.   (503)

(வேறு)

ஆதியந்த மாய்மரங்கள்
அணிநெருங்கு கொப்பெலாம்
மாதிருந்து வாழுகின்ற
வண்மையான கனிகளும்
சாதிவண்ண பேதமாய்த்
தயங்கிடும் பழங்களும்
கோதிலாத கொம்பெலாம்
குலுங்கிநின் றிலங்குமே. (504)

(வேறு)

தீன்பாலுள உண்ணும்கனி
வளமானது செப்பில்
ஆன்பாலுறு வெண்ணெய்தனில்
அறமெல்லிது நேர்மை
தேன்பாகொழு கினிமைக்கிணை
ஜெகமீதினில் இலையென்(று)
ஆன்பாசமொ டினிலும்தெவிட்டா
தேஅதன் மணமே. (505)

(வேறு)

அந்தக்கனி ஜென்னத்துள் அருந்தப்பரி வுடனே
சிந்தித்தவு டன்விண்ணிடை திகழும்பண றெல்லாம்
உந்திப்பணிந் தன்புற்றிவர் உண்ணும்கனி தன்னைச்
சந்தித்துறு சஜதாச்செய்து தரும்அன்புடன் என்றார். (506)

(வேறு)

மகிழ்ந்துரைத்த துண்மைமிக்க
மக்கம்வாழ் முஹம்மதே
புகழ்ந்தசொர்க்க மீதில்உட்ணம்
பொங்குகோடை குளிருடன்
நிகழ்ந்திருட்கு லாவிவீசி
(இ)ராப்பகலிங் கிவையுடன்
திகழ்ந்திருப்ப துண்டிலாத
செய்திகூறும் என்றனர். (507)

(வேறு)

தலாது வேதியர் கேட்க மெய்நபி
சாற்றுவார்உறு ஜென்னத்தில்
நிலாவெய் யோன்உத யங்கள் அங்கிலை
நேரிலங்கிவையி ரண்டினால்
குலாவி ராப்பகல் உட்டி னங்குளிர்
கோபமும்குண முங்கொடே
உலாவும் இம்பரில் உம்பர் மீதிலை
என்றபின்அப்துல் லாசொல்வார். (508)

(வேறு)

அசதிகோபம் மறதிமாறல்
அடிமைகேடு மிடிமையும்
ஹசதுசோர்வு வம்புசாவு
காய்ப்புவஞ்ச கம்புறம்
பசலை சண்டை சாதிபேதம்
பத்துவாப்பொய் வஞ்சனை
இசல்வியாகு லம்சலிப்பொ(டு)
இவைகளுண்ட தோசொலீர். (509)

(வேறு)

கையாத வேதக் கலைஞர்உரை கேட்டதெல்லாம்
மெய்யாக ஓதுகின்ற எங்கள்இற சூல்உரைப்பார்
பொய்யான பாரில்இவை பூண்பார் பிறப்பிறப்பால்
மெய்யான ஜென்னத்தில் மேவார்அ தில்லையென்றே (510)

(வேறு)

விண்ணான சொர்க்கபதி யோர்வயது மிக்காய்
நண்ணார்கள் புகழும்நபி யேநவிலும் என்னப்
பண்ணாரு மடவார்க்குப் பதினாறு நல்வயதங்(கு)
எண்ணான்கு வயதுபுரு டர்க்கென இசைத்தார். (511)

(வேறு)

ஈராறி னின்றுபதி னாறாகி மீண்டேகும்
இவைமாதர் வயதானதாம்
ஆராயும் ஈரொன்ப தாகிநான் கெட்டிலே
அமரும் மீ ளும்போமதே

தாராரும் இறைவர்வய திவையன்றி ஏறாது
தாழாது குறையாது மெய்
சீரான மொழிஉண்மை எனஆல நபிவேறு
திருவுளம் பற்றிஅருள்வார். (512)

(வேறு)

முதியார்வய தேறுகிலார், முகமானது தானே
பதினான்கின் நிலாவாமென வீசிடவே பயில்வார்
எதிராய்விளை யாடுவர்பா டுவர்ஈனமும் ஆகார்
அதிராஜத வாழ்வுடையார் அவர்பேறு(இ)து தானே. (513)

(வேறு)

சிந்தைகொடு வாழும்நபி யேஜென்னத் தோர்கள்
உந்தும்உய ரங்கள்எழில் உற்றகுணம் மிக்க
கந்தர மிடற்றிசை கைவாவயதி னாலும்
எந்தநபி தாம்இவர்க ளுக்கிணைய தென்றார். (514)

(வேறு)

அங்கமும் மார்பும் இலங்கிய திண்புகழ்
ஆதநன் நபியுயரம்
எங்குநி லாவென நின்றொளி வீசிய
யூசுபு நபிஅழகும்
சங்கை மிகுந்துள சீரியர் மெய்த்தா
வூது மிடற்றிசையும்
இங்கித மாகிய ஈசா வயதுடன்
என்குணம் உள்ளவரே. (515)

(வேறு)

எதுநாளும் அறியாத பதிஆளும் அரசேது
இயம்பீர்என
நதிவாவி புடைசூழ்கை பறின்வேதி யர்கடாவ
நபிஓதுவார்
முதல்வோரும் முனிவோரும் முளையாமுன் முறையான
முறைபாட்டினால்
அதின்ஆன உவண்நாடை இறையேவ லுடன்ஆளும்
அரசேஇயான் (516)

(வேறு)

திங்க ளொத்தவத னத்தரேகுலவு
செய்தி யானமொழி செப்பினீர்
இங்கி தக்கனக சொர்க்கமாநகரின்
இலகும் ஆடவர்கள் வளமெலாம்
எங்க ளுக்கருளும் என்னவேஅபுதுல்
லாஇ யம்பஇற சூல்நபி
துங்க வெற்றியுடன் எங்கும்நிற்குமெழில்
சொல்லுவார்குபிரை வெல்லுவார். (517)

(வேறு)

துங்கநெறி யால்அழகி னால்அதிக சொல்லால்
சங்கைநடை யாலுடையி னால்உறு சமத்தால்
இங்கிலுளர் போலஎழு நூறுபகு திக்கும்
அங்கவர்கள் ஏற்றமென ஆலநபி விண்டார் (518)

(வேறு)

தீங்காரும் இல்லாத ஜென்னத்தில் எல்லோரும்
செல்வச் சிறப்பாக வே
நீங்காத அழகாய்அ லங்கரித் தேகொள்ள
நித்தன்ஒவ் வொருவர்க்கருள்
பாங்கான பொற்பணித் துகில்கமர் பந்துகுப்
பாயம்எழு பதினாயிரம்
ஆங்காத வன்கிரண மவுலியொடும் புனையும்ஆ
பரணம்எழு பதினாயிரம் (519)

அன்னத்தை வென்றநடை ஆலத்தை வென்றவிழி
ஆரத்தை வென்றநகையும்
மின்னைத்து ரந்தஇடை மேரைக்க டிந்தமுலை
மேகத்தை வென்றகுழலும்
வன்னப்ர காசம்எழ மலர்அணையில் இருவருமெய்
மகிழமிகு மருவுமணமும்
என்னத்த யாவினொடு மேவுஹூ ரானிகளை
ஈவன்எழு பதினாயிரம். (520)

(வேறு)

உகந்தஅப் பூமான் தன்னில்
ஒருவர்இப் புவியில் வந்தால்
அகன்றமெய்ப் புவனம் எல்லாம்
அதிமணம் எழுந்து வீசும்
திகழ்ந்தெழில் பரவும் சென்னி
திருமுடி அவிழ்த்தா ராகில்
பகர்ந்தநற் கிரணத் திங்கள்
பதங்கனும் ஒதுங்கும் தானே. (521)

(வேறு)

அந்தகர் முகத்தில்அவர் அங்கைகொடு நீவில்
நந்தல்விழி யும்தெரிதல் பெற்றுநலம் ஆகும்
உந்துயிர் இறந்தஉட லைத்தடவில் அப்போ
சந்ததி சயச்சடம் நிறைந்தஉயிர் ஆவார். (522)

(வேறு)

பொன்னகர்ப் புரவி ஏறிப்
புவியினைத் திறைகள் கொண்டே
துன்னலர்க் கீமான் நல்கும்
துங்கசங்க் ராம கோவே
என்னுயிர்க் குயிரே எந்தன்
இடர்கெட வந்த வேந்தே
சொன்னஇப் பொருளிதுண்மை
தோன்றவே றுரையும் என்றார். (523)

சொர்க்கத்தின் வரலாறு முற்றியது.

திருவிருத்தம் 174

நரகத்தின் வரலாறு

அங்காகிய நரகானதும் அதிலாகிய வளமும்
வங்காரமெய் யுறுபாவிகள் வருந்தும்வர லாறும்
இங்காரஉ வந்தோதிடும் என்றேஅவர் கூறச்
சங்காரமர் ஜயந்தாவிய சையிதாம்நபி சொல்வார். (524)

(வேறு)

இபுனு சலாமேகேண் மிருள்வலி சுடர்வீசும்
புவனிலுள்ளோர் பாவம் பூண்டவர் தான்வாழத்
துவனி விடாநாயன் சுடுநர கேழதனைப்
பவனமில் லாதகரம் பாய அமைத்தனனே. (525)

(வேறு)

அந்நரகம் ஏழுக்கும் அழல்வாசல் ஏழுள்ள(து)
அவ்வாசல் உயரமருளில்
மன்னுபுகழ் ஆயிர வருடத்து வழியுண்டு
மணிவாசல் வெளியகலமும்
துன்னுவழி ஐந்நூறு ஆண்டுண்டு மேஅதன்
தூரமே கூறிலதுதான்
உன்னுபுகழ் ஓராயிரத்தாண்டு உண்டதனின்
உட்கனல் உரைக்கஅரிதே. (526)

(வேறு)

குபாட பாவிகள் சேனை யாள்அடை
கோட்டை வாசல் அடைத்துள
கபாட மானது இரும்பு நீணிலை
கந்தரம் சுழி சுற்றியுந்

திபாட மானது உருக்கி னால்உறு
  செய்யதாள்அணி பூட்டுடன்
துபாட மாகிய திறவு கோல்உயர்
  துங்க வெங்கனல் என்றனர்.   (527)

(வேறு)

தரையடி செம்பி னாலே
  தங்கிய மணல தெல்லாம்
சொரிஇரும் பரும்பி னாலே
  துகள்அழற் பொறியி னாலே
நிரைமலர்ச் சோலை கள்ளி
  ஞெகிளியாம் கடுமுட் பூடங்
கரமனை பெருந்தீப் பாம்பு
  தேட்குடி அதாபு வாழ்வே.   (528)

(வேறு)

குறித்துள நரகினில் கொடிய ஹாவியா
வெறித்துள தீமதிள் வெளிய தாகுமேல்
செறித்துள வெளியதீச் செய்யும் வண்மையைப்
பிரித்துளம் மகிழவே பேசக் கேண்மினே.   (529)

(வேறு)

அந்தநர கத்தறை
  அநேகமுள(து) அங்கியால்
சிந்துகதிர் வீசும்அதில்
  சிற்றறை தனைத்திறந்(து)
உந்தும்இளை ஊசித்துளை
  உட்பொசியும் வன்னியைப்
பந்தமுற வேஅவனிப்
  பாவிகள்கண் காணவே.   (530)

மெய்த்திமிரம் ஓடவரும் வெய்யவெழு வானில்
வைத்திடில் அனற்பருதி மாறுபடு வானின்
மொய்த்தமுடி மாந்தர்தலை மூளைஉள தெல்லாம்
நெய்த்துருகி வெந்துறு நிலத்தில்விழும் என்றார். (531)

பொய்மறந்து நேர்வழி பொருந்தவென வந்ததோர்
மைமறந்த மேகமென வன்னிமொழி கேட்டுக்
கைமறந்து வாய்புலர்ந்து கண்கள்புனல் ஊற
மெய்மறந்து சொன்மறந்து மீண்டும்தெளி வுற்றார். (532)

மீண்டும்தெளி வுற்றஅந்த வேதர்அபு துல்லா
பூண்டுநபி தாள்பணிந்து போற்றிசெய்து சொல்வார்
ஈண்டுபுகழ் ஆலநபி யேஇருகண் ணேயான்
மாண்டிடினும் போதுமுமை வந்துகண்ட தென்றார் (533)

மந்தரசு கந்தபுயம் மன்னும்இற சூலே
பந்தமுற வேஅவனிப் பாவிகளி லேதான்
இந்தநர கந்தன்னில் இரக்கமற வென்றும்
எந்தவகை மாந்தர்தமை ஈடுசெய்வ தென்றார். (534)

(வேறு)

தொழுகை மறந்தவரும் சூதை உவந்தவரும்
பழுது படும்பொருள் பலிசை உவந்தவரும்
வழிகெட நின்றவரும் வல்லவ னுக்கஞ்சா
அழுகை உவந்தவரும் அந்நர கம்சேர்வார். (535)

பொய்யை மொழிந்தவரும் புறம துரைத்தவரும்
ஐயை உருச்சிலை செம்பை உவந்தவரும்
மைஇபு வீசுசெயும் மாய்கை மகிழ்ந்தவரும்
மெய்யை நெகிழ்ந்தவரும் வெந்நர கம்சேர்வார். (536)

(வேறு)

துன்நிமித்தம் நோக்கினவர்
தோன்றுகுறி பார்த்தோர்
இன்னகுற்றம் என்றுமருள்
ஏற்றிமொழி கேட்டோர்
பன்னகதை உட்கருதிப்
பாலமுதம் ஈந்தோர்
தன்னகத்தில் ஈமான்
தயங்கினர்கள் ஆவார். (537)

ஒப்பாரி சொல்லிஅழு தொத்தறைந்து வீழ்ந்தோர்
மைப்பூங் குழல்சரிய மாரடித்து நின்றோர்
மெய்ப்பான ஆதியை விளித்துவைது நொந்தோர்
இப்பாவம் செய்தவர் எரிநரகில் வீழ்வார் (538)

மெய்யோடு மெய்தழுவி மேலில்விழுந் தழுதோர்
கையோடு கைஇறுகக் கட்டிஇருந் தழுதோர்
துய்யவிர வெண்மைசெய்தே சூழ்ந்திழவைக் காத்தோர்
எய்யவி றந்தவரும் எரிநரகம் சேர்வார் (539)

சீரான எத்தீம்கள் சிந்தையைநோ வித்தோர்
நேரான சக்காத்து நீண்முதல் வழங்கார்
கூரான சிந்தைகொடு கூத்துவந்து பார்த்தோர்
ஏராத சங்கீத ராகஇசை கேட்டோர். (540)

(வேறு)

வெறிமது உண்டவரும் வெகுள்குண மானவரும்
செறிகனல் கதிரவனைச் சீரடி தொழுதவரும்
அறிவை நெகிழ்ந்தவரும் அதபு கடந்தவரும்
சிறுபிழை செய்தவரும் சேருவர் அந்நரகம். (541)

தாயொடு தந்தைமனம்
தனையுறு நோவுசெய்தோர்
பேயொடும் உறவுசெய்தோர்
பெருத்த ஹராமுண்டோர்
சேயொடு பகையானோர்
தீங்குறு கோள்சொன்னோர்
நாயொடு பன்றியென
நாணரகம் சேர்வார். (542)

(வேறு)

பள்ளிதனில் வீண்மொழி பகர்ந்துநகை செய்தோர்
வெள்ளியொடு திங்கள்தனில் வீணில்அழு கின்றோர்
ஒள்ளியசொல் வேதஉஸ் தாதையும் நெகிழ்ந்தோர்
கள்ளிஅழு துண்ணஎரி காய்நரகில் வீழ்வார் (543)

வேட்டகண வன்மனதை மெத்தவும்நோ வித்தோர்
நாட்டும்அவன் சொன்மொழிக்கு நாக்குவளைத் தோரும்
ஈட்டுகொழு நன்மொழியை ஈடழித்துத் தன்சொல்
கேட்டுநடக் கநடத்தும் கேடியரும் தாழ்வார். (544)

(வேறு)

ஆளுங் கணவன்உத் தாரமின்றி
அயலார் மனைக்குச் சென்றோம்
மூளுங் கலவிக் கயற்புருடன்
முன்பார்த் தின்பம் மொழிந்தோரும்
தோளும் தலையும் அயலார்முன்
தோன்றத் திறந்த தோகையரும்
வாளும் கயலும் செறிவிழியால்
மயக்கும் அவரும் மிகத்தாழ்வார் (545)

(வேறு)

சிறந்துள மனையிற் செட்டுச்
செய்துள மடவார் தாமும்
மறந்திகழ் காபிர் செய்யும்
வழிச்செயல் நடந்தோர் தாமும்
அறைந்தசொல் நாவால் நித்தம்
அதப்பியம் உரைத்துள் ளோரும்
இறந்தபின் புறம்சொன் னோரும்
எய்துவர் நரகில் என்றார். (546)

(வேறு)

கணவன் பொருளை யறாதியன்றிக்
கண்டோர்க் கீயும் கன்னியரும்
துணைவன் முதலிற் காணாமல்
துணிந்தே திருடும் தோசியரும்
புணரும் கலவிக் கூறுசைத்தான்
போற்றும் முனாபிக் கானவரும்
கிணறும் கணலிச் சுனையுமுள
கீழ்வாய் நரகில் தாழ்வாரே. (547)

(வேறு)

அல்லாவை இறசூலைச் சந்தாபம் செய்தோர்
அருள்நாலி யார்களில் ஒருத்தரை நெகிழ்ந்தோர்
சொல்லான சொர்க்கநர கம்இல்லை என்றோர்
தூதாங்க ரானநபி களைச்சிறுமை கண்டோர்
பொல்லாத கூன்செய்து அமானிதம் அழித்தோர்
புறுக்கானில் ஓரெழுத் தைத்தூஷ ணித்தோர்
வல்லாண்மை பேசித் தனைப்பெருமை கண்டோர்
மாபாவி யாய்நரகில் தாழ்வார்கள் என்றார் (548)

மறைநான்கில் ஒன்றதை மனத்துற நெகிழ்ந்தோர்
மார்க்கம் தனக்கடா வாணிபங்கள் செய்தோர்
அறிவாளர் சொல்லதை அசண்டைகள் அடித்தோர்
அடிமைத் தனத்தாரை அறக்கொடுமை செய்தோர்
செறிவான நேர்நெறித் தீனொடு பகைத்தோர்
செய்நன்றி நம்பினவ ரைச்சதிகள் செய்தோர்
இறைஏவலைக் கடந்து ஈனவழி சென்றோர்
இவர்களுமந் நரகவன் னிக்கிரைய தாவார். (549)

(வேறு)

வரிசைக் கணவன் தனைக்கெடுக்க
மாய மருந்து தனைச்செய்தோர்
பிரிய சனாவிற் சேயீன்றோர்
பெருக கைர்ஒன் றீயாதோர்
அருஷைப் படைத்தோன் தனக்குமிக
அஞ்சித் தவுபாச் செய்யாதோர்
நரிஉற் றருந்தும் பிணம்போல
நரகிற் புகுவார் இவர்களுமே. (550)

(வேறு)

மைக்களவு சூனியங்கள் வஞ்சனைகள் செய்தோர்
தக்கபெரி யோர்கடமைத் தாழ்ச்சிசெய்து போற்றார்
மிக்கசிறி யோர்களுக்கு மேவபுத்தி கூறார்
துக்கநர கத்தில்விழும் தோசியர்கள் ஆவார். (551)

அநியாயம் என்றதை அறிந்துவில காதார்
உனியாயம் ஆனதற்கு உவந்துதொழிற் செய்தோர்
இனியாய நால்மதுஹ பிற்குறைகள் செய்தோர்
அனியாய வெந்நரகில் ஆவார்எந் நாளும் (552)

(வேறு)

இவ்வா றுரைக்கக் கண்டுகைப
றிபுனப் துல்லா மிகமகிழ்ந்து
மெய்வா றுரைத்தீர் முஹம்மதரே
வேண்டும் உயிரை அடியேன்தான்
செவ்வா யுமது திருப்பதத்தே
சேரக் குறுபான் கொடுத்தாலும்
ஒவ்வா துமது செய்நன்றிக்
கென்றே போற்றி உரைத்திடுவார். (553)

(வேறு)

தீங்கினால் செய்யும் வாசச்
செயலினைத் துரங்கொ டேற்றிப்
போங்குகன் னாசு மாயை
பொருந்தும்அத் தோஷத் தோரை
ஏங்கினால் விடுவதுண்டோ
என்றிறை ஏவ லாட்கள்
பாங்கினால் அதாபு செய்யும்
பரிசினைப் பகரும் என்றார். (554)

இப்பெரும் தோஷத் தோரில்
இடைவிடா மீட்சி இல்லா
மெய்ப்பெரும் கேடாய் நித்தம்
வெந்துவெந் துருகித் தாழ்வார்
பொய்ப்பெரும் கல்லைச் செம்பைப்
போற்றியே நாயன் என்று
மைப்பெரும் குபிரில் வீணில்
மாய்ந்தவன் காபிர் என்றார். (555)

(வேறு)

மேவிஆலநபி யேஉரைத்ததுமெய்
யேஎமக்கினி வேறுநீர்
ஹாவியாவெனும் நரகின்மாந்தர்
அதாபுதானது படக்கெடும்
பாவியானவர் எத்தனைவகை
பாங்கருண்டிவை பகருமென்(று)
ஏவிஆதர வோடுகேட்க
இசைந்தநன்னபி என்சொல்வார். (556)

எண்ணொணாவெகு கூட்டமுண்டதில்
ஏவுகூவல் அநேகமுண்டு
அண்ணலாதி அமைத்தஅக்கிணறு
ஆழமானது கூறிலோ
தண்ணிலாவெழு பத்தின்ஆயிரத்
தாண்டுசெல்லும்அத் தடமதிற்
திண்ணநாகம் பெருத்ததும்மெய்
சிறுத்ததும்வெகு சேனையே. (557)

(வேறு)

அன்ன நாகத்திலொரு சின்னநா கப்பெருமை
ஆதிஅரு ளாளன் இறையோன்
சொன்ன நாட்கணம துன்னியே ழிற்புவியும்
தூங்குவான் ஏழில் உளதும்
தின்னநா விட்டிரைய தென்னவென் றழுக்கியுடல்
சீறிமீ றிக்குமுறி நீள்
பன்னநா கத்தெயிறு தன்னை ஓ திற்பெரிய
பாரமா மேரு நிகரே (558)

(வேறு)

அந்தரவு தந்தவிழி முந்திஎதிர் சிந்துமிடம்
ஆனஆ லத்தின் அதிலோர்
நந்துகொசு கின்சிறகில் ஒன்றிலரை யின்கடுகை
ஞாலமதில் வீசிலதனால்

இந்தஉல குங்கடல்அ டங்கலும் இடம்மற
எழுந்திலை பசிந்த பூடும்
வெந்தழல் இரைந்துவி டுங்குகைஈ யங்களென
வெந்துருகி நின்று விடுமே! (559)

அக்கொடிய நெட்டரவு கொட்டிய கொடுக்கில்விஷம்
ஆளுமாந் தேளினொடுதீத்
திக்கெனவே பத்தியதி ரக்குமுறி விட்டெரியுந்
தீங்கினா லோங்கு நரகில்
தர்க்கமிடை மெர்க்கமற மெய்த்தொழுகை விட்டவர்கள்
புக்கென நெருக்கிய மலக்குகள் கரத்தினிடை
புகழ்ப்பெரிய கத்தனருள் வான் (560)

மத்தளையு டைப்பதென நித்தனருள் பெற்றுள
மலக்குகள் சினத்தவர்களைப்
பித்தளையை வைத்துவித னித்திடநெ ருக்கியடி
பெற்றலறி டக்கனல் கொடே
கைத்தளைக ளிட்டிடக் கழுத்திலரி கண்டங்
கனப்பட விறுக்கியிருதாள்
கைத்தளைகள் மெய்த்தளைகள் வைத்துவெகுசங்கிலி
தனைக்கொடு; பிடித்து வருவார். (561)

(வேறு)

கொண்டு செல்லுவார் ஹாவியாவெனும்
கொடியதோர் ஜகன்னநரகினில்
மண்டி நின்றழல் சிந்திடுங்கது
வானெனுங் கிண றிவர்களைக்
கண்டு கோப மிகுந்து பூட்டுக்
கபாட வாய் திறந்துட் கொடே
மிண்டுதானர வங்கள்நெஞ்செதிர்
வீசி வீறொடு சீறுமே (562)

சீறி வாசுகி தேள்க ளோர்புறம்
செந்தழற் கொழுந் தோர்புறம்
மாறி லாமல் இழுத்து ளேகொடு
போமந்நேரம் மலக்குகள்

நீறு பாய வுறுக்கி வன்னியில்
நீட்டு தூண்கரம் பூட்டியூ(ன்)
ஆறு பாய அடிப்பர் அங்கவர்
அவசமாய் மிக அலறுவார். (563)

(வேறு)

அழட்டிக் கைப்படப் புவியோ சையுடல்
சுழட்டித்து நரைத்துந் தொழாத வர்கள்
உழட்டிக் கிணறுட் படுகுக் கலெனக்
கிழட்டுத் தலைகிண் டிளரித் திடுவார். (564)

(வேறு)

உளமகிழ ஆதியை உவந்துற நினைந்தே
வளமைபயி லும்வாலி பத்தில்வணங் காதார்
விளமதுறும் தூண்டில்தனின் மீனென மலைத்தங்(கு)
இளமைதடு மாறிமிக ஈடுபடு வாரே. (565)

ஆதார நாயனை அறிந்துவணங் காதார்
கோதாரி பாய்நரகிற் கூண்ட சபை தன்னின்
மூதாரு மெய்குனிந்து மொய்குடுமி வெண்மை
தூதார வேநரைத்த சூழ்கிழவர் சொல்வார் (566)

(வேறு)

ஐயோவிதை அறிந்தோமிலை
அறவுந்தனி யானோம்
ஐயோகிழ மானோரென
அற்பம்இரங் காரோ
ஐயோபெலக் கேடோதுயர்
ஆறாம்பெரும் பசியே
ஐயோதவ னம்மெய்யெனக்
கைசேதம தாவார். (567)

ஏகாஇறை யேநீசொல் ஏவல்மறுத் தோமே
வாகாகிய தவுபாவையும் வருந்தாமலும் கெட்டோம்
சாகாநினை வாலேகுலம் தாழ்ந்தோமென வீழ்ந்து
ஓகோவென ஐயோவென அழுவார்பிழைக் கழுவார் (568)

ஐயோவுனை வணங்காதவர்
அறவுங்கெடு வாரென்(று)
ஐயோஅறி வாளர்மறை
ஆராய்ந்துமொ ழிந்தார்
ஐயோஅதைப் பொய்யோவென
ஆகாமறம் செய்தோம்
ஐயோவினை மெய்யாச்சென
அறைவார்முறை யிடுவார். (569)

(வேறு)

கிழவரிப்படி முறையிடக்கனல்
கிளரமற்றவர் குழறவே
மழலைதப்பிய இளமையிற்பெறு
வாலிபத்திலுள் ளோரெலாம்
அழலிலிட்டுள மெழுகெனச்செறிந்(து)
அங்கம்வெந்துரு கிச்செல
விழலரிப்படி தமதுகுற்றமும்
மெலிவும் நித்தனொ டருளுவார். (570)

(வேறு)

ஐயோவினை கொடிதாமென அன்றேஅறிந் தோமில்
ஐயோவா லிபமேகெரு விதமேஅணி யழகே
ஐயோபுய பெலமேஅடர் சுகமேயுடல் ஜெயமே
ஐயோமத மேஆண்மையே என்றேசொலி அழுவார். (571)

(வேறு)

பெருமையே ஐயோ வீரம்
பேசிய நாவே மேனி
அருமையே சுகியே பூமி
ஆசையே எந்தன் வாழ்வே
பிரியமே மகவே ஐயோ
பேதைமேல் அன்பே யென்றே
அருமையே படைத்தோ னின்பால்
அழுதுவாய் வெருவிச் சொல்வார். (572)

(வேறு)

ஐயோஉயர் சொர்க்கம்பெற
வேண்டும்என அன்பாய்
ஐயோதொழு திலமேபிழை
அவமேசெய்து கெட்டோம்
ஐயோபெரி யோர்சொன்ன
தறிந்தோமிலை யேநாம்
ஐயோவிது வோபேறென
அழுவார்கத றுவரே. (573)

(வேறு)

அங்க மெங்கும் அரவம் உண்ண
அடித்ததாபு செய்கிறார்
சங்கை கண்டும் தகுதி கண்டும்
சற்று நெஞ்சி ரங்கிலார்
இங்கு வாலி பத்த ரென்றும்
எழின்மு கங்கள் பார்க்கிலார்
பங்க மேப டுத்த வே கி
டைத்த தெங்கள் பாவமே. (574)

(வேறு)

என்று கூறுவார் நின்று வாடுவார்
ஏகனே அல்லா எங்கள் நாயனே
அன்றுன் ஏவலை நொந்து மாறினோம்
அறிவுள்ளோர் சொன்ன மொழியை மீறினோம்
நன்று நீர்தொழும் என்ற பேர்களை
நாவி னால்நகை செய்து பேசினோம்
இன்று தான்படும் பாட்டையோ கொடி(து)
ஏது பாவமென் றேங்கி மாளுவார். (575)

(வேறு)

வன்னிகாய நரகமுண்ண
வல்வருத்தம் செய்வதைத்
துன்னுபாரில் அன்னைதந்தைச்
சுற்றமுள்ளோர் கண்டிடில்

என்னபாவம் என்றுமெய்
இடைந்துளோடி வாடியே
சொன்னமாகி லும்கொடுத்து
மீட்பமென்று சொல்லுவார். (576)

(வேறு)

ஐயோ சங்கிலி அரிகண்டம்
அணிவார் எனவே அறிந்தோமோ
ஐயோ செய்யும் பிழைபோக
அஞ்சித் தவுபாச் செய்தோமோ
ஐயோ நரகிற் றுரமல்லோர்
அறவே வன்கணர் ஆனாரே
ஐயோ இதுவோ பேறென்ன
அழுதே கதறுவர் அவரவரே. (577)

(வேறு)

பாங்கி னால்வணங் காப்பெரும் பாவிகள்
தீங்கு கண்டுநர கத்துச் செந்தழல்
வாங்கி யுள்ளுற வாய்விட் டலறியே
வேங்கை போல வெருட்டிப் பிடிக்குமே (578)

அந்த நேர மறப்பெரும் பாம்புகள்
வந்து மெய்யை மடக்கிச் சுருட்டியே
தந்த மேபடத் தங்கள் பசிக்குற
உந்தி வாரி ஒடுக்கி விழுங்குமே. (579)

(வேறு)

அதிரநாகம் உண்ணுநேரம் அவசமாக அலறுவார்
உதிரசீழ்கள் அவர்கள்வாயின் ஊறியோடி வருவதை
முதிரமீறு தவனமாக மொண்டுமொண்டங் கருளுவார்
பிதிர வாரி உண்பர்நோவு பெருகிமேனி உருகுவார் (580)

உருகிமீள உயிரதாவர் உடலமேற நடலமாய்க்
கருகுவார்கள் சருகதாய்க் கலங்குவார் மலங்குவார்
பெருகுவார்கள் உருகுவார்கள் பிணமதாவர் எனநபி
அருளநீதி அபுதுல்லாதம் அகமகிழ்ந்து கூறுவார். (581)

நரகத்தின் வரலாறு முற்றியது

திருவிருத்தம் 58

பிழைமாதர் வரலாறு

வள்ளலே நபியே எங்கள்
  முகம்மதே முஸ்த பாவே
உள்ளதே சொன்னீர் வேறிங்
  குரைத்திடும் அவனி மீதில்
கள்ளமே பயிலு மோகக்
  கனங்குழன் மடவார் தம்மில்
எள்ளல் சேர் பாவை மாரை
  எப்படி அதாபு செய்வார்.   (582)

(வேறு)

பாவ மாதர் படுந்துய ரங்களை
மேவு மும்மறை வேதியர் கேட்கவே
காவ லாகிய ஹக்கன் அருட்படி
ஏவ லான முஹம்மது இயம்புவார்   (583)

(வேறு)

கொண்டமெய்க் கணவன் சொல்லை
  மறுத்துள கோதை மாரை
மண்டையிற் றூண்டி லிட்டு
  வாய்முளை அறைந்து நாக்கைத்
தெண்டிடச் சுக்கு மாறாற்
  சென்னிகள் சிதறத் தாக்கிக்
கண்டலைக் குறடு காய்ச்சிப்
  பிடுங்குவர் கடுங்கை யாளர்.   (584)

வாக்கினாற் கணவன் தன்னை
மதிப்பிலா உதா சனங்கள்
நோக்கியே சொல்லும் அந்த
நுண்ணிடை மடவர் தம்மை
நாக்கிலே தூண்டில் இட்டு
நயனமோ டிழுத்து வாங்கித்
தூக்கியே அதாபு செய்வார்
சுடுவர்கூப் பிடுவர் தாமே (585)

ஹலாலவன் அன்றி மிக்க
ஹறாமிலே பாலன் ஈன்றோர்
பலாய்கொடு வயிறு பார
மலையென விம்மி யோங்க
விலாநெறு நெறெனத் தூண்டில்
விசித்திரு முலையிற் பூட்டிச்
சலாரென இழுத்துப் போட்டங்(கு)
அடிப்பர்தீத் தடிக ளாலே. (586)

மடரியாங் கணவன் றன்பால்
வஞ்சனை செய்த மாதைப்
பிடரியால் நாக்கை வாங்கிப்
பிடித்திரு கரத்திற் சேர்த்துப்
படரவே வாங்கிப் போட்டுப்
பல்பல நெருக்க மாகக்
குடரியா டுவர்கள் அங்கங்
கொப்புளங் கொள்ளத் தானே. (587)

அன்பர்சொல் அறுதி யன்றி
அயல்மனைக் கேகு மாதை
இன்புறுங் கரமும் காலும்
இடுப்பொடு சேர்த்துக் கட்டி
மின்படு நெருப்புத் தூணால்
மிடைபட அடிப்பார் நாளும்
தன்வினை தன்னைச் சுற்றிக்
கொடுவினை யாகத் தானே. (588)

(வேறு)

இல்லாளை ஏரிப் புனலாடி யந்தநீரையுமே
எல்லோரும் காண எடுத்துவர வேயருந்தும்
பொல்லாத தையூ(சு) எனப்பெயர் பொருந்திஎரி
கல்லானை யாய்த்தோயம் சுக்கியெறி வார்களன்றே (589)

ஏரியின் நீரை எடுத்துமுகம் காட்டிவரு
நாரியர்தன் வாயால் நாறுசெயல் ஊனொழுகச்
சோரிவிழி பொங்கச் சுடுநெருப்பாற் சாடிச்சுமந்
தோரினிசை முழக்கி நிற்பார்உரு கிடவே. (590)

(வேறு)

பெருக்க நீள்புறம் பேசிய மாதரை
நெருக்கி நாக்கை நெருக்கென வாங்கியே
பருக்கை யாய்ப்பல துண்டப் படுத்திவைத்(து)
உருக்கி ஊட்டுவர் உண்ணைப் போதுமே. (591)

கின்னர ராகவிசை கேட்டிடு மூடருடைத்
தன்னிரு காதில்ஈயம் சால உருக்கிமிகத்
துன்னிட வேவிடுவார் சூடுபொறா தழுதால்
வன்னியின் நீள்கசையால் மாறியுமே யடிப்பார். (592)

(வேறு)

அன்னம் அருந்திய போதழல் ஈவதும்
அல்ல இராக்காலம்
வன்னி கொடுப்பதும் அப்புடன் உப்பு
வழங்குவ துங்கொடிதென்(று)
உன்னி உரைத்தவர் தன்னை எரிக்குழு
வாயென வாய்வெருவாப்
பன்னக மும்பல தேட்களும் நாக்கைப்
பறித்து முறித்துணுமே. (593)

துஞ்சிய மோக மடந்தையர் போம்வழி
சொல்லி அவர்க்கிதமாய்
மஞ்சன் வழங்கி நெடுங்குபி ராகிய
வாழ்க்கையின் வேட்கையுளோர்

பிஞ்சு பிளந்துடல் எங்கும் நசுங்கிடப்
பேரர சம்மியிலே
அஞ்ச அரைத்ததில் நஞ்சு கரைத்தனல்
ஆறென ஓடல்செய்வார். (594)

(வேறு)

சிலம்பு கிண்கிணி சதங்கை தண்டைகள்
செறிந்திடுந் தரிசிலங்க வே
புலம்ப மைந்தர்கள் பதம்பு ரிந்திவை
புனைந்துளங் களிகுளிர்ந்து ளோர்
கலங்க வெங்கணில் நிரம்பு கண்செவி
கறங்க நஞ்சர வருந்தநீள்
விலங்கு சங்கிலி அணிந்து நின்றுடல்
விரிந்தெழுந் துடல்வெதும்புவார். (595)

(வேறு)

வஞ்சமற ஹஜ்ஜுதொழும் மக்கத்தலம் எய்த
மற்றுமுள்ள பள்ளியில் வணங்கறிவு கேட்க
நெஞ்சினிலை கொண்டுசெல நீதியிவை யன்றி
நேர்ந்துகடன் ஈந்துவரம் வேண்டவென மாந்தர்
மிஞ்சிடந டந்திடில் விசும்பிலிமை யோர்கள்
வெகுண்டிடும் இலகுனத்தி லேயதுநர கத்தே
அஞ்சவிரு கண்செவிகை கால்அவைய வங்கள்
அழுந்தமுளை அங்கங்க றைந்துவினை செய்வார். (596)

(வேறு)

மதமுறு மதுவை உண்ட
மாதர்கள் வயிற்றின் மீதே
கொதுகொது கொதெனக் காய்ந்து
குமுறிய கனல்வெந் நீரைக்
கதகத கதென வார்க்கக்
கனங்குடல் ஈரல் எல்லாம்
மொதுமொது மொதெனத் தள்ளி
வீழ்ந்திடு முரண்டு தானே (597)

(வேறு)

அந்த நேரம் அவர்கள் ஐயோவென
நொந்து கூப்பிடு வாரந்த நோவிலே
நிந்த மான நெருப்புறு தூண்களால்
உந்தி வீசி உறுக்கி அடிப்பரே. (598)

(வேறு)

கோளொடு குண்டுணி பேசிமுறித்தல்
கொழுத்திய சூமருடைத்
தோளொடு நெஞ்சு பிளந்ததினூடுறு
சொல்லிய நாவதனை
வாளொடு தண்டிய வாளையெனும்படி
வாங்கி அரிந்ததனைத்
தேளொடு நஞ்செறி நாகம் உணும்படி
சேர விருந்திடுவார். (599)

(வேறு)

அலைவுறு பலிசை வாங்கி
அருந்திய தோசத் தோர்கள்
தலைசிறு புன்னைக் காய்போல்
சடமற நொந்து பார
மலையென வயிறு வீங்கி
வருமவர் வயிற்றின் மீதே
நிலைசெறி பாம்பும் தேளும்
நிறைந்திருந் திரைக்குந் தானே. (600)

தீங்குவா சுகியும் தேளும்
செருமிய வயிற்றின் மீதே
ஓங்குவார் நெருப்புத் தூணால்
உறுக்கியே அடிப்பா ரப்போ
தேங்குவார் அறைந்து வீழ்வார்
தியங்குவார் ஐயோ என்றங்(கு)
ஏங்குவார் உளமே அன்னார்
வெதும்புவார் மிகவும் தானே. (601)

(வேறு)

நீங்கா தொருவர் பொருளதனை
　　நெருக்கிப் பெலத்தாற் கொண்டோரை
பாங்காய்க் கெடுக்கும் பயங்காட்டிப்
　　பலனே கொள்ளும் பாதகரைத்
தீங்காய் இவர்கள் இருவரையும்
　　சேர்த்துச் சிலசீ ராப்பூட்டித்
தாங்காப் பெருவாய்ப் புழுச்சொரியத்
　　தழல்வாய்க் கசையாற் சாடுவரே. (602)

(வேறு)

கேடிலா பாங்குச் சத்தம்
　　கேட்டுற வணங்கார் காதில்
சாடுவார் நரகிற் செந்தீச்
　　சலாகையால் தகரக் குத்தி
மூடுவார் திறப்பார் மத்தின்
　　முறைமைபோற் கடைவார் கட்டிப்
போடுவார் மூக்குச் சாரம்
　　புகட்டுவார் போதத் தானே. (603)

(வேறு)

தாய்தந்தை உஸ்தாது தம்மனதை நோவித்த
　　சத்தமவர் சத்தமெழ வே
வாய்கண் குமிழ்க்காது தோலென்பு மிக்கான
　　மணிநா வுடன்தசையெ லாம்
காய்கின்ற மெய்த்தீயில் வாள்கொண் டறுத்தோடக்
　　காவென்ற வர்க்கீயவே
நாய்தின்ற கட்டாக வேதின்று நிற்பார்கள்
　　நாறும்பிணக் காடுபோல். (604)

(வேறு)

சீருலவும் எத்தீம்கள் பொருளை அவமாய்உண்ட
　　சீர்கேடதால்
பாருலகி லேஇழுப் புண்டுவெண்ணுரைவீசப்
　　பரிதாபமாய்

நீரருளு மென்பரப் போதங்கி யானவெந்
நீரைவிடுவார்
ஈரலுட னேகுடல்கள் இற்றுவிழு வார்மிகவும்
ஈடுபடுவார். (605)

(வேறு)

சீரான மங்கையர் ஹறாமான புருடன்
செவிகேட்க இசை கூட்டியே
கூராய மகவுதா லாட்டிலும் பாட்டிலும்
குரவையிடி லும்அந்த நாப்
பேராவி யிறுகாலை கலிமா வழங்காது
பெருகியொளி அதனூடெழும்
நேராயும் ஏகனுக் குத்தாரம் கூறாது
நெட்டர வுணக் குழறுமே. (606)

(வேறு)

பறுலு முழுகார் ஜுனுபி னுடனே
பசிகள் தவிர்வாரை
அறுதி அழல்வாய் குமுறு புனலே
உடலில் விடுவார்போல்
மறுகி விழுவார் அருகி விழுவார்
மலையின் முசுறாவார்
சிறிது மவர்மார் தழுவர் எழுவார்
தினமும் இதுபேறே. (607)

(வேறு)

கூறுநால் வேதந் தன்னைக்
குறைசெய்வார் தன்னைக் கொண்டே
ஏறுதீ ஞெகிழி வாளால்
ஈரலற் றிற்று வீழ
மாறுநா வாய்கண் காது
மணிக்குடல் எயிறு கால்கை
வேறுவே றாக வீழ
வெட்டியே அதாபு செய்வார். (608)

(வேறு)

தக்காத் தனந்தேடி வைப்பார் அதற்கான
சக்காத் தெடுத்தீகி லார்
தொக்காய்ப் பெரும்பூ ஷணப்பால் சமைப்பார்
தொடுப்பார் உடற்பா ரெலாம்
மிக்காய்க் கரம்கால் கழுத்து நுதற்காது
மெய்ப்பாந் தழற்பூரி யாய்த்
திக்காய்க் கடுந்தீயில் நிற்பார் தமக்காய்ச்
சிரிப்பார்க் குடம்பாக வே (609)

(வேறு)

சந்தையிற் கோல்த ராசுக் கரவினர்
சங்க நாழிம ரக்காற்ச தியினர்
சிந்தையிற் பகை நாவில் உறவினர்
சேர்ந்த வில்வகை யோரை நரகதில்
பிந்து வாரத்தின் ஊடே கழுமரம்
பீறி ஒன்பது வாயாற் பணறுவிட்(டு)
உந்தியோங் குமதை மீள அவ்வழி
யூடுவாங் கியுட லைப்பஞ் சாக்குவார். (610)

(வேறு)

ஆணுக் காணதி மோகத் தாலணை
வோர்மிக் கான ஸனாவுற்றோர்
நாணத் தானவர் காணத் தோடிறு
நாயொப் பாய்வீ சுவாரப்போ
பாணித் தாரையில் ஊதிச் சோரிப
னூலச் சீயொழு காரைப்போற்
பூணத் தேவர வாரிக் காவுவர்
போதத் தானழு தேநிற்பார். (611)

(வேறு)

இறந்தவருக் கொப்பாரி சொல்லி இல்லத்
திருந்திழவைக் காத்திறையை மிகவே நொந்தங்(கு)
அறைந்துவிழுந் தொருவரைவந் தொருவர் கட்டி
அழுதுமிகச் சலித்துமார் அடித்துக் கூவிச்

சிறந்தகுழ லும்கதுப்பும் பிடுங்கிக் கூட்டித்
திரண்டவசத் தங்குறுந் தீங்குள்ளோரை
உறைந்தபெரு நெருப்புப்பாழ் நரகத் துள்ளே
ஒடுக்கிமிகப் படுத்துமந்த உவமை கேண்மோ (612)

(வேறு)

நரகினில் ஒருவிருண் மலையுள ததினுள
நவமுய ரமதருளில்
வரமிகு மெழுபதி னாயிர வருட
வழிவள முளத்தின் மிகவே
நிரையணி பணறிடை களிலுறு கவைமுளும்
ஞெகிழியி னலருடனே
விரைவொடு கடுவிடம் எழஅமு தொழுகிய
வெகுகளி வனமுளதே. (613)

(வேறு)

அக்களி மரத்திற் பால்சோ
றமுதென இவர்கள் கூட்டிப்
பக்கவெந் நிறுக்க் கட்டிப்
பான்மரத் தூச லிட்டுத்
துக்கமெய் தலைகீ ழாகத்
தூக்கியே சுடுவார் அப்போ
செக்கென முன்னும் பின்னும்
திரிந்துழன் றலறு வாரே. (614)

(வேறு)

அழுதுவாய்விட் டலறுநேரம்
அழற்கனன்ற தூண்களாற்
பழுதுவாய டிப்பர்சென்னி
பருக்கையாக விருக்கவே
உழுதசாலில் உழுவதாக
உயிர்ப்புண்டாகி மீளவும்
கழுவிலேற விடுவராயும்
கழுகதாவர் முழுதுமே. (615)

(வேறு)

பிறந்த மேனியொடு கழுவில் ஏறியவர்
    பேச லித்தலறு நேரமே
திறந்த யோனிவழி யேமனுச் செ(ய்)யல்கள்
    சிந்தி யோடுமதில் ஓர்துளி
உறைந்த பாரில்விழில் அந்த நாற்றமெழும்
    உக்கி ரம்பொறா துலகுள்ளோர்
பறந்து நாயனொடு சொல்லி நின்றழுது
    பரிதவிப்பர் பல காலுமே. (616)

(வேறு)

மற்றுள பாவிக ளைச்சிறைசெய்து
    வருத்தி நெருக்கியதைக்
கற்றுள வேதியர் கேளுமெ னப்புகழ்
    காவல் நபிமொழிவார்
உற்றுள பாழ்நர கத்திடை யேசெல
    உக்ரமி குத்திமையோர்
சற்றுமை யோவென விட்டெறி யாவகை
    சாடுவர் போடுவரே (617)

(வேறு)

கெடுசனாச் செய்து கெட்ட
    கேள்வர்தன் னுதலிற் சால
மடநல்லோர் ஞோனி என்னும்
    மணிஅல்குல் தடத்தைச் சேர்த்துக்
கடுவனார் கோசம் தன்னைக்
    காரிகை நுதலிற் பூட்டி
அடுகன்னா சிவுளிக் கண்மா
    வாய்க்கொடு வருவர் தானே. (618)

அப்படி வருமந் நேரம்
    அந்தந்த யோனி வாயால்
வெப்பெனும் உதிரம் சீழும்
    விழுந்தவர் நாசி யூடே

தப்பற வோடி வாயில்
　　தரிக்கும்அத் தரித்தல் எல்லாம்
ஒப்பொடு விழுங்கி வாய்விட்
　　டூளிடு மோரி யாவார் (619)

பருகுவார் ஓரி போல
　　பயந்தயர்ந் தலறு நேரம்
அருகில்நின் றேவ லாட்கள்
　　அடிப்பர்தீத் தடிக ளாலே
வெருவுவார் அலைமா றாக
　　மெலிந்திடும் அதாபுக் கஞ்சிக்
கருகியே வதன மீதே
　　கையினால் அறைந்து கொள்வார். (620)

(வேறு)

வாரமோ கத்தொடு சனாவிலே கெர்ப்பமுறும்
　　மாதர்யோ னிக்குள் மதலை
பாரயா னைக்கரம தாகனா லப்பகுதி
　　பாரமே ரொத்த வயிறூ(டு)
ஊரநே ரிட்டகரு மாரியா மப்பொழுதங்(கு)
　　ஓசையா கக்கதறுவார்
சூரைமே லிட்டதுகில் போலவே கைக்கொடவர்
　　சூலைநோ வப்பிணி செய்வார். (621)

(வேறு)

சுள்ளெயிற் பூனை போலச்
　　சுருண்டபச் சுடம்பின் மீதே
கொள்ளியைக் கொண்டு சுட்டுக்
　　கொதித்தவெந் நீரைத் தேக்கிக்
கள்ளியைக் கலக்கஞ் செய்து
　　கடிந்துற வாகப் போற்றிப்
பிள்ளையைப் பிடுங்கு மாப்போல்
　　பிடுங்குவார் குடலைத் தானே. (622)

இணைபட ஹலால்வைத் தொன்றை
இடுக்கிஒன் றீடு செய்தோர்
அணையினிற் சுகித்த மேனி
அதாபினால் உறும்ப ருத்தி
மணையினிற் சுகம தூட்டி
வருந்துமா தரைக்க வங்கன்
றிணைமயக் குறவே வைத்துச்
சிந்துவர் என்பும் ஊனும் (623)

சிந்தவே ஊட்டும் மோகச்
சேயிழை முலைகள் வாயில்
தந்தமே அழுந்தி அந்த
நேரத்திற் சர்ப்பம் உண்ணும்
உந்தவே அரைக்கு மாதர்
நாவினால் உதிரம் சாய்க்க
இந்தவா றாக வங்கன்
மூவரும் இடுக்கண் தோய்வார். (624)

(வேறு)

பதினெண்ணாயிர ஆலமும்புகழ்
வீசுகின்ற பதத்தரே
மதின நாடர சாளவந்த
மனோலயப்ரபு வானவா
அதினவாழ்வுறு ராஜராஜர்தன்
அருகராகிய அகுமதே
சதனமானது திண்மை வேறுரை
சாற்றுமென்றுரை போற்றுவார். (625)

(வேறு)

திண்ணமாய் முனாபிக் கான
தீங்கரை அதாபு செய்யும்
வண்ணமும் அவர்கள் தன்னை
அறிகுறி வாறும் மிக்க

உண்மைகொ டருளி ரென்ன
 உவந்தபு துல்லா கேட்க
நண்ணியே இறசூ லுல்லா
 நலம்பெறப் பரிந்து சொல்வார். (626)

பார்க்கிலோ முசுலீம் ஆவார்
 பலவகை அறிவும் சொல்வார்
மார்க்கமே தெளிந்த பேராய்
 வணக்கமும் நோன்பும் வைப்பார்
தீர்க்கமாய் எட்டி போலச்
 சிந்தையிற் குபிரை ஊன்றி
மூர்க்கமாய் தீனை மாறி
 இருப்பவர் முனாபிக் என்றார். (627)

வடுப்பட இவர்கள் தம்மை
 மலக்குகள் ஏழாந் தீயின்
அடுப்பினில் இடுமாப் போல
 அடிக்கமெய் துடிக்க நோவு
படுத்தவர் கள்ளிச் சோற்றை
 பசிக்குண வாக ஈவர்
கொடுப்பர்வெந் நீரை வாங்கிக்
 குடிப்பர்கண் பொடிப்பர் தானே. (628)

மேலறு நரகத்துள் ளோர்
 மேனியில் உதிர ஊனைச்
சீழொடு வாங்கி வாங்கிச்
 சிந்துவர் அவர்கள் மீதே
காலொடு கரங்கள் சென்னி
 கவைபட விறைத்து மேனி
தோலுறு மீய தென்னச்
 சிலுக்கமாண் டிருப்பர் தானே. (629)

மாண்வடார் எழுவர் போத
 வருந்துவர் பசிக ளாற
வேண்டுறு கழுதை பன்றி
 வெறித்தநாய் போல வாயாற்

கீண்டுமத் திரிய மெல்லாம்
    கேவல மாக நக்கிப்
பாண்டமெய் நாறி நிற்பார்
    பாசற வற்றித் தானே. (630)

பாசற வற்றி வாடிப்
    பரிதவித் துருகு நேரம்
நாசறச் சீழ்க ளூற
    நயனமும் உதிரம் சாய்க்க
வாசற நாக்கு நீண்டங்
    கலைத்திழுப் புண்ட நேரம்
மாசறக் கூவி நிற்பார்
    மலக்குகள் நாமம் சொல்லி. (631)

மலக்குகள் நாமம் சொல்லி
    வருத்தமும் மெலிவும் கூறி
விலக்குகள் உண்டார் போல
    மெய்மறந் தறவும் வாடி
இலக்குகள் தெரிய மாட்டா(து)
    எரிநர கத்திற் பட்டு
வலைக்கிளி போல நின்றங்
    கருந்திடப் பாணி கேட்பார். (632)

அருந்திடப் பாணி தேடி
    அலறிடும் அந்த நேரம்
கருங்கனல் திரண்ட மேகம்
    கதிர்த்தெழுந் திடித்து மின்னி
மருங்கினிற் குமுறிக் கால
    மழைக்குறி காட்டும் அப்போ
பெரும்பிழைத் தவனர் எல்லாம்
    பெரியவன் ரகுமத் என்பார். (633)

எழுமுகிற் பொருட்டி னாலே
    இனிமழை சொரியும் நாளும்
பழுதறத் தவனஞ் தீர்வோம்
    என்றுறப் பார்ப்பார் அப்போ(து)

அழலினிற் கரியிட் டூதி
　　அறச்சிவந் தெரிந்து காய்ந்த
மழுவெனத் துளிகள் வீழ்ந்து
　　மாமழைத் தாரை சாய்க்கும். (634)

(வேறு)

அங்கி யால்மழை பொழிய நாடியண்
　　ணாந்த பேர்கள்விண் ணார்ந்துபோய்
மங்கி வேனலெ ழுந்த கானலை
　　நாடு மானென வாடியே
பொங்கி யேஅனல் உந்துவெள்ளம்
　　புரண்டெ ழுந்து நிறைந்ததால்
தங்கி டாமல் அழுந்தி யேமிகத்
　　தாழ்வ ரென்றுரை சாற்றினார். (635)

(வேறு)

என்னிரு கண்ணே நபிக்கரசே
　　எளியேன் கருத்தே ரத்தினமே
முன்னிரு வோர்பெறு மின்னுடையீர்
　　முத்தே வித்தா ரப்பொருளே
பின்னிரு வோர்கட் கின்னமுதை
　　பேறா வீந்த பிரபூவே
உன்னி எமக்கிங் குண்மைசொன்னீ
　　உவந்திங் கினிவே றுரையுமென்றார். (636)

(வேறு)

என்னவே இறசூல் சொல்வார்
　　இயன்மறை அப்துல் லாவே
வன்னிசேர் நரகத் துள்ளே
　　வருந்திய பாவத் தோரில்
சொன்ன வாறாக வாட்டிச்
　　சூதுசெய் தடிக்கத் தாழவோர்
இன்னமே சிலருண் டன்னார்
　　இயல்பினைக் கேளும் என்றார். (637)

(வேறு)

வருத்தமுடன் தன்னுயிரை மாய்த்திட் டாரை
மகவுடன் முறைவழியாய் வணங்கா தாரைத்
திருத்தமுடன் சொல்லறுதி மாறி னோரைச்
சிறந்தஈ மான்இசுலாம் தெளியா தாரைப்
பெருத்தமனை யாட்டியர்க்(கு)ஓ ரஞ்செய் தாரைப்
பிறப்புடனே காய்ந்தாரைச் சதிசெய் தாரைப்
பருத்திபடாப் பனிரண்டும் படவே வைத்துப்
பாழ்நரகில் உறநெருக்கப் படுத்து வாரே. (638)

(வேறு)

அப்போ சலித்துமிக ஐயோ வெனச்சொல்லி
அழுவார் அறைந்து விழுவார்
கைப்போ மிகுந்துள களிச்சோறு மற்றுள
கனற்பாலு மோதுமுண வென்பார்
எப்போ ரிளைப்பில் லக்கான வர்க்குவல்
லிருப்போ மனங்க ளென்பார்
மெய்ப்போடு கைக்கூலி யைப்பேசில் அப்போ
வெறுப்பார் எனக்கூ றுவார். (639)

ஈட்டின்மேல் ஈட தானோம்
இடைவிடா நெருக்கம் ஆனோம்
சூட்டின்மேல் சூட தானோம்
துணையில்லாத் தனிமை ஆனோம்
கேட்டின்மேற் கேட்டில் ஆனோம்
கீழ்நர கத்திற் போட்ட
காட்டின்மேற் பிணம தானோம்
என்னவே கலங்கிச் சொல்வார். (640)

(வேறு)

ஐயோ நெருக்க மிகவாச்சே
ஆறாப் பசியும் தீராதே
ஐயோ அரசன் இலாப்படைவீ
டானோம் கைதை அளியானோம்

ஐயோ புலிவாய்த் தசையானோம்
    ஆறாக் கனலின் மெழுகானோம்
ஐயோ வினைசற் றமராதோ
    என்றே முறையிட் டழுவாரே. (641)

(வேறு)

வருதலைக் கருத்து றாமல்
    வடுப்பிழை செய்தோர் எல்லாம்
கருதலைக் கடல தென்னக்
    கறங்கவே அடித்து வீழ்ந்து
விரிதலைக் கோல மாக
    மெலிந்திடும் அதாபுக் கஞ்சி
இருதலைக் கொள்ளி வாயில்
    எறும்பது போலும் ஆவார். (642)

(வேறு)

ஐயோ மக்காள் உங்களுக்கிங்
    காண்சீர் பெண்சீர் செய்யாமல்
ஐயோ கெட்டோம் நாமெனவே
    அன்னை பிதாக்கள் தாம்சொலுவார்
ஐயோ தாயே தந்தையரே
    அன்றே உங்களைப் போற்றாமல்
ஐயோ நாங்கள் கெட்டோமென்
    றழுவார் மிகவே மகவானோர். (643)

அல்லல் படவே வன்கொலையாய்
    அன்றைக் கிறந்தோம் இன்றுகெட்டோம்
எல்லைக் கடங்கா வீணளந்தோம்
    ஈமான் இசுலாம் வேம் பானோம்
சொல்லிக் கபூல்செய் தறுதிகெட்டோம்
    துலங்க மனையாள் நோவுகொண்டோம்
வெல்லப் பொருதான் கன்னாக
    வீணிற் குழைத்தோம் நாமென்பார். (644)

(வேறு)

இப்படியே துணைவருடன் துணைவர் கூற
 ஏந்திழையார் கணவருடன் இயம்ப மோக
மைப்பரவும் குழலார்முன் கணவர் வந்து
 வருத்தமெல்லாம் உரைத்திடக்கண் டேவ லாட்கள்
கைப்பிடியாய்ப் பிடித்திழுத்துக் கவிழ வாங்கிக்
 கழுத்தில்அரி கண்டமிட்டு கடுந்தீக் குள்ளே
தப்பறவே தலையிலடித்(து) ஈச்சங் காய்போல்
 தனித்தனியே கொண்டுசென்று சளங்கொள் வாரே. (645)

(வேறு)

சலியா வீரம் கொண்டெங்கள்
 தமையே தனியே கொடுபோவீர்
அலையா வஞ்சம் செய்கின்றீர்
 ஆனை மிதிக்கச் சந்துண்டோ
ஞெலிகோல் உந்தும் தழல்வாயில்
 நெய்போல் மெய்யை உருக்குகிறீர்
வலியான் தூதன் கண்ணஞ்சா
 வாறோ நீங்கள் வருத்துமதே. (646)

(வேறு)

ஒருவனார் சொல்லும் வார்த்தை
 உண்மைஎன் றுவந்து யாங்கள்
கருதியே நடந்து விட்டோம்
 காண்கிலோம் அவரை என்பார்
உருகியே வாடு நேரம்
 உதவிலா தவர்தம் சொல்லைப்
பெருகவே நம்பிக் கெட்டோம்
 என்று பேதலிப்பர் தாமே. (647)

பேதலித் தலறு நேரம்
 பெரியவன் ஏவ லாட்கள்
பூதலத் துங்கட் கென்றும்
 பொருந்தவே புத்தி சொன்னேன்

சாதனைக் கள்ளன் பொல்லா
  ஜஹன்னமி ஷயித்தான் என்ன
ஆதளித் துரைத்த பின்னே
  அவனையும் காட்டு வாரே. (648)

காட்டுவார் கன்னா சென்போன்
  கடுங்கனல் அதனிற் சேர்த்துப்
பூட்டிய பூட ணங்கள்
  பொதுவற எடுத்துப் பூண்டு
ஈட்டிய வடவைப் பொன்னால்
  இயக்கிய முடியும் சூட்டித்
தாட்டிகன் என்னச் செந்தீத்
  தகுத்தினில் இருப்பன் தானே. (649)

(வேறு)

பாங்கான நரகத்தில் அழலாய் விதானித்த
  பல்பே தகமாகிய
தீங்காரும் எழுநூறு வருடத்து வழியான
  சிங்காச னம்ஏ றியே
ஏங்காரி யம்பேச வல்லோர்கள் புடைசூழ
  வெகுபாவ இபுலீசுதான்
ஆங்கார சத்தியுடன் அரவங்கள் சேவிக்க
  அதிதோஷி அரசாளுவான். (650)

(வேறு)

சதிவகுத் தவனைக் கண்டு
  ஜஹன்னத்திற் கிரைய தானோர்
அதபுகெட் டவனே பொல்லா
  அசட்டிபு லீசே நாளும்
மதிவகுத் தான தோஷம்
  மாயமிட் டெங்கள் தம்மை
நதிவகுத் தெழுந்த செந்தீ
  நரகினில் ஆக்கி னாயே. (651)

(வேறு)

கெடுவா குருடா நரகாள்வாய்
      கீழ்நா வகிலா மூதேவிப்
படுவா நீசெய் மாய்கையிலே
      பட்டோம் நெட்டூ ரப்பாவி
சுடுதீ முறிவா யறையோடே
      சூமா போபோ எனவைதே
வடுவாய் மொழிவார் அதுகண்டே
      மதியா திபுலீ சென்சொல்வான். (652)

(வேறு)

நரகிலு ளோரே பிழைகள்செய் தோரே
      நபிகளை நாயன் முன்னே
வரவிடு நாளின் மறையொரு நான்கும்
      வழிபடஏவின ன்நீர்
ஷரகினி லேதான் உளபடி கேளீர்
      தவிருகி லீர்கெடுவீர்
எரிநர கானதில் அரசிபு லீசென
      எனைஅறி யாதலவே (653)

(வேறு)

என்னையும் இபுலீ சென்பார்
      என்மொழி கேட்ட பேர்கள்
வெந்நர காள்வர் என்ற
      விசளமும் அறியீர் போதப்
பின்னையும் என்சொற் கேட்பீர்
      பெரியவன் தன்சொற் கேளீர்
தன்னையே புகழ்ந்த பேர்க்குத்
      தாயத்தார் இல்லைத் தானே! (654)

உங்களை மிகவும் போற்றி
      உரைத்துள மூமி னோர்கள்
தங்களை அறவு நீத்தே
      சறாப்படி நபிகள் ஆனோர்

அங்கழைத் தேக வென்றார்
    அவர் சொல்லைத் தடுத்து யானும்
இங்கழைத் தோடி வந்தேன்
    யான்செய்த குற்றம் ஏதோ   (655)

மிகவுநான் உங்கள் தம்மை
    வேண்டியே செய்தேன் அந்தப்
பகையர்நீர் ஆகை யாலே
    பலபல பாவம் கொண்டு
திகைபட வருத்திச் செந்தீச்
    செழுஞ்சிறை வீட்டி னுள்ளே
புகவென உறவு காட்டிக்
    கூட்டியே போந்தேன் என்பான்.   (656)

என்றவன் உரைத்துச் சொல்வான்
    என்மொழி கேட்டு நீங்கள்
பொன்றிய நரகில் வந்தீர்
    பூட்டையும் நீரும் போல
ஒன்றுபட் டுங்க ளோடே
    ஒக்கவே கிடப்பேன் என்னக்
குன்றுபோல் தகுத்தை விட்டுக்
    குமிழெனக் குதித்து வீழ்வான்.   (657)

(வேறு)

மிக்க தகுத்தினில் ஏறியே
    வீண்அர சாள்இபு லீசுதான்
பக்குவப் பட்டவ ருக்கெனப்
    பாவையர் தீக்குழி பாய்வதென்(று)
ஒக்கலும் மக்களு மாகவே
    ஒத்துடன் பட்டிருப் போமெனத்
திக்கென வீழ்ந்து குதித்தபின்
    சேர்ந்துடன் தாழ்ந்திடு வார்களே.   (658)

(வேறு)

கோதாரும் எரிநரகிற்
    கொடியஅதா புரைத்ததெலாம்
போதாதோ அறிந்தவர்க்குப்
    புகழ்இறசூ லே உமது
தீதாறு கண்டவர்க்கும்
    திருவசனம் கேட்டவர்க்கும்
வேதாந்தம் மிகவுண்டாய்
    வெற்றிகளும் பெற்றிடுவார். (659)

பிழைமாதர் வரலாறு முற்றியது

திருவிருத்தம் 78

ஆதம் அலைஹிஸ்ஸலாம் வரலாறு

கோதற்ற மொழிஈ துண்மை
கூறினீர் நபியே பாவா
ஆதத்தை ஆதம் என்னும்
அகமியம் ஏதென் றோதீர்
தீதற்ற பெரியோன் பாரில்
சிறப்புள பலமண் கொண்டே
நீதத்தோ டமைத்த வாற்றால்
நிகழ்த்துவர் ஆதம் என்றே. (660)

ஒருமண்ணாற் படைத்த மாந்தர்
ஒருவடி வாவர் என்றே
கருதியே பலமண் கொண்டு
கருப்பிடித் தமைத்தான் அந்தப்
பரிசினால் மனுடர் எல்லாம்
பல்வண்ணம் ஆனா ரென்ன
மருவியே இறசூல் கூற
மகிழ்ந்தபு துல்லா சொல்வார். (661)

(வேறு)

கொந்துநபி யேஆதி அருளால் என்றும்
குலவுயிரை மாந்தர்ஜடக் கூட்டின் உள்ளே
எந்தவழி யால்விடுவார் வாங்கும் போதெவ்
வழியாலே வாங்குவார்கள் இயம்பீர் என்னச்
சிந்தைமறை யோர்கேட்க இறையோன் ஏவல்
செய்இமையோர் உய்யவுயிர் தன்னைக் கொண்டு
வந்துதிரு வாய்வழியே விடுவார் ஆவி
வாங்குவதும் அவ்வழிவாங் குவர்கள் அன்றே. (662)

(வேறு)

திருத்தும் உடலிற் பெரியோன்றன்
செய்கா ரியப்பேர் ஆனவர்கட்கு
வருத்தம் உயிரை விடுவதுவோ
வாங்கும் அதுவோ கூறுமெனப்
பொருத்தும் மறையீர் விடஎளிது
புரிந்தே வாங்கல் வம்பென்றே
கருத்தோ டிறசூல் இவைகூறக்
கைபர் அறிஞர் கட்டுரைப்பார். (663)

(வேறு)

ஆதத்தை சொர்க்க மீதில்
அமைத்துள அந்நாள் ஏகன்
கோதற்ற புத்தி ஏது
கூறினான் உரையீர் என்ன
நீதத்தில் ஆகா வண்ணம்
நிறைந்தகோ தும்பை அல்லால்
தீதற்ற கனிகள் யாவும்
திருந்தவே புசியும் என்றான். (664)

இக்கனி அருந்து கின்றால்
இறுஞ்சல மலங்கள் உண்டாம்
இக்கனி சொர்க்கம் எல்லாம்
மிகவுமே கேடாம் என்னப்
பக்குவம் சொன்னான் ஏகன்
பகட்டிபு லீசால் ஆதம்
அக்கனி உண்டார் சொர்க்கம்
அகன்றிறைக் ககல்வ தானார். (665)

ஆணிமுத் திறசூல் கூற
அகமகிழ்ந் தப்துல் லாதாம்
பூணஅக் கனியில் ஆதம்
புசித்ததெத் தனையுண் டென்றார்

காணமெய்க் குலையில் ஐந்து
கனியினைக் கன்னா சீந்தான்
பேணிஒன்(று) ஆதம் உண்டார்
பின்னைஒன்(று) அவ்வா உண்டார். (666)

(வேறு)

கொண்டகோ தும்பையின் குலைகள் ஒன்றினுக்(கு)
உண்டுபூங் கனிகள்ஐந்(து) உற்ற அக்கனி
தண்டிவா ரணப்பெடை தத்திய செப்பெலா
மிண்டியே புசித்ததின் மிச்சம் உள்ளதே (667)

(வேறு)

மிஞ்சிய கனியை ஆதம்
விரும்பியங் கன்பு செய்தார்
மஞ்சணி கவிகை வேந்தே
முகம்மதே உரையும் என்ன
அஞ்சுவ தன்றி ஆதம்
அக்கனி அருந்தக் கண்டு
பொஞ்சிடா வண்ணம் ஏகன்
பூமியிற் போடு வித்தான். (668)

கோலமே தினியில் ஆதம்
கொடுஞ்சிறை இரக்கும் நேரம்
ஏலவே மிஞ்சி அங்கன்
இருந்தஅக் கனிகள் மூன்றை
மூலியாய் பறுல தாக்கி
முன்னூறு பங்க தாக்கி
ஞால ஆதத்துக் கீந்தான்
நலன்பெறப் பலன்கொள் என்றே (669)

கோதும்பைப் பிறிவை எல்லாம்
கொற்றவன் கொடுக்க வாங்கி
ஆதம்பொற் கழனி கோட்டி
அரும்பயிர் ஏற்றும் காலை

மூதண்டத் திறமை யாலே
விதைவகை முன்னூ றாகி
நீதம்பெற் றஞ்சிச் செந்நெல்
நேரிய புல்லும் ஆச்சே (670)

ஆதலாற் பொலியும் செந்நெல்
அரியதா னியத்துக் கெல்லாம்
சீதகோ தும்பை தாதை
ஆகும்இச் சிறப்பை எல்லாம்
போதவே பொலிவுண் டாக்கிப்
புசித்திடும் மாந்தர்க் கெல்லாம்
ஆதமே தந்தை யாகும்
எனநபி அருளிச் செய்தார். (671)

(வேறு)

உரியாடை யணிநபியே
உண்மைசொன்னீர் வேறுரையும்
விரிவான சொர்க்கபதி
விட்டுலகில் வரும்போது
பரிவான ஆதமுடன்
பைந்தொடியார் ஹவ்வாவும்
பிரியாமல் உடன்கூடி
வந்தாரோ பின்னோமுன்னோ (672)

(வேறு)

முந்தவே இறையால் ஆதம்
முனிவுண்டு சயிலம் மீதில்
வந்தனர் திகைத்து நின்று
வருந்தியே இருக்கக் கண்டு
கொந்துசேர் மாலைக் கூந்தல்
கோதையர் ஹவ்வா தாமும்
உந்தியே ஜுத்தா வென்னும்
உயர்வரை அதனிற் சார்ந்தார். (673)

ஓங்கிய ஜூத்தா மீதில்
ஒண்டொடி இருக்கும் போதில்
தீங்கணி கன்னா சென்னும்
திருட்டிபு லீசு வந்து
பூங்கொடி மடவாள் ஹவ்வா
பொற்பதம் வருடிப் போற்றி
ஆங்கவன் பிரிவுண் டாக்கிக்
கூட்டவும் அன்பில் உற்றான். (674)

இன்னம்நாம் இவர்கள் தம்மை
இணக்கியோர் தலத்தில் ஆக்கி
மன்னும்மா மனுவுண் டாக்கி
மலியும்அம் வனுவுள் ளோரைத்
துன்னிய பாவ மென்னும்
சூழ்வினைக் கடலுட் தாழ்த்து
வன்னிசேர் நரகிற் கூட்டிச்
செல்கென வயிரம் பூண்டான் (675)

அப்பொழு தேகன் நாயன்
அரும்புகழ் ஹவ்வா என்னும்
செப்பிளங் கொங்கை யாள்இச்
செகத்தினில் வந்தார் என்று
மெய்ப்புகழ் விசளம் ஆதம்
விளங்கிடா வண்ண மாகத்
தப்பற மறைத்து வைத்தான்
தரணியிற் சிறிது காலம் (676)

சிறிதுநாள் மறைத்தே ஆதம்
தீங்கினாற் பாவி யான
தறுகணர் என்றோர் சத்தம்
சாற்றிடக் கேட்டே அந்த
உறுதியாய்ப் புனைந்த சொர்க்கத்
தொண்துகில் மணிக்கி ரீடம்
சறுகிலாக் கமரு பந்தும்
தரித்திடா தகன்ற தன்றே. (677)

(வேறு)

அணிதுகிற் கமருபந்(து) அருங்கி ரீடமும்
திணிமையோ டகன்றவண் திறந்த மேனியாய்ப்
பிணிவடு விதுவெனப் பெயர்ந்து வாடினார்
மணிசெறி சமனொளி வரைப்பொ ருப்பினே. (678)

(வேறு)

பொருப்பினில் இருந்து வாடிப்
போதவே நாணம் எய்தி
இருக்கும்அந் நேரம் அங்கன்
இயலவன் ஏவ லாட்கள்
மருச்செறி அஞ்சீர் என்னும்
மரத்துரி இலையை ஆதம்
திருக்கையில் அளித்தார் போர்வை
செய்திடும் என்னத் தானே. (679)

பொருமந்த இபுலி சாலே
புவனவெற் படைந்தோர் மிக்காய்
அருமந்த அஞ்சீர் என்னும்
அம்மரத் திலைகள் மூன்றில்
ஒருவன்றன் அருளால் ஒன்றை
உவந்துகாற் சட்டை யாக்கிச்
சருவந்த தொன்றைச் சூட்டிச்
சட்டையாய்ப் புனைந்தார் அன்றே. (680)

இந்தவா(று) ஆதம் அஞ்சீர்
இலையினால் மானம் மூடி
நந்தல்சேர் மடந்தை ஹவ்வா
நடங்கெடச் ஜுத்தா மீதில்
வந்தபோ(து) அணிபொற் றூசு
மருங்குவிட் டகன்ற போது
கொந்துபூங் குழலால் மூடிக்
கொண்டனர் மானந் தானே. (681)

பூங்குழல் அவிழ்த்தே ஹவ்வா
புறவடி யழகு மூடிப்
பாங்குடன் இவர்கள் வேறாய்ப்
பனிவரை யிரண்டிற் சேர்ந்து
வீங்கிழை யானோம் என்ன
இடைவிடாத் தவங்கள் செய்து
தேங்கியே இருந்தார் என்னத்
திருநபி அருளிச் செய்தார். (682)

அடல்செறி நபியே உண்மை
ஆதமும் ஹவ்வா தாமும்
திடமுடன் எத்த லத்திற்
கூடினார் செப்பீர் என்ன
வடிவுறு மறையோர் கேட்க
மன்னபி இறசூல் தாமே
படியினில் அரபாத் என்னும்
பருப்பதம் தன்னில் என்றார். (683)

அலங்கல் அணியும் திருப்புயரே
ஆல நபியே அகுமதரே
இலங்கும் புகழ்சேர் பயகாம்பர்
என்னும் பொருளே இறசூலே
கலங்கும் அரசர் கோமானே
கஃஃகுபா வாழும் கத்தீபே
பலன்கள் பெறவே உண்மை சொன்னீர்
பகரீர் மசலா வேறொன்றார். (684)

அவ்வா இடத்தில் ஆதத்தை
ஆதி பெரியோன் அமைத்தானோ
செவ்வாய் ஆதம்இ டத்தில்ஹவ்வா
வென்னும் தேனை அமைத்தானோ
இவ்வா றெமக்கிங் குரையுமென
இயல்சேர் இபுனு சலாம்கேட்க
நவ்வா தொருத்தி வஞ்சனைக்காய்
நலக்கம் காட்டு நபியுரைப்பார். (685)

(வேறு)

ஆதம்ஹவ் வாஇடத்தில்
ஆனதுண் டானால்அப்போ
போதவே தலாக்குமூன்றும்
பூவையர் இடத்தில்ஆகும்
கோதிலாத் தலாக்கு மூன்றும்
கொழுநர்பால் ஆகை யாலே
தூதர் ஆதம்பால் ஹவ்வா
தோன்றினார் என்னச் சொன்னார். (686)

(வேறு)

தையலார் ஹவ்வா வுரூபம்
தன்னை ஆதம் உடலினில்
உய்யவே அமைத்த போ(து)உண்
டான தோபின் ஆனதோ
ஐயமன்றி ஓது மென்ன
அகம கிழ்ந்து திருநபி
மெய்யில் உற்ப வித்த போதுண்
டான தென்று விள்ளுவார் (687)

(வேறு)

வண்மையோ டாதத் திடது விலாவிலோ
வலது விலாவினிலோ
தண்மையொ டவ்வா உதய மானது
செப்பீர் இங்கெனவே
உண்மையொ டோத இடது விலாவில்
உதித்தனர் அப்பொருளால்
நண்ணுதல் ஆர மீறாஃதுபாதி
நலத்தொடு பெற்றனரே. (688)

(வேறு)

அன்பரெனும் இறசூலே உண்மை சொன்னீ
ஆதமுக்கு முன்புவியில் இருந்தோர் தம்மை
இன்பமுறப் பகருமென இமையோர் என்றார்
இமையவர்க்கு முன்பார்இங் கிருந்தார் என்னச்
சின்பரிகள் என்றனர்ஜின் பரிக்கும் மிக்க
செய்யஇமை யோர்களுக்கும் இடையோ காலம்
அன்பதினாண் டொருவரன்றி அறியா தாக
அவனியில்இ ருந்ததென்றார் அகும தானோர். (689)

சீரான திருநபியே உண்மை சொன்னீ
செய்யபுகழ் ஆதம்ஹஜ்ஜு செய்த துண்டோ
நேராக உண்டென்றார் அவர்க்குப் பாரில்
நேசமுடன் சுன்னத்தார் செய்தார் என்ன
ஓராது தமக்குத்தான் செய்தார் என்றார்
ஒக்குமவர் திருமுடியை இறக்கி னோரை
ஆராய்ந்து கூறுமென்றார் அப்போ தெங்கள்
ஆலநபி ஜிபுரியீலென் றருளிச் செய்தார். (690)

இப்புவியில் ஆதமுக்குப் பின்பு சுன்னத்
இயல்புடனே செய்துகொண்டார் எவர்தான் என்றார்
மெய்ப்புடைய இபுறாகஷீம் நபியாம் என்றார்
மெய்சொன்னீ ஆதமுக்கு முன்னே வாழ்ந்தோர்
ஒப்புரவோ டெத்தனையாண் டிருந்தார் என்ன
உற்றிமையோர் ஏழாயி ரத்தின் ஆண்டு
செப்பியஜின் பரிஏழா யிரத்தின் ஆண்டு
ஜெகத்திருந்தார் என்றுநபி செப்பினாரே. (691)

(வேறு)

நண்ணுமொழி உண்மைஇது நாயன்இற சூலே
மண்ணினம தல்லஉயர் வானவரும் அல்லத்
திண்ணுமனு அல்லஅது ஜின்பரியும் அல்ல
துண்ணெனவே அன்றெழுந்த தூதர்எவ ரென்றார். (692)

(வேறு)

ஆரண நூலுரை அப்துல் லாவே
பூரண மாகிய பூதல மிதே
கூரண மேவு குதாஅருள் வண்மைக்
காரணத் தூதிரு காகம தென்றார்; (693)

(வேறு)

வருந்தியே காகம் தூது
    வந்துள வாறு தன்னைத்
திருந்தவே ஓதும் என்னத்
    தெளிந்த புதுல்லா கேட்க
விருந்தினோ டளித்த நஞ்சை
    விரவியே அமுதாய் உண்டோர்
பொருந்துதூ தாகக் காகம்
    வந்ததைப் புரிந்து சொல்வார். (694)

(வேறு)

ஐயமறச் சேர்ந்திருந்த ஆதமும்ஹவ் வாவும்
துய்யவன்சொற் கேளாமற் சொர்க்கபதி விட்டே
வையமதில் வேறுபட்டு வந்துவரை சேர்ந்து
செய்யுமதிங் கேதெனத் திகைத்தவர் இருந்தார். (695)

சிந்தைமிக நொந்துவரை சேர்ந்திருவர் வேறாய்
வந்துவரை யிற்சிறை இருந்துவடி வாய்ப்பின்
கொந்துபயி லோர்தலத்திற் கூட்டுறவு மாகிச்
சந்ததிகள் நாற்பது தகுத்தினொடு பெற்றார். (696)

(வேறு)

விரியுறு வனத்தில் ஏகன்
    விதிப்படி மனுஉண் டாக
வரிசெறி குழலார் ஹவ்வா
    ஆதமோ டன்பு கூறப்

பரிவுடன் இரவோர் ஆணும்
பகலொரு பெண்ணு மாகச்
சரிபடு சேர்வை யாகச்
சமைந்தஜோ டிருப தென்றார். (697)

இரவினிற் பிறந்த ஆணுக்(கு)
இயல்பகற் பிறந்த பெண்ணைத்
தரமிவை ஒக்கும் என்னத்
தகுத்தில்வைத்(து) அஊ(து) அதோதி
வரமுற நிக்காகு செய்து
மணமுடித் தொழுகு நாளில்
கரவுறித் தீங்கு வந்த
காரணம் அதனைக் கேண்மோ. (698)

(வேறு)

காபீலுக் கான முறைக் காரிகைப்பே ராமறைவாய்
ஆபீலுக் கீந்தார் அதுகண் டிபுலீசு
காபீலைச் சென்று கலகவினைத் தீமூட்டி
ஆபீலைக் கொல்ல அபகடம்உண் டாக்கினனே. (699)

(வேறு)

அறிவிலாக் காபீ லேகேள்
ஆதியிங் குனக்கா யீந்த
நறவுதோய் குழலி னாள்தன்
நலம்திகழ் வடிவைக் கண்டே
உறவின்ஆ பீலுக் கென்று
உயர்மணம் முடித்தார் நீயும்
விறலினால் அந்த மாதை
வேண்டிலென் புத்தி கேண்மோ. (700)

இன்றுதான் ஆபீ லாவி
இறுந்திடச் சதிகள் செய்து
கொன்றுநீ வந்தா யாகில்
கோதையும் உனக்கே ஆவாள்

என்றுகே டிபுலீ சோத
விளங்கிய காபீல் தானும்
நன்றுகாண் என்றங் காடி
ஏகியே நயந்து மீண்டான். (701)

மீண்டவன் வரும்த டத்தில்
வினைஇபு லீசு நின்று
மூண்டதீ வினையை மூட்டி
முயன்றுதன் வசம தாக்கி
ஈண்டிய புகழ்ஆ பீலை
இன்றுநீ கொலைசெய் என்னப்
பூண்டவன் உரைக்கக் காபீல்
கொல்லவே பொருந்தி நின்றான். (702)

(வேறு)

பொருந்து காபீல் தனைநிறுத்திப்
பொய்யன் இபுலீ சையமுறத்
திருந்தும் எழில்ஆ பீல்மனையில்
சென்று மருட்டிப் பலவிதமாய்ப்
பருந்தும் நிழலும் போற்பிரியாப்
பண்போ டழைத்து வெளிப்புறத்தே
வருந்தி வரக்கண் டாபீலை
காபீல் கொல்ல வகையறியான். (703)

(வேறு)

கொல்லவகை அறியாமற் காபீல் நின்ற
கூறுகண்டு இபுலீசு குறித்துச் சொல்வான்
கல்லையொன்றோ டொன்றையுடைத் திருபங்காக்கி
கதுவியதோர் வகிரைஇரு கையில் ஏந்திச்
செல்லவன்றன் அருகிருந்து தறுவாய் பார்த்துச்
சிரத்தினிற்போ டாவிஇறும் எனவே செப்ப
நல்லதென் றப்படியே காபீல் அங்கன்
நயந்துசென்றா பீலுயிரை நலக்கிக் கொன்றான். (704)

(வேறு)

ஆவியிற ஆபீலைக் கொன்றேயங் கனியாயப்
பாவியுமாய் ஆதமுக்கும் பாதகனாய்க் கூன்கள் செய்து
சாவிதியாம் ஆபீலைச் சடமறைக்க மாட்டாமல்
ஓவியமாய்க் காபீலும் உளந்தளர்ந்து வாடினனே. (705)

உள்ளாவி கொன்றேன் உடல்மறைக்க மாட்டாமல்
தள்ளாடி நின்று தவங்குகின்ற அந்நேரம்
விள்ளாமல் ஆதி விதிப்படியே காகமெனும்
புள்ளாடி வந்து புரிந்தங் கிருந்ததுவே. (706)

ஏகன் திருவுளத்தின் ஏவலது கொண்டுவந்த
காகம் இரண்டும் கலந்திருந்து காபீல்முன்
வேகம் மிகுந்து மிகவே வினைவிளைத்துச்
சாகமுனிந் தொன்றையொன்று தான்கொத்திக் கொன்றதுவே.
(707)

வாக்காக ஒன்றை வதைசெய்த காகமும்தன்
மூக்கால் குழிதோண்டி முற்பிணத்தை உட்படுத்தித்
தாக்காய்க் குழிக்குமணல் தள்ளிக் கபுறுசெய்து
நோக்காய் மனந்தளர்ந்து நொந்துபறந் தேகியதே. (708)

தூதுவந்த காகம் குழிதோண்டிக் கபுறுசெய்த
நீதிகண்டு காபீல் நிலத்திற் குழிபறித்து
ஆதம்மக வாபீலை அன்றடக்கி னார்அதைப்போல்
மாதலங்கள் எல்லாம் வழங்குதென்றார் நம்இறசூல் (709)

(வேறு)

நாயன் நபியே உண்மை நவின்றீர் நலமாகத்
தாயன் றியிலே தந்தையர் தாமொன் றுளதோதிச்
சேயொன் றுளதா றென்றிவை செப்பீர் எனநபிதாம்
ஆயும் புகழ்ஆ தம்பெறும் ஹவ்வா வெனவிண்டார். (710)

(வேறு)

மன்னுபுகழ் ஆதம்பெறு மக்களவர் தன்னில்
அன்னைவடி வாவர்சிலர் அப்பர்வடி வாவர்
துன்னுவிரு வோரின்வடி வாவர்சிலர் இவ்வா(று)
என்னவகை கூறுமென எங்கள்நபி சொல்வார். (711)

(வேறு)

தந்தைமணி முந்தில்அவர் தந்தைவடி வாவர்
தாயர்மணி முந்தில்அவர் தாய்வடிவ தாவர்
கொந்துலவி ரண்முணி யும்சரிய தாகில்
கோலமிரு வோர்வடிவும் ஆவர்மக வானோர்.
இந்தவகை துங்கநபி இன்பமொடு கூற
ஏகன்அரு ளால்அபுதுல் லாஎழுந்து போற்றி
வந்தசர ணம்தொழுது வள்ளல்இற சூலே
வாசமொழி உண்மையென நேசமொடு சொன்னார். (712)

ஆதம் அலைஹிஸ்ஸலாம் வரலாறு முற்றியது.

திருவிருத்தம் 53

பூதலத்தின் வரலாறு

மூதவவ னுற்றழறி னாரலை யிடுக்கஅதை
மூசியொரு கொக்கு முனைவாய்
கோதலை குறக்கயலி னார்தலை கவர்க்கவது
கூனைகளைப் பற்றி யதுலா
வேதுலவு மக்கமதி னாநகரி னுக்கரச
ரேயென வடித்தபு துல்லா
பூதல முதித்தகரு வேதென நிகழ்த்தநபி
போதமொ டெடுத்துரை செய்வார். (713)

(வேறு)

ஓத்த மறைச்சூ தர்க்குல வித்தக
ருக்குள் உரைக்கவல்லோர்
சித்த முறக்குழு மிச்சுரு திக்கதை
செப்பிட மெய்ப்புடனே
மத்த கயத்திர ளைக்கன பத்தர்
வதைத்துள மக்கமுளோர்
முத்தில் உதித்தவர் மிக்கபு விக்கொரு
முத்தமெ னப்பகர்வார். (714)

தண்டர ளத்தெழு தரணி யுதித்தவை
தனைஅரு ளீரெனவே
மண்டல மெய்க்க வருஞ்சுகி தக்குல
மன்னவர் கேட்டிடவே
கொண்டல் மணிக்கவி கைத்திரள் வீசீய
கொற்றவர் எம்மிறசூல்
விண்டலம் இப்புவி எங்கும் மதித்துள
வேந்தர் நபிமொழிவார். (715)

(வேறு)

வீறாக ஏகனொரு வெண்முத்தை உண்டாக்கி
ஆறாத கோபமதி லேவ அத்தரளம்
நீறாக வெந்துருகி ஞெகிழியுறு நெய்யெனவே
பேறா யுருகிப் பெரும்புன ல தானதுவே. (716)

(வேறு)

உருகி நிறங்கொடு தரளமு மிண்டுள
உதகப் பெரும்புனல்மேல்
மருள வெகுண்டெழும் அனிலம்அ தொன்றினை
வல்லவ னேவிடநீ
டருவி யொருங்கறல் பரவ நிலந்தனின்
அலைகள் பிறந்திடவே
வெருவி எழுந்தலை அலறி முழங்கிட
வெகுநுரை பொங்கியதே. (717)

(வேறு)

காலுதைந்த நுரையைநீதி கண்டதுண்ட மாக்கியே
பாலுதைந்த ஆடைபோற் பரப்பிஏழ் அடுக்கதாய்
ஏலவொன்றே டொன்றுதட்டி டாமலே நிறுத்தினான்
சாலநின்ற ஏழுதட்டும் தரணிஏழ தானதே. (718)

(வேறு)

நபிகளுக்கர சேஉரைத்தது நன்றுநாயன் நிறுத்திய
புவிஅடுக்கதன் அகலமும்அதின் நீளமும்புகல் வீரெனச்
சவிகெடப்பசி வறுமைபெற்ற தபோதனர்க்குறு தானியம்
கவினுறப்பொலி வொடுகொடுக்க கருத்தர்எம்இற
சூல்சொல்வார். (719)

(வேறு)

ஆனபூமி அகல தாரை அளவைந்நூறின் ஆண்டதா
மானஞால நீள முந்து வழிஐந்நூறின் ஆண்டதாம்
ஊனமான தன்றி நின்ற ஒன்றினென்றின் உயரமும்
பானுவீசு வழிஐந் நூறு வருடமென்று பகர்ந்தனர். (720)

(வேறு)

அள்ளிய மண்ணால் அன்றங்(கு)
அமரினைப் பொருது வென்ற
வள்ளலே உண்மை சொன்னீர்
மாநிலத் துயர்ந்தெ ழுந்த
ஒள்ளிய வரைகள் ஏதென்(று)
உவந்த துல்லா கேட்கத்
தெள்ளிய கோபுக் காவின்
பணறெனச் செப்ப லுற்றார். (721)

இங்கிந்த வகைகள் தன்னை
ஏதுக்காய் அமைத்தான் ஏகன்
துங்கம்செய் நபியே சொல்லும்
எனநபி தொகுத்துச் சொல்வார்
பொங்குதண் ணுரையில் உந்தும்
புவிகளுக் காணி யாக
அங்கங்கே அமைத்தான் அப்போ(து)
அலைவற்ற தகிலம் என்றார். (722)

(வேறு)

வெங்கானக மீதேவழி விலகும்இபு லீவை
முங்காழியில் விழஅன்று முனிந்தேஜிபு ரீல்தான்
அங்காம்வழி கொண்டேசெல அன்றேகிய அரசே
இங்கோதிய மொழிஉண்மைகள் இனிவேறுரை யருளீர் (723)

(வேறு)

துங்கமாம் உலகம் ஏழில்
தோன்றிய படைப்பை எல்லாம்
இங்குவந் துரையீர் என்ன
இயல்புடன் ஒவ்வொன் றாக
வங்கம்அன் றீந்த சக்கூன்
மன்னனுக் கீமான் நல்க
பொங்குவெங் கடலில் ஏறும்
பூரண நபியைக் கேட்டார். (724)

முத்தினில் திரைக ளாக
　　முரண்டெழு நுரையே பொங்கித்
தத்துறு ஞாலத் தொன்றாம்
　　தலத்தினிற் படைப்பே தென்ன
நித்தனை யென்று நாளும்
　　நிகழ்த்துநேர் அணிம லாயிக்
கத்துளோர் என்று கண்ணீர்
　　காட்டிடார் அருளிச் செய்தார். (725)

சீர்பெறு நபியே உண்மை
　　செப்பினீர் மூன்றாம் பாரில்
பேர்பெறும் படைப்பே திங்ஙன்
　　பேசுமென் றறிஞர் கேட்க
நேர்பெறும் விருத்தர் மாள
　　நின்றுநல் அடக்கம் செய்து
பார்பெறும் புகழைக் கொண்டோர்
　　பரிந்துஜின் பரிகள் என்றார். (726)

வடித்தசொல் நபியே உண்மை
　　மகிழ்ந்தெமக் குரையீர் வேறு
நடுச்செறிந் தீங்கு நாலாம்
　　ஞாலத்தில் உளதே தென்னப்
பிடித்திடு வாரம் குன்றாப்
　　பெரும்புகழ் இறசூல் முன்னாள்
படித்திருந் தவர்போல் விண்டார்
　　பட்சிகள் என்னத் தானே. (727)

தகுமென நபியே உண்மை
　　சாற்றினீர் ஐந்தாம் பூமி
அகமுறு படைப்பே தெங்கட்(கு)
　　அருள்செயும் என்று கேட்க
உகமது முடியும் மட்டும்
　　உரைத்ததீன் நடத்தும் அந்தச்
சுகமது பெற்றார் வண்மைத்
　　தூண்களென் றூன்றிச் சொன்னார். (728)

(வேறு)

வேறா லிங்கிவை உண்மை உரைத்தீர்
        மெய்யா னவ(ன்)நபியே
ஆறாம் பூமியில் உளதே
        தென்றுயர் அப்துல் லாகேட்க
தேறா நெஞ்சினர் தெளிவா கும்படி
        திறமோது நம்மிறசூல்
பாறா தங்குள கல்லால் வைத்துள
        பறவைகள் என்றனரே (729)

(வேறு)

உற்றமொழி உண்மைஇஃ தோங்குபுக ழோரே
வெற்றிபெற ஏழாம் வெளிப்புவியில் ஏகன்
கொற்றமொ டமைத்துளவை கூறும்எனக் கேட்கச்
சுற்றமுறு மாந்தர்எனத் துங்கநபி சொன்னார். (730)

(வேறு)

ஒன்றாம்புவி இமையோர்உய ரிரண்டாம்புவி மிருகம்
நன்றாகிய மூன்றிற்பரி நான்காம்புவி பறவை
துன்றார்புவி ஐந்திற்செறி தூணாம்புவி ஆறில்
மன்றாயகற் புவியேழினில் மனுவென்றனர் இறசூல் (731)

(வேறு)

இப்புவியில் நாலுளது சொர்க்கதல மெத்தலம
        தோதும் எனவினவ வே
மெய்ப்புடைய வேதநபி செப்பினர்பொய் யாதமொழி
        மிக்கபுதுல் லாவினுட னே
வைப்பு(று)இசு மாயில்பதம் நிர்த்தமிட ஊறுநதி
        மக்க மதி னாவதின மும்
ஒப்பிணையில் பைத்துல்முகத் தீசிவையே நான்குமுயா்
        வுற்றதலம் ஆகுமென வே. (732)

(வேறு)

பதுக்கலொன் றில்லா வாறாய்ப்
பரிந்துமீண் டபுதுல் லாதாம்
கதிக்குமன் நபியே இன்னம்
காவிலாச் சொர்க்கம் போலத்
துதிக்கும்இப் புவியில் நான்கு
சகருண்டு சொல்வீர் என்ன
வதுக்குமெய்ச் சாதி மன்சூ
றாமிவை என்னச் சொன்னார். (733)

(வேறு)

வேறு நாலு பூமியுண்டு
மிக்க சொர்க்கம் ஒத்ததாய்
ஆறு நாலும் என்றுமேவும்
அகலி டத்த தேதெனக்
கூறு நாலு வேதமோது
கொந்து மீா்உ வந்துதேன்
ஊறு நாவில் ஈறிலாமல்
ஒத்துரைப்பர் உண்மையே. (734)

(வேறு)

இயலி லந்த இராச்சியப் பூமியும்
சயிலங் காவை வளைந்ததண் பூமியும்
எயிலி லங்கும் இறாக்கெனு பூமியும்
குயிறல் பூமி குறாசானும் என்றனர். (735)

(வேறு)

இம்மொழி உரைத்த பின்னர்
எழுந்தபு துல்லா போற்றிப்
பொய்மொழி உரையா வேதப்
புத்திவித் தாரக் கோவே

அம்மொழி உரைத்தீர் எங்கள்
ஆகமும் மகிழ்ந்தோம் இன்னம்
செம்மொழி யாக வேறு
செப்புமென் றொப்பிக் கேட்டார். (736)

நாலு பூமி நரகுக் கிணையதாய்
சால விப்புவி தன்னிலுண் டானதை
ஏல இங்ஙன் இயம்பிடு மென்னவே
கோலக் குங்குமத் திண்புயர் கூறுவார். (737)

(வேறு)

உறுமானில் உயர்பூமி சாமளவு மண்குன்றம்
ஊர்கறுத னென்னுமிட மும்
சறுகாத வெகுகோப தழல்வீச வெயில்வீசு
சகருதரு வென்னுமிட மும்
மறுஷாமொ டுயர்பூமி இவைநான்கு தானேது
வனதாகு மெனவாக்கி லே
மறுகாத படியால நபியோத மறையோர்கள்
மறுவாய்மை எனக்கூறு வார். (738)

(வேறு)

நரகான திணையான உயர்பூமி
அதினீளம் நவிலீரெனப்
பரிவாயொவ் வொருபூமி யொருநாளை
வழிஎன்று பார்த்தோதினார்
விரிவான தொருநாளின் அளவேதென்
றவர்கேட்க மெய்யாய்நபி
வருகாலை எழுபோது விழுமாலை
ஒருநாளை வழியென்றனர். (739)

(வேறு)

எதிர்த்துரை கேட்ட தெல்லாம்
இயல்தெரி இறசூ லுல்லா
பதத்துடன் நவிலக் கண்டு
பரிந்தபு துல்லா மீண்டும்

துதிக்கும்மெய் சொர்க்கம் போலத்
துலங்கலை யாழி நான்கும்
உதித்தஇப் புவனில் உண்ட
தேதெமக் குரையும் என்றார். (740)

என்றவர் உரைத்த பின்னே
இரவலர்க் கீந்தோர் தாமும்
மன்றல்சேர் புறாத்து நீல
வாரிமிச் சுகுபூன் மிக்க
வென்றிசேர் சுகூது வென்னும்
வேலையிந் நான்கும் சோதி
குன்றிடாச் சொர்க்கம் போலும்
ஆமெனக் கூற லுற்றார். (741)

(வேறு)

மீளவும் அறிஞர்இம் மேதி னிக்குளே
கோளுறு நரகினை கூறு மெய்ப்பதி
நாளவ முறுமவை நான்குண் டேதென
வாளதி சூரமா முகம்ம தோதுவார். (742)

(வேறு)

நாசமாம் நரகுக் கொப்பாய்
நான்குமெய்ப் பதிஉண் டென்றார்
பேசநீர் கேளும் என்னப்
பெரும்புகழ் முஸ்த பாதாம்
வீசுபா சாறு தீங்கு
வேலிந்து வலியா லோடு
வாசுகுன் மிக்க துக்க
வதுவியா வென்னச் சொன்னார். (743)

பூதலத்தின் வரலாறு முற்றியது.

திருவிருத்தம் 31

இடபத்தின் வரலாறு

ஓதுமிப் பொருளெலாம் உண்மை கூறினீர்
பூதலத் தடுக்கெல்லாம் புரிந்து வண்மையாய்
ஏதினில் தரித்ததென் றியம்ப நந்நபி
வாதுகத் தொருவிடை மருப்பில் என்றனர். (744)

(வேறு)

நபிகளின் மிக்குள வரிசைகள் பெற்றிடு
நாயக மாகிய நன்னபி யேநீர்
புவியை எடுத்துள விடைஇட பத்துறு
புதுமை சொல்லீ ரெனவே இறசூல்
நுவலும் மருப்பினில் உயரு சிறப்பைந்
நூறாண் டின்வழி யாயொளி சேர்
நவமுடன் உக்ரம செறிவோடு நிற்பது
நாற்பதி னாயிரும் கொம்பென் றார் (745)

(வேறு)

செவ்வி மதங்கொண் டெழுவா னிற்செறி
சென்னியை வைத்துயர் வண்மையுடன்
வவ்விய துங்கக் கவரி குலாமணி
வாலைப் படுவா னிடைவைத்தே
தவ்வ லறக்கொம் பின்னிடை யேசது
தீவு தனைக்கொண் டேநிற்கும்
அவ்வெரு திற்கொம் பொன்றிற் செறியணி
முனைஎழு பதுமங் குண்டென்றார். (746)

(வேறு)

மெய்யாய்ஒரு கொம்புக்கொரு
கொம்பின்இடை வெளிதான்
ஐயாயிர மாண்டின்வழி
யுண்டங்கிரு கொம்பின்
பொய்யாயிடை நடுவேஎழு
புவியைச்சுமை கொண்டே
எய்யாதுற நிற்கும்இடை
யன்றித்தினம் என்றார். (747)

(வேறு)

நற்குணம்சேர் இறசூலே
நன்னபியே உண்மைசொன்னீர்
பொற்குணம்சூழ் மணியேழு
பூதலத்தை அடுக்குடனே
சற்குணம்கொண் டேந்துமந்த
தடப்பார்எ ருத்தின்முன்னே
நிற்குமொன்றங் கேதெமக்கு
நிகழ்த்துமென்றார் நேர்மறையோர். (748)

(வேறு)

ஆதிஅருள் பெற்றுவளர் அவ்வெருத்தின் முன்னே
போதமுடன் அங்கிரை புசித்தபல் லுறுக்கிக்
கீதமொடு மென்சிறை கிலுக்குகரம் ஆட்டி
நீதிகொடு நிற்குமது நீள்குடவன் என்றார். (749)

அக்குடவன் அப்படி இருக்கஅரு ளான
முக்கியம தேதென மொழிந்தறிஞர் கேட்கத்
திக்கரசர் போற்றவரும் செம்மல்இற சூல்தாம்
தக்குட வன்வளமை தன்னைஉரை செய்வார். (750)

வேறுகருத் தன்றிஉயர் மெய்ப்புவியை எல்லாம்
ஏறுமணிக் கொம்பிடையில் ஏந்திநிற்கு நாளின்
மாறுபடச் சென்றுற மருட்டிஇபு லீசு
சீறுவிடைக் கேஅபங்கள் செப்புவன் இசைந்தே. (751)

(வேறு)

கனகொம்புகள் கோலாகலக்
காலிக்கர சேறே
உனைஇங்கிறை யவன்தான்பிற
உலகங்களை ஏந்தி
இனமன்றியுன் மனநொந்துநில்
எனவண்சிறை செய்தான்
தினம்இங்கிவை ஒழியச்சுக
செல்வங்களும் இலையே. (752)

பாலன்தலை தனிலேவெகு பாரங்களை வைத்தே
கோலங்கள்இ தென்றேஉயர் கொம்புக்கிடை நடுவே
ஆலந்துனி யாவின்சுமை வைத்(து) ஆகிறின் அளவும்
சீலங்கொடு நில்லென்றிவை கெய்தான்என வைத்தான். (753)

(வேறு)

ஆதலைக்குற வாய்இனத்தினில் ஆருமற்றவர் போலவே
நீதனிக்கவும் நான்இருக்கவும் நீதிஇப்படி ஆகுமோ
பூதலச்சுமை யேஅடுக்கொடு போடுபுத்திகள் ஓதியே
பாதகத்தை ஐயோஒருத்தரும் பராபரித்திலர் பாவியேன். (754)

(வேறு)

தாங்கு கொம்பை வாங்குநீ
தகர்ந்து வீழும் உலகெலாம்
பாங்கில் உன்றன் இனமணைந்து
பரிவி னோடு மருவியே
ஆங்கி சைந்த கலவிலீலை
ஆவும் நீயு மாகவே
தீங்க தன்றி வாழ்வையென்று
சிந்தை கொண்டு செப்பினான். (755)

(வேறு)

சிந்தை கொண்டிபு லீசு சொன்னது
செய்திதானென விடபமும்
உந்தி ஏந்திய கொம்பை வாங்கி
உவந்த கன்றிட உலகெலாம்

அந்த ரந்தனில் நிலைகுலைந் தலை
யாமல் ஆதி அருட்படி
சந்த தங்களும் அங்ஙனேதவ
றாமல் நிற்க நிறுத்தினான். (756)

(வேறு)

நில்லென உலகை எல்லாம்
நிறுத்தியே ஆதி நாயன்
வல்லபக் குடவன் ஒன்றை
மதமுறும் எருத்தின் மீதே
செல்லென ஏவக் கண்டு
சிறியதோர் குடவன் ஓடி
நல்லியல் அறியா(து) ஏற்றி(ன்)
நாசியிற் புகுந்த தன்றே. (757)

(வேறு)

காளைவன்ன நாசியூடு கருகியேறு குடவனும்
வாளைகண்ட மகரமென்று வன்சிரத்தில் விடுதியாய்ப்
பாளையங்கள் செய்திருந்து பசிமிகுந்த பொழுதெலாம்
மூளையுண்டு எயிறழுந்த முகுமுகென்று குடையுமே. (758)

(வேறு)

உறைந்துதலை மூளைஎல்லாம் உண்டுமரத் தும்பிஎனப்
பறந்துகொசுக் குடைந்து பல்லழுத்தும் அந்நேர
மறைந்து விழுந்தெழுந்து வாலே பிதற்றாமல்
இறந்து விழும்படியாய் ஈறுபட்ட இடபமுமே. (759)

(வேறு)

அழுதுநொந்து மிகமெலிந்தங்(கு)
ஆலமுண்ட கெண்டைபோல்
பழுதுவந்த தெனவயர்ந்து
பரிதவிப்போ டசலமாய்க்
கழுதுகொண்டா ரெனநினைந்து
கதறமிக்க குடவனூன்
உழுதுகின்ற உடல்மெலிந்தங்(கு)
உருகிவிட்ட(து) இடபமே. (760)

(வேறு)

கோதாய்உள் ளுடைந்தேவிடை
கூறும்இறை யேநான்
ஏதாய்வரு மாயன்இபு
லீசால்மிக நொந்தேன்
ஆதாரமு நீயன்றியே
வேறிங்கிலை யானால்
வேதாபிழை பொறுநானினி
மேலிப்படிச் செய்யேன். (761)

எனவேவிடை ஓராண்டள
வாயிப்படி கொசுகால்
தினமான முனாஜாத்தது
செயவேஇறை அருள்வான்
வனநாசியின் நிலைவிட்டினி
வாராய்கொசு கேநீ
நினைவாயதன் முன்னேதினம்
நிலையாகநில் எனவே (762)

(வேறு)

படைத்த நாயகன் கொசுகி னுக்கொரு
பதம்சொன் னான்அதி விதங்கொடே
வடித்தி டும்கியா மத்து நாளளவும்
வல்லெ ருத்துமு னிருந்துநீ
கடித்த வாயையும் பிடித்த கையையும்
காட்டி நின்றுசிற காட்டென
மிடித்த வம்மொழி அதிர்த்தி டக்கொசு(கு)
எழுந்தெ ருத்துமுன் இருந்ததே. (763)

(வேறு)

அன்ன புகழ்சேர் இறையருட்குக்
காளையும் ஒக்கும் மனுவுமொக்கும்
என்னும் புகழ்பார் உலகேந்தி
இடையே விட்ட விடபத்தை

துன்னும் கொசுகால் வருந்தவைத்துத்
        தோன்ற அதன்முன் நிறுத்திவைத்தான்
மன்னும் மதஞ்சேர் விடையஞ்சி
        மறுகால் உலகைச் சுமந்ததென்றார். (764)

(வேறு)

சேர்ந்தெதிர் ஆடிநின்று
        சிறியஅக் குடவன் சொல்லும்
ஏந்திய புவனை ஏறே
        இன்னம்நீ விட்டா யாகில்
மாந்திடப் பண்டு போல
        வதைசெய்வேன் என்னக் கேட்டுப்
போந்தஅந் துளம்புக் கஞ்சிப்
        புவியெல்லாம் சுமந்ததன்றே. (765)

(வேறு)

விஷமன்இபு லீசைப்பொரு மெய்யேகுறை ஷிவங்
கிஷமன்னவ ரேஉண்மை கிரீடிங்கிணி லேறே
பிசகன்றியில் எழுபூதலச் சுமைகொண் டடிபெயரா
விசைபந்தரின் நிலைகொண்டது மெதிலென்றனர் மறையோர்.
(766)

எதிலென்றனர் இறசூலுரை செய்தாருரை இடபம்
விதம்அங்கொரு வெண்பாறையில் என்றாரது கேட்டுச்
சதனங்கொடு வெண்பாறை தரிப்பான தலத்தை
மதிகொண்டரு ளீரென்றிட வள்ளல்உரை செய்வார். (767)

இடபத்தின் வரலாறு முற்றியது

திருவிருத்தம் 24

பாதாளத்தின் வரலாறு

வெண்பாறை அங்ஙனொரு மேரில்த ரித்ததென்றார்
ஒண்சூதர் அந்தஉயர் வரைப்பேர் ஏதெனவே
திண்சேர்அ கூதுவெனச் செப்பினார் செப்பியபின்
பண்பாக மீண்டும் பணிந்துமறை யோர் கேட்டார்.   (768)

வீரமு கம்மதரே
    விண்ணகூ தென்னுமந்தப்
பார மலைநிற்கும்
    தலம்நீர் பகருமெனக்
கூரநர கத்திலொரு
    கோடிப்புறம் சேர்ந்து
சூரமுடன் நிற்குதெனச்
    சொன்னார் துணிந்திறசூல்.   (769)

அல்லலறாப் பொருப்பிங்
    காருக்க மைத்ததிந்த
வல்லபந்தான் கூறுமென
    மாமறையோர் கேட்டிடவே
நல்லபதம் சேராமல்
    நாமிருட்டுக் காபிரென்னும்
புல்லருக் கேகன்படைத்த
    தென்றார் புரிந்திறசூல்.   (770)

மீட்சிபெறாக் காபிரெல்லாம்
    வேதனைப் பட்டாலோபக்
காட்சிபெறத் தானேகக்
    காணுமந்த மேருயர்ந்த

தாழ்ச்சியினாற் கூறுமெனத்
தக்கோர் கடாவநபி
சூழ்ச்சியு மாமியரமாண்டின்
தோற்றமதாம் என்றனரே. (771)

(வேறு)

ஈன்சமைத்த செம்புகல்
இரும்புமண் மரத்துருத்
தான்சமைத்து நாயனென்னுஞ்
சத்தரித்த மற்குலம்
பான்சமைத்த தீங்கடிப்
பதங்களைப் பதந்தொழுந்
தூண்சமைத்த வீரன்தீனில்
உறவிலாரொ டொக்கவே. (772)

அந்தவெற்பில் ஏறவிட்டங்(கு)
ஆதிநாயன் அருளுவான்
மந்தரஞ்சேர் அகூதுவேஉன்
வன்னிபாயு மேனியை
உந்திநித்த மாகநின்(று)
உலுப்பிங்கென்ன மும்மதத்
தந்தியொப் பெனப்பெரும்
ஜடத்தைநின் றுலுப்புமே. (773)

(வேறு)

சலிப்பறப் பொருப்பு மேனி
தனைச்செறித் துலுப்பி வீச
வலுப்பறைந் தாதி ஏவல்
மாறிய காபிர் எல்லாம்
கொலுக்கொலுத் துருகி வாடிக்
குவட்டினில் தரிப்பில் லாமல்
உலுப்பிடும் இலுப்பைக் காய்போல்
ஊறுபட் டெரியில் வீழ்வார். (774)

வழுக்குச்செப் பொங்கல் மீதில்
வரிப்பெனத் தரித்தி டாமல்
ஒழுக்கெறிந் துதறி வீழ்வோர்
தன்னைஊ ழியங்கள் வல்லோர்
மழுச்செறி சிலசி லர்வால்
வடுப்படப் பிணித்து வாங்கி
மெழுக்கனற் பொருப்பின் மீதே
மீளவும் ஏற்றிச் சொல்வார். (775)

ஏறிநின் றையோ வென்ன
இரங்கியே அழும்அந் நேரம்
பீறியே உள்ளங் காலால்
பெருநெருப் பூடே பற்றி
மாறிய நாவோ டொன்பான்
வாசல்தீக் கொழுந்து பாய
நீறிவெந் துருகு வாரை
நெருக்கிமீண் டுருக்கும் தானே. (776)

(வேறு)

இப்படித் தினமுயர் மலையில் ஏறியே
வெப்பெரி கொடியவெந் நரகின் வீழ்வரென்(று)
ஒப்புர வுடன்நபி உரைக்க மும்மறை
மெய்ப்புறும் அப்துல்லா மீண்டும் கூறுவார். (777)

(வேறு)

அதுனான் நெறிசேர் அறிவே செறிவே
அல்லா இறசூ லுல்லாவே
மதினா நகராள் அரசே ரசமே
மதியே துதியே நெறியோரே
விதினா மறையே இறைதூ தெமக்கே
மிக்கா மக்கா விற்கோவே
சதிநா வணுகா மகுமூதரசே
தகுமா றிதுவே றினியோதிர். (778)

(வேறு)

மங்கா அனல்பெற்ற அகூதெனும் மாமலைதான்
எங்கே நிலைபெற்ற தெமக்கரு ளீரெனவே
செங்கோ லரசர்க்கர சாகிய தீனிறசூல்
வெங்கோப வரைக்கது வானிடை மீதென்றார். (779)

(வேறு)

காயும் அகூதைத் சுமந்தமலை
கதுவான் எனப்பேர் ஆவானேன்
ஆயும் வேதத் திருநபியே
அருளீர் எனவே தியர்கேட்க
நாயன் முனியும் கோபத்தால்
நவின்றே படைத்தான் அதுகொண்டே
ஏயுண் டதனைக் கதுவானென்
றியம்பத் தகுமாச் செனநவின்றார். (780)

(வேறு)

அங்கியை வணங்கு வோருக்(கு)
அம்மலைப் பதியாம் என்றார்
செங்கைமன் அப்துல் லாதாந்
திருந்தவே மீண்டும் போற்றி
பொங்கிய கதுவான் என்னும்
பொருப்பினின் புதுமை எல்லாம்
இங்கெமக் கருளீ ரென்ன
இயனபி எடுத்துச் சொல்வார். (781)

(வேறு)

அந்த மேரில் எழுபதி னாயிரம்
நிந்த மோடை நெருப்பினி லானதுண்(டு)
உந்தும் ஓடைகள் ஒவ்வொன்றி லுள்ளதைச்
சிந்தி டாவகை செப்பிடக் கேண்மினே. (782)

ஒவ்வோ ரோடையில் ஓங்கு நெருப்பினில்
வவ்வி அங்கோர் எழுபதி னாயிரம்
பெளவ தோற்றம்செய் பட்டணம் உண்டென
நவ்வி யோடு நவின்றவர் கூறினார். (783)

உறையும் பட்டணம் ஒவ்வொன்றின் உள்ளதை
அறையும் என்ன அறிஞர் கடாவவே
இறைவன் ஆணை எழுபதி னாயிரம்
மறைவி லாவளை வுண்டுறு வன்னியால். (784)

ஓது மொவ்வொரு உண்மை வளைவினில்
ஏது அங்குண்டும் இயம்பிடும் என்னவே
வாதுற் றேழுபத் தாயிர மாமலை
தீது வன்னிகொண் டுண்டெனச் செப்பினார். (785)

மீறும் ஒவ்வொரு வெற்பினில் உள்ளதைக்
கூறும் என்று குறித்தவர் கேட்கஅங்(கு)
ஏறு தீயின் எழுபதி னாயிரம்
தேறு மாமனை உண்டெனச் செப்பினார். (786)

வீசும் ஒவ்வொரு வீட்டினில் உள்ளதைப்
பேசும் என்று பெயர்ந்தவர் கேட்கவே
ஏசு தீக்கொண் டெழுபதி னாயிர
மாசு சூழு மறைகள்உண் டென்றனர். (787)

அப்பும் ஒவ்வொன் றறைகளில் உள்ளதைச்
செப்பும் என்று தெளிந்தவர் கேட்கவே
எய்ப்பி லங்கிகொண் டெழுபதி னாயிரம்
ஒப்பு பெட்டகம் உண்டென் றியம்பினார். (788)

ஒல்லும் ஒவ்வொரு பெட்டகத் துள்ளதைச்
சொல்லும் என்றுறச் சூதர் உரைக்கவே
அல்லல் அங்கிகொண் டேழுபத் தாயிரம்
கொல்லு நாகங்கள் உண்டெனக் கூறினார். (789)

தாண்ட நாகச் சடங்களின் நீளமும்
ஆண்டைந் நூறு வழியதுண் டாமெனப்
பூண்டு நந்நபி போற்றி உரைக்கவே
மீண்டு மும்மறை வேதியர் ஓதுவார். (790)

நள்ளும் ஒவ்வொரு நாகத்தின் சென்னியில்
உள்ள காரணம் ஓதிடும் என்னவே
எள்ளல் சேரும் எழுபதி னாயிரம்
கொள்ளி யாயதேள் உண்டெனக் கூறினார். (791)

(வேறு)

ஆதி பருமான் உண்டாகில்
அந்தத் தேளில் ஒன்றுவந்து
ஓது புவனில் எழுந்துவளர்ந்
தோங்கும் பருபத மாமலையை
வாது கொடுதன் மணிக்கொடுக்கால்
மாறாய்க் கொட்டில் அந்தமலை
சீத விடநீ ராய்க்கரையும்
எனவே இறசூல் செப்பினரே. (792)

(வேறு)

அடுபாதக விஷத்தேளினில் அமராலம ததிலே
கடுகானதில் ஒருபாதியின் அளவாகிய கடுவை
எடுபூதல தலமேல்விடில் இவணாகிய எழுவான்
படுவானள வெரியாய்விடும் எனவேநபி பகர்வார். (793)

(வேறு)

அருஷேறிய நபியேமெய்ய தாயுண்மை அறைந்தீர்
கிரியாகிய கதுவானதின் கீழேஎன வென்றார்
விரிவாயொரு புவியுண்டது மெய்யாகிய வெள்ளை
உரிதாயதின் உறுபேரும் ஒலாயீனென விண்டார். (794)

மெய்யான ஒலாயீனதின் கீழேது விளம்பீர்
பொய்யாவகை மீண்டங்கொரு புவியுண்டதன் நாமம்
கையாதய சீபப்புவி கஸ்தூரியின் மணமாய்
மெய்யாயொளி வீசும்என வேதாம்பர் மொழிந்தார். (795)

அப்பூமியை யாருக்கென
வைத்தானிறை யவனிங்(கு)
இப்போததை மொழியீரென
இயல்வேதியர் கேட்க
மெய்ப்பாய்என்உம் மத்தோர்களில்
வேதன்அருள் மேவித்
தப்பாநெறி ஒப்பும்சாலி
காம்ஆமவர்க் கென்றார். (796)

(வேறு)

கியாமத் தான கியாமத்து நாளிலே
கருதி நாயன் கணக்குகள் கேட்குநாள்
நியாயத் தாய்அடி யாரை எழுப்பும்அந்
நேரம் சாலிஹு ஆனவர் தங்களைத்
தயாநட் பானது கொண்டந்தப் பூமியில்
தக்க கூட்டுற வாக்குவான் என்னவே
பயானைப் பேச நபிபதம் போற்றியே
வந்த சூதர் மறுமொழி கூறுவார் (797)

(வேறு)

வள்ளலே கதுவான் என்னும்
மலையிற்கீழ் அந்தப் பூமி
ஒள்ளிதா யிருக்கு தங்ஙன்
உடையவன் கூட்டு மாறை
விள்ளும்நீர் எனவே கைபர்
வேதியர் கேட்கக் கானில்
துள்ளுமான் பிணைவைத் தேகத்
துணிந்தவர் கூற லுற்றார். (798)

(வேறு)

அந்தப் பூமிரெண் டாந்தலம் ஆக்கியே
அங்கன் நாளும் இருந்துள பூமியைக்
கொந்து வீசுமப் பூமிக்கு மாற்றியே
கோல மானஇப் பூமியின் மீதிலே

எந்தன் உம்மத்தில் ஈமானில் ஊறிய
இணங்கு சாலிகு வானவர் தங்களை
வந்து கூடும்ப டிஉதவிச் செய்வான்
வல்ல நாயன் எனவள்ளல் ஓதினார். (799)

(வேறு)

கூற்றுவனை நாணவைத்த
கோமானே உண்மை சொன்னீர்
போற்றுசீ பென்னுமந்தப்
பூமியின்கீ ழேதுரையீர்
தோற்றமுறும் கிமுக்கா
வென்னுமொரு தொல்லாழி
சீற்றமோ டங்குண்டெனச்
சீமான் நபிஉரைத்தார். (800)

(வேறு)

அரியதோர் அந்த ஆழி
அகத்தினில் இருப்ப தேதென்(று)
உரியநேர் இறசூல் தம்மை
உவந்தபு துல்லா கேட்க
வரிசைசூழ் மனுநூன் என்னும்
மக்காமொன் றங்குண்ட தந்தப்
பெரியதோர் மக்கா மீனின்
பெருமையைப் பேசக் கேண்மோ. (801)

ஆக்கமா மனுநூன் என்னும்
அப்பெரு மகரச் சென்னி
வாக்கினால் எழுவான் மீதில்
வால்படு வானின் வைத்து
நோக்கமாய்ப் பீலி மீதே
நுட்பொரு வானம் ஏழும்
தூக்கறப் பூமி ஏழும்
சுமந்துற நிற்கு தென்றார். (802)

(வேறு)

பாலித்துள நபியேஇவை
    பரிந்துண்மை உரைத்தீர்
பீலிக்கயல் தங்கும்கட
    லின்கீழென வென்றார்
ஆலித்துகண் மீண்டங்கொரு
    அலையாழியுண் டென்றார்
கோலித்திரு மறையோரதின்
    குணமோதிடும் என்றார்.   (803)

(வேறு)

காவெழு மலர்தே னாறொழு கியதோர்
    கைபர் நகர்ப்பதிஆள்
நாவெழு மொழிபா லாரமு துலவிய
    நன்மறை யோர்கேட்க
மாவெழு மொலிநீ ருடல்குமு றிடவே
    வழங்கிடு மக்கடலில்
தீவெழு பதினா யிரமுண் டெனநபி
    செய்திகொ டோதினரே.   (804)

(வேறு)

ஜெலத்தில் ஒவ்வொரு தீவினில் உள்ளதை
அலிக்கு மாமனை அங்கவர் கேட்கவே
இலக்க மோதில் எழுபதி னாயிரம்
தலைச்செய் பட்டணம் உண்டெனச் சாற்றினார்.   (805)

(வேறு)

ஆய பட்டணம் ஆன தொன்றினின்
    அகல மானதிவ் வுலகுபோ
ஏயணப்பரி வோடு ரைத்திடில்
    எழுப தாயிரம் விரிவுறும்

நேய வப்பெரும் விரிவ தாகிய
நீள்ப ரப்புகள் ஒன்றினில்
லேயி லாதுள தவம லக்குகள்
எழுப தாயிரம் உண்டென்றார். (806)

(வேறு)

ஓலமாக வந்தமேவு முயர்மலாயிக் கத்தெலாம்
ஞாலமாளும் இறையைஆல நபியைநாவி லேதின
மேலவேவ லாஇலாஹ இல்லல்லாஹு முஹம்மதுர்ர
சூலுல்லா வெனப்பரிந்து சொல்வரென்று சொற்றனர். (807)

(வேறு)

இக்கலி மாவுக் குள்ள
தவாபெவர்க் காகும் என்று
மக்கநன் னபியே கூறும்
என்னமா மறையோர் கேட்கத்
திக்கணி புகழ்சேர் எந்தன்
செய்யநேர் உம்மத் தோர்க்கு
ஹக்கனிங் கருள்வான் என்னக்
காவலர் அருளிச் செய்தார். (808)

(வேறு)

உலையாமொழி யீருண்மை உரைத்தீர்இனி அந்த
அலையாழியின் கீழேதிவை அறையீர்என அருளக்
கலைஞானமும் நெறிநீதியும் காணும்மறை யோரே
நிலையாயொரு அனிலம்உள தென்றார்நெறி இறசூல். (809)

(வேறு)

ஆதி அருளால் அந்தக்காற்(று)
அமைத்தோன் அபுலாக் கடங்கலையும்
வீதி பெறவே சுமந்துநிற்கும்
அதனால் அதற்கோர் மிடையில்லை

ஊதை அதன்கீழ் அந்தரமும்
உண்மை அதன்கீழ் ஏதென்றே
வேதப் பதம்சேர் அப்துல்லா
விளம்ப விறசூல் வெற்பென்றார். (810)

(வேறு)

ஏறும்புகழ் மலையானதின் கீழேயென வென்றே
தேறும்மறை யோர்கேட்டபின் சீழோடுதி ரமதாய்
நாறும்கடல் ஒன்றுண்டது நரகத்துள தவனம்
ஆறும்படி யாமென்றுயர் ஆலநபி சொன்னார். (811)

அதிரப்புகழ் கொள்ளும்நபி யேஉண்மை அறைந்தீர்
உதிரச்செயல் ஊறும்கட லின்கீழுள தோதிர்
முதிரக்கன லாலேஜகன் னதியென்றொரு முன்னீர்
கதிர்வெற்பெழ உண்டென்றொரு கனீபட்டவர் சொன்னார். (812)

(வேறு)

அருளும் கடலில் ஜகன்னதியாம்
அந்தக் கடற்கீழ் ஏதென்றார்
இருளை அடைத்த வெளியடைகள்
இரவி ஒளிவால் உண்டந்த
வெருளும் அருண கிரணமெழும்
விதம்சே ரோசை வெளியடையின்
பொருளின் இலக்கம் தனைஇறைவன்
அறிவான் எனப்பூண் நபிஉரைத்தார். (813)

(வேறு)

எண்ணவொண்ணா வெளியடைக்கீழ்
ஏதெனவே தியர்கேட்க
விண்ணில்வர லானசில
வெளியடையங் குண்டெனவே

அண்ணலிற சூலுரைக்க
 அப்துல்லா இபுனுசலாம்
தண்ணிலவின் வெளியடைக்கீழ்
 தரித்துளதே தெனக்கேட்டார். (814)

திங்களொளி வெளியடைக்கீழ்
 ஜின்பரியின் பட்டணமென்(று)
அங்கமுடன் நபிகூற
 அதன்கீழ்ஏ தெனக்கேட்டார்
வெங்கதிரோன் ஒளிஅதனால்
 மேவுசில மண்டலங்கள்
துங்கமுடன் உண்டதன்மேல்
 தோன்றிமையோர் வீற்றிருப்பார். (815)

வானவர்வீற் றிருக்குமந்த
 மண்டலங்கீழ் ஏதெனவே
ஆனசொல்அந் தரவெளியென்
 றாரதன்கீழ் ஏதெனவே
தீனபியை இபுனுசலாம்
 தெளிந்துவந்து கேட்டிடவே
ஈனமுறத் தகுத்ததறா
 எனும்தலமென் றெடுத்துரைத்தார். (816)

(வேறு)

தறாவென்னும் தலத்தின் கீழே
 தரித்ததே துரையீர் என்னக்
குறானெறி இறசூல் தம்மைக்
 குலவுமா மறையோர் கேட்க
நறாமலர் அதனிற் காணா
 நாயகன் பெருமை தன்னை
உறாதள வறுக்க வார்க்கும்,
 உமக்குநாம் உரைக்கக் கேண்மோ. (817)

கூறிய தறாவின் கீழே
குறித்துநீர் கேட்க வேண்டாம்
வீறுகொண் டொருவ ராலும்
விளம்பிடப் போகா தந்தச்
சீரினை அறிவான் ஆதி
செய்பவன் உமக்குத் தந்த
பேறிது தராஜாத் தூணப்
பெற்றது நீரே என்றார். (818)

(வேறு)

செயலாய்ந்த வேதவகப் பொருளைக் காணத்
திருந்தஇறை உமக்களித்தான் அதுவே அன்றிப்
பயகாம்பர்க் கொழியஇந்த அறிவை எல்லாம்
படைத்தான்இங் கொருவருக்கும் கொடுத்தான் இல்லை
இயல்பாகத் தெளிந்துவந்திங் கும்மைப் போல
எனைஒருவர் இப்படியே கேட்டார் இல்லைச்
செயமான கருமமிது ஆகை யாலே
செய்யஅபு துல்லாவே செப்பக் கேண்மோ (819)

(வேறு)

அருஷினும் மேலும் மிக்க
அடல்செறி தறாவின் கீழும்
பரிவுடன் கேட்க வேண்டாம்
பகரிலும் அறியொண் ணாது
விரிவுறும் அறுஷின் கீழும்
வியன்செறி தறாவின் மேலும்
தருபவை கேட்ட தெல்லாம்
சாற்றினேன் இறைவன் தன்னால் (820)

என்னன்றி யும்மத் தோர்கள்
எனதுபிற் காலம் தன்னில்
இன்னவை கூற மாட்டார்
எமக்குரை உமக்குக் கேள்வி

தன்னையே இறைவன் தந்தான்
　　என்னவே இறசூ லுல்லா
சொன்னபோ தப்துல் லாதாம்
　　துணுக்கென எழுந்து சொல்வார். (821)

(வேறு)

சீரணியும் குருநபியே தெவிட்டாத தெள்ளமுதே
பாரணியும் பூடணமே பண்டாரும் பாற்குடமே
ஆரணநூற் சதுவேதத் தறிவிக்கும் சர்க்கரையே
நேரணியச் சொன்னதெல்லாம் நிச்சயம்வே றெமக்குரையீர்.
(822)

கொண்டாடிக் கொண்டுபின்னும்
　　கூசாதி யான்மசலாத்
திண்டாடிக் கேட்பதனால்
　　திருவுளக்கே டாகரிது
பண்டார்க்கும் கிடையாத
　　பதவிநமக் காயிற்றின்றே
விண்டாற்றி ஒப்புரைக்க
　　போகுதிலை மெய்நபியே. (823)

பாதாளத்தின் வரலாறு முற்றியது.

திருவிருத்தம் 58

கோபுக்கா மறுகின் வரலாறு

மெய்ப்புறும் கோபுக்கா என்னும் மேரினுக்
கப்புறம் ஏதெமக் கருளு நீரெனச்
செப்பமோ டப்துல்லா தெளிந்து கேட்கவே
தப்பற நபிஉரை சாற்று வாரரோ. (824)

மந்தரா சலமெனும் மாமலைக் கப்புறம்
அந்தமோ டணிநறா வானகஸ் தூரியால்
கொந்துவீ செழுபதி னாயிரம் குவலயம்
சிந்திடா துண்டென செப்பினார் திருநபி. (825)

நறைகுலா வும்பெரு ஞாலமிப் போதகம்
அறையிலோ ஒவ்வொரு அவனியிற் பெருமைதான்
மறைவிலா இப்பெரு வையகம் போலவே
குறைவிலா இருமடங் குண்டெனக் கூறினார். (826)

(வேறு)

அந்தப் புவியின் பெருமையைக்கேட்(டு)
அறவே அப்துல் லாமகிழ்ந்து
விந்தைப் புயரே நபிக்கரசே
வேதப் பொருளே குலக்கொழுந்தே
முந்தப் பெரியோன் அமைத்தவந்த
முத்தில் உதித்த வித்தகரே
சிந்தைக் கிணங்க இனிவேறு
செப்பீர் அப்பால் ஏதென்றார். (827)

வண்ணப் பரிமளப் புலவர் ✧ 263

(வேறு)

அப்புறம் எழுபதி னாயி ரம்புவி
மெய்ப்புறும் வெள்ளியால் விதித்த துண்டதின்
ஒப்புறு வட்டம துறக்கஸ் தூரியால்
செப்பமோ டமைத்துள சிறப்பென் றோதினார். (828)

(வேறு)

அரும்புகழ் வெள்ளி ஞாலத்(து)
அப்புறம் ஏதுண் டென்னக்
கரும்பினும் இனிய செஞ்சொற்
கருதிய இறசூல் தாமே
இரும்பினில் அமைத்த ஓங்கல்
எழுபதி னாயி ரந்தான்
திருந்தஅங் குண்டென் றுண்மை
செப்பினார் சிறக்கத் தானே. (829)

(வேறு)

அருள்பெறும் அந்த இரும்பச லத்தின்
திரளதன் அப்பால் ஏதிவை செப்பீர்
பொருளென இறசூல் பூண்டுற அங்கன்
இருண்மலை எழுபதி னாயிரம் என்றார். (830)

(வேறு)

கொல்ல னன்றறைந்து வீசனற் பொறியை
மீள வேவுகுரு பத்தரே.
நல்ல நங்கை இழை யூசி கோக்கவும்
நகைத்த காரண நலத்தரே
புல்ல கண்டனொடு தேன்இ லங்குமொழி
பூணும் உண்மையது கூறினீர்
அல்லெ றிந்தஇருள் வெற்பின் அப்புறம
தாக வேறுள தறைந்திடீர். (831)

(வேறு)

குலவிய இபுனு சலாமிவை கூற
நிலைபெறு கிருபையின் நேசமொ டங்கன்
இலகிய வொளிகொடும் எழுபதி னாயிரம்
மலையுள தெனஉயர் மன்னபி சொன்னார். (832)

(வேறு)

போதக வொளியுறு பொருப்புக் கப்புறம்
ஏதென இபுனுச லாம்இ யம்பவே
தீதற எழுபதி னாயிரம் செழும்
பூதலம் உண்டெனப் புரிந்து சொல்லினார். (833)

(வேறு)

பூண்ட அப்புவி யெலாம லக்குகள்
புரிந்து நாயனை வணங்கியே
கூண்டி ருப்பரவர் அணிநெ ருக்கமொரு
குறிய ஊசிவெளி இலைஅதில்
ஈண்டு சீதள வசந்த காலமிலை
இலகு மொவ்வொரு இலக்கமும்
ஆண்டொ ரெழுபதி னாயி ரத்துவழி
ஆகும் என்றுநபி அருள்செய்தார். (834)

(வேறு)

புனன்முழுகு சூதனுய ரழகுளபெண் ணாகவொரு
புதுமைசெய்து பூவுலகிலே
கனசமரி லூறுதிரம் உலகிடை விழாதபடி
கருதியவை காவல்செய்தவா
வனிதைகுறி யானகலி மாவிரலில் ஆறொழுக
வளமை செய்த காரணீகரே
சினஞமலி யானதொடும் உரைசெய்தவ ரேயிதுண்மை
செழுமைபெற வேற துரையீர். (835)

(வேறு)

அருளினால் அமரர்வாழ் அப்பதிக் கப்புறம்
மருளவே துண்டென மறையவர் கேட்பவங்(கு)
இருளினால் எழுபதி னாயிரம் திரையென
நாரெலாம் மகிழவே நபியுவந் துரைசெய்தார். (836)

(வேறு)

ஆமெனப் பகர்ந்த பின்னே
அப்துல்லா மீண்டும் கேட்பார்
ஊமனைப் பேச வைத்த
உத்தம சித்தத் தோரே
சேமமற் றிமிர மேவும்
செழுந்திரை யதனுக் கப்பால்
தாமதித் துளதே தென்னத்
தக்கநன் னபியென் சொல்வார். (837)

மங்கும் குறைகள் மருவா மறையீர்
எங்கும் பொங்கும் இருளத் திரையால்
தங்கும் வளியாய்ச் சமையுந் திரள்கள்
அங்கு டெழுபதி னாயிரம் என்றார். (838)

ஆதியைக் காணக் காட்சி
அத்தஹிய் யாத்தை ஈந்து
போதவே புகழ்ந்த போது
புரிந்திறை சலாமங் கீயக்
கோதிலா அதனை உம்மத்
தோர்க்கெலாம் கொடுத்த கோவே
நீதியாய் உண்மை சொன்னீர்
நிகழ்த்திடும் இனிவே றென்றார். (839)

காற்றினால் அமைத்த அந்தக்
கருந்திரைக் கப்பால் ஏது
போற்றியே சொல்லும் என்னப்
புரிந்துமா மறையோர் கேட்கத்

தேற்றமாய் அர்த்தம் கூறும்
செய்யநேர் இரசூ லுல்லா
சீற்றமாய் ஆலம் பொங்கும்
சேடன்அங் கொன்றுண் டென்றார். (840)

அப்பெரும் பாம்பின் நாமம்
ஏதெமக் கருளீர் என்ன
மெய்ப்புறு இறாமூன் என்றார்
விரும்பிமீண் டப்துல் லாதாம்
செப்பிய இறாமூன் என்னும்
சேடனின் பெருமை தன்னை
ஒப்பிஇங் கருளீர் என்ன
உவந்திற சூலென் சொல்வார். (841)

(வேறு)

பாரடங்கலும் வானமும்எழு
பௌவலோகமும் வேலையு
மேரடங்கிய கோபுக்காத்திரை
மிக்கதோர்அபு லாக்கெலாம்
சேரடங்கவ ளைந்துவாயிடை
செய்யவால்தனை வவ்வியே
சீரடங்கிய பூணெனக்கொடு
சேர்ந்திருக்குதந் நாகமே. (842)

(வேறு)

ஞாலா லம்புகழ் கோவே இங்கிவை
நன்மைகொண் டுண்மைசொன்னீ
ஆலா லம்புனை பூணா கந்தனின்
அப்பால் ஏதெனவே
பாலா லின்புறு வேதாம்பர் நிதி
பக்கீருக் குதவி
மேலா லுந்துசெங் கோலா லும்நபி
மிக்கா கப்பகர்வார். (843)

(வேறு)

ஆதி பெருமைக் களவில்லை
　　அதனால் ஏகன் ராச்சியத்தை
ஓதி ஒருவர் மட்டிடவும்
　　ஒண்ணா தப்பால் நீர்கேட்க
நீதி அலஅப் பெருமையெல்லாம்
　　நித்தன் அறிவான் எனஇறசூல்
போத முடனே தாம்நிகழ்த்தப்
　　புகழ்ந்தப் துல்லா என்சொல்வார். (844)

(வேறு)

ஆவுக்கா லொப்பித் தோத
　　அனறபழித் தவரே உண்மை
கோபுக்கா மலையைச் சூழ்ந்த
　　குவலயத் தகல நீளம்
நாவுக்கா வண்ணம் கூறும்
　　என்னவே நயந்து கேட்கக்
காபுக்கவு சைனிமட்டும் கத்தனுக்
　　கிசைந்தோர் சொல்வார். (845)

(வேறு)

பொய்ஞானம் உரையாத மறையோரின் நெறிநீதி
　　வழுவாத புகழானவர்
மெய்ஞ்ஞானம் ஆயிரம் வருடத்து வழிநீளம்
　　விதமான அதனகலமும்
இஞ்ஞால வருடத்து வழிநீள அளவுண்டு
　　இயல்சேர்கண் ஆலமதிலே
அஞ்ஞாழி மாவெந்து வாயிரம் பேருக்கு
　　அமைத்(து)அசன மிட்டவர் சொன்னார். (846)

கோபுக்கா மறுகின் வரலாறு முற்றியது.

திருவிருத்தம் 22

கியாமத் அடையாள வரலாறு

இரசூலிங் கிவைகூற இபுனுசலாம் எழுந்திருந்து
நறைசூழும் திருமேனி நாயகமே நயினாரே
இறையேவ லாகஇங்கன் இறந்ததன்றி இருப்பவரை
மறைவாக உயிர்வாங்கும் வாறெமக்கு இயம்புமென்றார். (847)

வரிசையுடன் கூறுமென்ற வாறுகண்டு நபிஇறசூல்
இருமையுறும் அப்துல்லா இபுனுசலா மேஉலகில்
அரியகியா மத்தெனுநாள் அடையாளம் நாற்பதுண்டும்
உரியதிவை கேளுமென ஒவ்வொன்றாய்க் கூறலுற்றார். (848)

அறிவாளர் மிகுதிஉண்டாம்
அதபுகெட்ட செயல்கள்செய்வார்
செறிவான தீன்வழியைச்
செப்பிஅதன் படிநடத்தார்
குறியாண்டு குபிர்நடப்போர்
கொள்கைதனைப் பார்த்திருப்பார்
நெறியான தவம் விரும்பார்
நேருடை தோ ழமைகள்செய்யார். (849)

மாதர்மிக உண்டாவார்
மானிபத்தைப் போர்வைசெய்யார்
கோதுபட வோஃட்டிக்
குறுஞ்செட்டு செய்திடுவார்
வீதிநடப் பார்பகலே
மேனிதிறப் பார்காணக்
காதுகண வன்முதலிற்
காணாக் களவுசெய்வார். (850)

காரிகையை ஆளன்
 கட்டடங்கக் காவல்செய்யான்
ஏரியுறு நீராட
 ஏகவிடை யேகொடுப்பான்
பூரிஅய லார்மனைக்குப்
 போகவரப் பார்த்திருப்பான்
நாரியைவேற் றாளுடனே
 நாவசைக்கப் பார்த்திருப்பான்.   (851)

ஆகாம துவைஉண்டு
 அழிவார்கள் மெத்தவுண்டாம்
ஏகாந்த ஆணுக்காண்
 இன்புறுவார் பின்பறுஜிற்
போகாப் பிழைபோகப்
 போற்றுதவு பாவிரும்பார்
வாகாகச் சிந்தைதனில்
 வைப்பார் கசடுகளே.   (852)

ஆயசிறு மைந்தர்களை
 அதபுகெட வேவளர்ப்பார்
நேயஉஸ் தாதுகளை
 நெகிழ்வார் வரிசைவையார்
கோயிலி டைசெல்வார்
 கூத்துவப்பார் பள்ளிபுக்கார்
வாயிலொழிந் தீமானை
 வையார் மனத்திடையே.   (853)

மாதா பிதாவை
 வரிசைவையார் நோவுசெய்வார்
கோதாய்க் கவடுவைப்பார்
 குத்திரமா கப்பார்ப்பார்
சூதாய்ச் சதுரங்கம்
 சொக்கட்டான் சோவியுடன்
வாதாகப் பூண்டு
 விளையாடு வார்மறகார்   (854)

பூண்டகுரான் ஓதுமிசை
    கேளார் புரிந்தொழுகார்
மாண்டநரம் போசை
    யாழ்கீதம் மனதில்வைப்பார்
கூண்டசபை யிற்பலிசை
    கோட்கணக்குக் கூறிடுவார்
வேண்டுநிமித் தம்குறியும்
    கேட்பார்மிக உவந்தே   (855)

அருங்குபிரர் கூண்டெழுதும்
    அட்சரத்தைப் போற்றிசெய்வார்
துரிதமறை யாலெழுதும்
    துஆக்கள்தமைத் தூஷணிப்பார்
பரிந்துமைந்தர் தமையிரங்கிப்
    பாரக்குரான் ஓதவையார்
புரிந்துபிழைக் கல்விகற்கச்
    சொல்வார்கள் போற்றிசெய்தே.   (856)

காபிருடை பாவனையைக்
    கண்டதுபோ லேநடப்பார்
தாபரநேர் முஸ்லீம்
    தறுத்தீபைத் துரத்திடுவார்
மாபரமா கக்கொணர்ந்து
    வைத்தவமா னம்மழிப்பார்
தீபரமாய் ஏற்பவர்க்குச்
    செய்யார் கைறுகளே.   (857)

அரியபிறப் போடுபகைத்
    தன்னியரைச் சேர்ந்திருப்பார்
பரிவுகெடுத் தனியாயப்
    பாவியுமாய்க் கூன்கள்செய்வார்
விரிபுவனத் தரசர்களும்
    வேந்தரும்தம் நகர்பேணார்
ஒருவரைக்கொண் டொருவர்வினை
    ஊன்றிமிக வேகாய்வார்   (858)

மாரி தருங்கொடையும் மாறும்ரகு மத்துளதும்
சீரியரும் தீன்வழியிற் செய்யார்கள் நற்செயலை
வேரியரும் கோடை மிகமாரி காலமும்ஆம்
காரியம்பார்க் கில்இரணம் காணாது போதவுமே. (859)

பாரிலுறுங் கீர்த்திக்காய்
    பள்ளிகட்டு வார்வணங்கார்
சேருமின்சொற் பக்கீர்கள்
    சிந்தையைநோக் காடுசெய்வார்
வேரிமங்காப் பள்ளிதன்னில்
    வீண்பேச்சு நவில்வார்கள்
நேரிதென் றேகூண்டு
    நிகழ்த்திநகைப் பார்மிகவே (860)

கியாமத் அடையாள வரலாறு முற்றியது

திருவிருத்தம் 14

தஜ்ஜால் வரலாறு

இந்தநிசா னின்அடையா ளங்கள் இத்தனையும்
வந்துபுவி யில்வழங் கியபின் வல்லபத்தால்
சந்தமணித் திண்புயத்தான் தஜ்ஜால் எனும்வேந்தன்
முந்தஉல காளவரு வான்முரண் டெழுந்தே (861)

வாரதுவும் வெள்ளிக் கிழமைதனில் வந்தேயொரு
மேரேறி ஒருசத்தம் மின்னிடிபோல் முழக்கிடுவான்
சீறுகுர லால்எழுவான் செய்யபடு வானளவும்
நீறுபடும் கேட்டோர் நிலைகுலைந்து வாடுவரே. (862)

(வேறு)

மண்டலம் கலக மாக
மருண்டெழு சத்தங் கேட்டுக்
கொண்டவர் முழுதும் அஞ்சிக்
குலைகுலைந் துருகி வாடிப்
புண்டரீ கத்தைக் கண்டு
புழுங்குமான் இனங்கள் போலச்
சண்டமா ருதத்திற் பட்ட
சருகுமாய்க் கலங்கிச் சொல்வார். (863)

(வேறு)

அலைசெறிந்த கடலுடைந்து வாரும்ஆர வாரமோ
மலைகளொன் றொடொன்றுமோதி மல்கிவீழும் ஓசையோ
நிலைகுலைந்து வானகங்கள் நின்றதிர்ந்த சத்தமோ
உலையவிந்த உலகில்வந்த ஓசையேது பரவியே (864)

என்றுகூறி உள்ளுடைந்
        திருந்துவாடும் காலையில்
மன்றலோக பஞ்சவாச்சி
        யம்முழங்க வல்லரும்
துன்றுபண் செறிந்தராகச்
        சூதநாத கீதரும்
சென்றுகண்டே அடிபணிந்து
        ஜெயஜெயென்று போற்றுவார் (865)

(வேறு)

போற்றுதஜ்ஜால் என்னும்அந்தப்
        புரவலனைப் புடைசூழ்ந்து
தோற்றமுறும் புவியிலுள்ள
        சுத்தவாச்சி யங்களெல்லாம்
காற்றுநேருங் கடற்போல்
        கறங்கிடக்கை யால்முழங்கும்
மாற்றமது கேட்டவுடன்
        மன்னன்மன மகிழ்ந்திடுவான் (866)

மனமகிழ்ந்து கொடுமுடிசேர்
        மாமலையை விட்டிறங்கிச்
சினமிகுந்த புலியெனவே
        சீறிமகா கோபமுடன்
வினைமுழங்கும் தெருச்செலவே
        வெற்பெனவோர் கோவேறு
தனையலங் கரித்துவரத்
        தஜ்ஜால் விடைகொடுப்பான். (867)

விடையதுகேட் டேவல்செய்வோர்
        வீறுடன்சென் றுதிரவன்ன
வடிவுறுகோ வேறதெனும்
        வாகனத்தை அலங்கரித்து
இடமுறுபொற் பதங்கள்
        இரண்டிருப தேந்திவைக்கச்
சடமசையிற் புவிஅதிரத்
        தஜ்ஜால்முன் கொடுவருவார். (868)

மைநீளும் குபிரரசன்
 வாகனகோ வேறதனின்
மெய்நீளம் எழுபதுமீல்
 வெந்நகலம் நாற்காதம்
உய்நீளும் அதனுயரம்
 உததிதனில் காலூன்றில்
வைநீள் மணிக்குரம்பின்
 வரையுநனை யாதுறவே (869)

ஆனகோ வேறதனின்
 அணிஇடக்கால் ஒன்றுவெள்ளை
தானமா னம்விளங்கத்
 தஜ்ஜாலைக் காபிரென்றங்(கு)
ஈனமாய் அதன்நுதலில்
 எழுதிஇருக் கும்பாரச்
சேனையோ டாகிலது
 சிலையுமலை யாழியுமாம் (870)

(வேறு)

இந்தவாகுள வாகனத்தை
 இணங்கவேகொடு வந்திட
முந்தவேயதன் மீதிலேறி
 முழங்கவா கொடிருந்தபின்
அந்தமாறிய காபிரானவ
 னேகமன்னரை யொக்கவே
எந்தனோடிரும் என்னவண்மைகொ
 டேற்றியேகொள்வன் இச்சையாய். (871)

(வேறு)

அஞ்சுமீலாம் மார்பகலம் அவனுயரம் முப்பதுமீல்
 ஆகும் கையால்
கொஞ்சியே கடற்கயலைப் பிடித்துவெய்யோன் தனில்வாட்டி
 கொள்வன் உள்ளே

பொஞ்சியேழ் கடிகையொரு நாள்அந்நாள்எண்ணைந்து
   புவியை ஆள்வான்
கஞ்சுதீ வெண்ணைந்துண் டொவ்வொருதீவுளதவன்றன்
   கழுதைக்(கு) ஊணே.   (872)

(வேறு)

தலைவரான வீரரும்தஜ் ஜாலும்வாக னங்கொடே
கலகமான வினைசெயக் கடிந்துசெல்லுங் காலையில்
உலகுகாண இருமருங்கும் ஒக்கவூர்ந்து சென்றிட
இலகுகாபிர் தம்பிரான் எனப்பணிந்து போற்றுவார்.   (873)

(வேறு)

பாரூர்ந்த குபிர்க்காட்டில்
   பாவநஞ்சைப் பயிர்விளைக்கும்
காரூர்ந்த தென்றுதஜ்ஜால்
   கடுகி யவன்கழுதை
ஏரூர்ந்து சாலடிக்க
   இருமருங்கும் அலங்காரத்
தேரூர்ந்த தெனவிரண்டு
   மேரூர்ந்து சென்றிடவே.   (874)

(வேறு)

சொற்கினிய வண்மையுட னேஒளிது லங்கத்
   துய்யமணி நீலமொடு தூயவயி ரத்தின்
வர்க்கமுறு மாடமுயர் வெண்தரள மேவும்
   மாளிகையின் ஊடுசெறி சாளரமி லங்கப்
பொற்கிரண கோபுர கிரீடமணி எல்லாம்
   பூரண வெயிற்செறி நிலாவொளி பரப்ப
நற்கிரண சித்திரமு கப்பொடறை வைத்தே
   நாகமணி மண்டபமும் மேடையும் வகுத்தே.   (875)

தேனொழுகு சோலைகொடு சாலைநிழல் செய்தே
சிந்துகனி ஆறொழுக வேநறவு பாயக்
கானொழுகு பாளைவிரி கண்ணாடி காணக்
கட்டிநவ சிங்காரக் காவணமும் இட்டே
பானொழுகு புட்பராகப் பீடிகை பரப்பி
பஞ்சணை விரித்துவிதம் செய்து செறிவித்தே
நானொழுகு பாளித கதம்பநிரை மாறா
நற்களப பன்னீரை நாற்றிசையும் வீச (876)

(வேறு)

பொன்னெழுத் தாடைபட் டாடைகள் நிரைத்தே
பூண்இந்த்ர கோபசக லாத்திவை படங்கு
முன்னெழுத் தின்படி அமைத்தவதி னூடே
மொய்மணித் தீபமொடு தூபமு நிரைத்தே
மின்னினெழுத் தானவிடை மெய்க்குழலி னாரை
வெற்பனைய கொங்கையரை யேழைகொ டிருத்தித்
தன்னெழுத் தறியாத் தஜ்ஜால் உவந்தே
தக்கதொரு வெற்பையுறு சொர்க்கமென வைப்பான்.
(877)

உச்சகழு கோடுபற்ப மோங்குமுயிர்த் தூண்டில்
ஊசிமழுவாள் அலகு சுரிகையடி யோட்டி
அச்சல்கசை கைத்தளை விலங்குஅரி கண்டம்
ஆடவல்ல வாச்சியுளி கூடமடை கல்லு
கச்சரச நீறொடிரு காதிலிடும் ஈயம்
கத்திரிகை சங்கிலி வினைக்கருவி யெல்லாம்
மொய்ச்சுசிறைச் சாலைமனை வைத்துஅத னூடே
மூசிஉயிர் உண்ணவெகு பூதகணம் இட்டே (878)

கூறுபடு கேணிகுளிர் கூவலதுண் டாக்கிக்
குருதிசெயல் ஊக்களிவை குறைவற நிரப்பி
நாறுபிண மானதைஅ நேகமதில் இட்டு
நட்டமுற வைப்பர்சில கட்டமிக விட்டுச்

சேறுபட வேநரகல் செய்துமொது மொதெனச்
　　செறியவெழு புழுவதனில் நெழுநெழென ஊரப்
பேறுகொடு செய்துவட வைக்கனல தென்னப்
　　பெருகுதழல் திகுதிகென எரியவகை செய்தே.　　(879)

மூசுவரி வேங்கைவினை யாளியொடு சிங்கம்
　　மும்மதக் கரியானைப் பேய்நரியொ டோநாய்
மாசுலவு தேளொடு கடூரவிட பூரம்
　　வரியரவு மணியலகு விடுவிஷ மண்ணாக
மாசுகொடு நஞ்செறியும் ஊர்வனம தெல்லா
　　மச்சொடு நிறைத்துவெகு துட்டமிரு கத்தை
நாசமுற விட்டுவெகு கோபமொடு தஜ்ஜால்
　　நந்தல்பட வோர்மலையை நரகமென வைப்பான்.　　(880)

(வேறு)

செருமலை நாக லோக
　　தேயத்தைக் கொள்ள வென்றே
வருமலை யாழி என்னும்
　　மகாபெரும் படையின் ஊடே
ஒருமலை சொர்க்க மாக
　　ஒருமலை நரக மாக
இருமலை நடுவே தஜ்ஜால்
　　பெருமலை யாக நிற்பான்.　　(881)

நற்பலங் கார சொர்க்கம்
　　எனுமலை வலத்தே செல்லச்
சற்பலங் காரச் செந்தீ
　　ஜகன்னமே ரிடத்தேசெல்ல
வெற்பலங் கார மாக
　　விரைந்துகொண் டவனி மீதில்
கற்பலங் காரக் குன்றக்
　　கழுதைவா கனமேற் செல்வான்.　　(882)

(வேறு)

எவராகிலும் இவன்சொன்மொழி
கேட்டோர்களை யெல்லாம்
இவராமென வேசொர்க்கம்
எனும்வெற்பிடை விடுவான்
கவராமனங் கொண்டேயவன்
கைக்குள்அமை யாரைத்
தவிராதென நரகம்எனும்
தடமேரினில் விடுவான். (883)

(வேறு)

கொள்ளிக்காற் கழுதை ஏறிக்
குரைகடல் அனைய சேனை
வெள்ளத்தூ டோங்கல் என்ன
வீதியில் ஏகும் தஜ்ஜால்
உள்ளத்தே நாயன் என்ன
உலகுளோர்க் கெல்லாம் அங்கே
விள்ளத்தான் காபிர் எல்லாம்
மெய்யென விரும்பிச் சொல்வார். (884)

நீயென்றும் நாய னாகில்
நீணிலந் தன்னில் எங்கள்
தாய்தந்தை யுடனே மாண்டோர்
தங்களைக் காட்டென் றோத
வாயொன்று சொல்ல மிக்க
மனமொன்றை எண்ணும் தஜ்ஜால்
பேயென்ற தெல்லாம் வாவென்
றழைத்துறப் பெயர்ந்து சொல்வான். (885)

இன்றுபோய் நீங்கள் பாவித்
திவர்கள்தாய் தந்தை போல
வென்றிசேர் வடிவு கொண்டு
வாருங்கள் விரைய வென்ன

மன்றல்சேர் மன்னன் தஜ்ஜால்
        வசனமுட் கொண்டு பேய்கள்
சென்றவர் தந்தை தாய்போல்
        சிறக்கவே வடிவு கொள்ளும். (886)

வடிவுகொண் டேக மீண்டு
        மாறுகொண் டெழுந்து தஜ்ஜால்
இடியென அதிர்ந்து கூப்பிட்
        டிவணிலுள் ளோரே முன்னாள்
மடியவெந் திறந்த உங்கள்
        மாதாபிதா சுற்றம் வந்தார்
கடுகிவந் தவர்கள் தம்மைக்
        கண்டடி பணியு மென்பான் (887)

கோவேறு கழுதைக் கோமான்
        கூறவே சென்றெல் லோரும்
தாபர முடைய தந்தை
        தாய்சுற்றத் தோர்கள் தம்மை
மாபிரி சத்தி னோடு
        வரவரத் தழீஇயிக் கொண்டு
காபிர்எல் லோரும் நாயன்
        கண்டது நீரே என்பார். (888)

நாயன்நீ என்ன அன்னார்
        நம்பியே கொள்வார் அந்த
மாயம தாலே இந்த
        வையக மீதே நான்க
தாயவற் றலங்க ளன்றி
        அடங்கலும் அவன்கைக் கீழே
நேயமோ டமைந்து காபிர்
        எனுநிலை பெறுவர் என்றார். (889)

(வேறு)

இல்லா வறுமையிலே
        ஈனமில்லார் இப்பொருப்பங்(கு)
அல்லா அருளுமுண்டா
        யன்றெதிரே தோன்றியதை

நில்லாதே என்றகல
நீக்கிவிட்ட நெஞ்சுடையீர்
கல்லார உண்மை சொன்னீ
காணெமக்கு வேறுரையீர் (890)

(வேறு)

தஜ்ஜாலுக் கழியா வண்மைத்
தலங்கள்நான் குண்டென் றீரே
மெய்ச்சாலம் புரிந்த தேது
விளம்புமென் றறிஞர் கேட்கப்
பொய்ச்சாலம் பயின்று தீனைப்
பொருந்திடா வேந்தர் வாறைக்
கைச்சாயப் பொருது வெல்லும்
காவலர்இ ரசூல் சொல்வார். (891)

(வேறு)

மக்கமும் மதீனாவும் பைத்துல் முகத்தீசு
மிக்கணி தூரிசினா வென்னுமுயர் மேருவுடன்
தக்கவரிந் நான்குதலம் என்னவே இபுனுசலாம்
ஒக்கும் எமக்கினிவே றுரையும் எனப்பகர்வார். (892)

(வேறு)

இந்தநான்கு தலத்துளோரும்
இணங்கியோர்தலம் ஆனதில்
வந்துகூடி இருந்துநாயனை
வண்மையாக வணங்கியே
எந்தநோவும் இடுக்கணும்அணு
காமற்காக்கும் இறப்பனா
நந்தலானதி லாகி யாறப்பு
யாரஹீம்இறை நாயனே. (893)

பாவியானதஜ் ஜால்விளைத்திடும்
   பாதகங்கள் வராமல்நீ
காவலானதுசெய் அவனுடை
   கவுமை மாற்றிடெனக்கரைந்(து)
ஆவலோடு துஆச்செய்வாரதை
   ஆமினென்று கபூல்செய்தே
சாவிலாதவன் இணையில்லானுயர்
   தம்பிரானுத விச்செய்வான்.   (894)

தஜ்ஜால் வரலாறு முற்றியது.

திருவிருத்தம் 34

ஈசா நபிநாதர் வரலாறு

தேலா னதுவுண் டுயிர்பெறுவேன்
        என்னும் பிரிசச் செய்கையுள்ளோன்
மாலா ரத்தின மென்னகல
        வேசரி மன்னன் தஜ்ஜாலைக்
கோலா லுயிருண் டவன்வாழ்வைக்
        கொளுநீர் எனவே குதாஏவ
நாலாம் வானில் இருந்(து)ஈசா
        நபிஇப் புவனுக் கெழுந்தருள்வார். (895)

(வேறு)

ஈசா வரவு தனைக்கண்டே
        இடுக்கென் றறிந்து தஜ்ஜால்தான்
கூசா தெழுந்தங் கவன்ஓடக்
        கோபித் தவனி அவன்பதத்தை
வேசா றாகப் பிடித்திழுக்க
        வெந்நிட் டலறி வீழ்வனப்போ(து)
ஆசா வாலோர் அடிஈசா
        அடிப்பார் அதனால அவனிறப்பான். (896)

(வேறு)

கேடுகெட்ட தஜ்ஜாலும்
        கிந்திப்போய்க் கால்முடமாய்
ஈடுபட்டங் காழ்ந்திறப்பான்
        அவனைஇறை யென்றகுபிர்க்

காடுவெட்டிக் களமறுத்துக்
 கதுவியதீன் வேலிகட்டி
மூடுபட்ட இசுலாத்தை
 முயன்(று)ஈசா பயிர்விளைப்பார்.   (897)

செய்யதுனி யாவிலெல்லாம்
 தீனிசுலாம் தழைத்தோங்கி
ஐயமறத் தவம்விளைத்தங்(கு)
 அதில்நடத்தும் அந்நேரம்
உய்யுநெறி போற்றுமெந்தன்
 உம்மத்தோர் தமைநோக்கி
வெய்யபுகழ் ஈசாவும்
 மிகமகிழ்ந்தங் கீதுசொல்வார்.   (898)

(வேறு)

மன்னுவந்த வேதநீதி முகம்மதுர் ரசூலுல்லா
என்னுமன்பர் நபிகளுக்கும் ஏத்தமான தீனுமாம்
முன்னுமான பின்னுமாம் முகம்மதும்மத் தோர்களே
துன்னுநீங்கள் தகுதிபூண்ட சொல்லுளோர்கள் ஆகையால்.
  (899)

(வேறு)

நானும்ஆலநபி தீனுளோர்களும்
 நயந்துநீங்கள்தவம் செய்யவே
ஆனநேர்அகும தன்பியாசொலில்
 வந்திமாமும்அவர் ஆகவே
ஈனமன்றிஇரும் என்று வெற்றிஈ
 சாஉரைத்திடவெல் லோர்களும்
மானமாமகதி அன்பியாதம்மை
 வணங்கவைப்பார்கள் இமாமதாய்.   (900)

(வேறு)

மகதிதாம் அன்பி யாவை
 மகிழ்ந்திமா மாக வைத்துச்
சுகமதாய் துனியா வெல்லாம்
 துலங்குதீன் விளங்கு காலை
உகமைநேர் அனைய ஈசா
 ரூஹுல்லா சுஜூதில் வீழ்ந்து
மிகவு நாயகனைப் போற்றி
 விரைந்துறுந் துஆச்செய் வாரே. (901)

துங்கமாய்த் தவத்தைச் செய்து
 சுஜூதிடை கிடக்கும் நேரம்
திங்கள்நேர் உதயம் காட்டி
 மறையும்அத் திறம்போல் நான்காம்
மங்குல்சேர் நபிஈ சாதாம்
 மரிப்பர்பின் மரித்த வாறைச்
சங்கமா நிலத்தி லுள்ளோர்
 சலிப்பெனும் கடலுள் தாழ்வார். (902)

ஊதாரி கண்ட தஜ்ஜால்
 உயிரினைச் செகுத்த எங்கட்(கு)
ஆதார மான ஈசா
 நபிஉபாத் ஆனார் என்னப்
பாதாதி கேசம் எல்லாம்
 பதைத்துடல் துடித்து வாடிக்
கோதாரி யாக வந்து
 கூடுவர் மக்கந் தன்னில். (903)

ஈசாநபி நாதர் வரலாறு முற்றியது.

திருவிருத்தம் 9

யாஜூஜு மாஜூஜு வரலாறு

கூண்டுவந் தீசா தம்மைக்
    கொழுந்துகில் கபனும் சூட்டி
வேண்டிநல் அடக்கம் செய்வார்
    மீண்டுபின் மூன்றாம் நாளில்
ஈண்டுதீ வினையை மூட்டி
    யாசூசு மாசூ சென்போர்
மூன்றுபே ராக வந்து
    தோன்றுவக் முன்னீ ரென்றே (904)

இகலிவந் தமரே ஆடும்
    யாசூசு மாசூ சென்போர்
சுகபெரும் சேனை யான
    தொகுதியும் நானூ றுண்டு
மிகவும்அத் தொகுதி ஒன்றின்
    வேந்தரும் நானூ றுண்டும்
சகலவெம் பதாதி சேனை
    தன்னைமட் டிடக்கூ டாதே. (905)

(வேறு)

மட்டிடாத சேனையோடு வந்துஞாலம் மீதுள
குட்டமேரி குளமொடாறு கூவலுற்ற புனலெல்லாம்
நட்டமாக வேஅருந்தி நனைவிலாமல் நக்கியே
தட்டநா வண்ணாவுலர்ந்து ஜலதிநீரை நுகருவார். (906)

களைத்துவாடு பசிமிகுந்து காணிலாத வாசியால்
முளைத்தபூடு புல்மரங்கள் முற்றுமிப் புவிக்குளே
விளைப்புறா தழைப்பிலாமல் வேரறப் பிடுங்கியே
சுளைக்குலாவு வருக்கையென்றும் துண்டமென்றும் பருகுவார்.
(907)

பாரமான ஜடத்துடன்அதி
கோபமாகிய பாதகர்
ஈரபாசம் இலாதகூமர்தன்
உயரமும்எழு பதுமுழம்
மேரெலாமின மோடுமேய்ந்து
வேலைகீணும் வாறுபோல்
சேரவந்தலை நீரையுண்டுயர்
ஜெகமெலாம் அரசாளுவார். (908)

முன்னுரைத்ததலம் நான்கொழிந்துபுவி
முற்றுமொக்க அரசாண்டபின்
மன்னனுக்குளுயர் மன்னனாமொருவன்
வானகத்திலர சாமவன்
தன்னைவெற்றிசெய வேண்டுமென்றுதனு
வேலெடுத்துவெகு சேனையோ(டு)
உன்னிமிக்கக னைக்கொளச்செருமி
ஓடுவார்கள்ஆ காயமே (909)

(வேறு)

வேகாசை விடாத தோசிகள்
யாகூசுகள் சேனையே கொடு
மேலாகிய வானமே கொளவே
ஆகாசக பாலமோடுவர்
ஆதாரமி லானை நாடுவர்
ஆகாவென வீரமோ திடுவார்
ஏகாசனை யாத தோமரம்
ஊடேசெல மூசி வீசுவர்
ஏவேறு மானை நாணெறிவார்

மீகாமனி லாமல் ஓடிய
நாவாயென வீணிலே எதிர்
மேவாவினை யாகவே பொருவார். (910)

(வேறு)

அம்பரத்தை யாசூசு மாசூ(சு) அடர்வதெல்லாம்
இம்பருக்குள் மலைதனைப்பார்த் தினஞுமலிக் குரைப்பதன்றி
உம்பருக்குள் அரசைவெட்டி உலகரசா ளத்துணிதல்
வெபரப்பிற் சென்றொருதன் வெளிபிடிக்கப் பதுங்கியதாம்.
(911)

சேனைநீழ லைத்தொடர்ந்து
சீறியெய்த்த நாயென
வானைநாடி அமர்விளைத்து
மறுகியாடும் அசடர்கள்
ஈனமாக என்செய்வோமென்
றேங்கிடாமல் இறையவன்
ஆனதோ ரிமையவர்க்கோர்
அறுதியேவல் அருளுவான் (912)

விரைச்சலாக நீங்கள்சென்று
வீணரேவும் ஆயுதம்
வரச்செய்தே பிடித்திரத்த
வாரிதோய்த்து மீளவும்
குரைத்தநாயை என்புகொண்
டெறிந்தவாறு வானவர்
கரத்தின்மீது போடுமென்று
கருதிநாயன் ஏவுவான். (913)

(வேறு)

ஒருவன்ஏ விடவே கண்டங்(கு)
உம்பரும் எதிரே சென்று
இருமையா சூசு மாசூசு
ஏவும்ஆ யுதங்கள் தன்னைக்

கருதியே பிடித்துச் சோரிக்
    கடலினுட் செறியத் தோய்த்துச்
செருமறாத் தீங்கர் பாலிற்
    சினத்துமீண் டெறிவர் தாமே. (914)

விசையினாற் குருதி பாய
    மீளும்ஆ யுதங்கள் தன்னை
இசையவே கரத்தில் ஏந்தி
    இரைத்திடக் கரத்தின் மிக்காய்
அசையறாச் சேனை யோடே
    அலங்கரித் துலகில் வந்து
திசையெலாம் முழங்கக் கூவிச்
    சிறக்கவே குரவை யார்ப்பார். (915)

(வேறு)

குரவை இசைத்தே பலவித மிட்டே
    கோல்வில் வேல்கொ டுலர்த்துயர் பாய்ந்தே
வரமுறக் கர்த்தா எனுமிறை யைத்தான்
    மடிய வதைத்தோம் எனமகிழ் வுற்றே
கரவறல் இப்போ(து) உலகு நமக்கே
    ககனம் நமக்கென் றுமழி யாத
அரசு நமக்கே இனிஇணை மற்றே(து)
    ஆதியு நாமென் றவனியை ஆள்வார். (916)

(வேறு)

மறமகலா யாசூசு மாசூசு மன்னவர்கள்
இறையவனைக் கொன்றோமென் றேஇரத்தக் குறிகாட்டித்
திறமையினால் அரசாண்டு சிறந்திருக்குங் காலையிலே
அறமகலா நான்குதலத் தனைவருமோர் தலத்தாவார் (917)

(வேறு)

சீரிய நீள்மதி னாமக்கம்
    செய்ய பைத்துல் முகத்தீசு
மேரிய தூரிசி னாவென்னும்
    மேருமிந் நான்கு தலத்துளரும்

கூரிய யாசுசு மாசுசெனுமிவர்
குலவுக வுமை யமிழ்த்திடென
நேருள நாயக னைத்தொழுதே
நெஞ்சம் உருக்கும்து ஆக்கள்செய்வார் (918)

நெஞ்சம் உருக்கும் துஆக்கள்செய்த
நிலைமை தனைக்கண் டிறையவன்தான்
வஞ்சம் அறவே கைக்கொண்டு
வகுத்தோன் அங்கோர் மழைஏவ
நஞ்சம் அறவே அந்தமழை
நாதித் தெழுந்து பொழிந்திடவே
துஞ்சி விடுவார் யாசூசு
மாசூ சென்னும் சூமர்களே. (919)

யாஜூஜ் மாஜூஜ் வரலாறு முற்றியது

திருவிருத்தம் 16

தாப்பத்துல் அறுலென்னும் மிருக வரலாறு

எள்ளுளயா சூசுமாசூ(சு)
எனுமிவர் கவுமதெல்லாம்
துள்ளவே இறந்தஏழாம்
நாளொரு மிருகந் தோன்றும்
தள்ளொணா ததனின் நாமம்
தாபத்துல் அறுலென் றாகும்
மெள்ளவே வந்து மிக்காய்
மேதினி யெல்லாம் கொள்ளும். (920)

தாபத்துல் அறுலெனும காவெற்றி மிருகமுயர்
தாலத்தில் அரசாள வே
மேவுக்ர வலிகொண்டு வருகின்ற அந்நேரம்
வேதப்ர காச மூசா
ஏவற்புரிந்தங்(கு) அசாவைச் சிறந்தகையில்
ஏந்திக்கொண் டேசுலையுமான்
காவிற்புரிந்திருகை யாளிக் கிரங்கியவர்
கருதிக்கொண் டேவருமதே. (921)

(வேறு)

நாதபெரு வாய்மிருகம் ஒன்றுவந்து உலகிலுயர்
நான்குதல மும்மன்றியே
போதுபடு வானொடெழு வானளவு கொண்டுபுவி
பூணஅர சாளுமதனால்
வாதுபரி சேனைகரி வாள்வலிமை யானதவ
மன்புகவு மோதுவதுமாம்
ஆதியரு ளாகில்உல கானதர சாளுவதும்
அருமையல வேறுரையுமே. (922)

(வேறு)

இந்தமா நிலத்தில் யாரும்
　　எதிர்த்தமர் செய்யா வண்ணம்
வந்துநீள் உலகை யெல்லாம்
　　வணங்கிய தலம்நான் கன்றி
முந்தவே கொண்டு வேந்தாய்
　　மூன்றுநாள் அரச தாளும்
அந்தநேர் அணிதா பத்துல்
　　அறுலெனு மிருகம் தானே. (923)

மூன்றுநாள் உலகை யெல்லாம்
　　முடியர செனவே யாண்டு
தோன்றவே மக்கம் என்னும்
　　தொல்பதிக் கடையி னூடே
கான்றவே கோபந் துன்றக்
　　கடுகியே ஏகும் நேரம்
ஏன்றநேர் இசுறா பீலுக்(கு)
　　இறையவன் பருமான் உண்டாம். (924)

(வேறு)

என்னேவல் அகலாத இசுறாபி லேமிக்க
　　இசுறாயி லுக்கிளையவா
நன்னேர்மை கொடுசூறு தனையோதும் எனஏகன்
　　நவிலவொருக் காலூதுவார்
மன்னாக அரசாண்ட தாபத்துல் அறுலென்ற
　　ததன்வழி பெறுங்காபிரும்
அந்நேர மாலோப ஊதாரி யாகவே
　　அடியோ டிறந்து விடுவார். (925)

(வேறு)

ஆலோப கேடாக வேமாறு காபிருயிர்
　　அறமாண்டபின்
பூலோக படுவானும் எழுவானும் உளராவி
　　போடாரெலாம்

காலாக வேவந்த கேடிதை யோவெந்து
கண்மாயமோ
மேலாயென் னாகுமோ வென்னஅழு வாரும்விழு
வாருமிகவாவரே. (926)

(வேறு)

இயலான தலைநாளின் விதியான தோஅலதிங்
கிதுவுமொரு கவுமாறலோ
செயலான நெறிமாறு குனகாரி னால்ஆதி
திருவுளக் கேடானதோ
வயமான துனியாவின் முடிவான தோகுலவும்
ஆகிறு அடுத்ததிதுவோ
வியனான மறைமீது வருகூ(று)அதோவென்று
மெய்யஞ்சு மந்நேரமே. (927)

(வேறு)

நாற்றுலா வும்இசு றாபீலுற
வேமீண்டு நாணாமலோர்
ஊத்தூது வாரதனி லேமேரு
கிரிமாந்தர் அருள்சேரநாள்
பார்த்தூது வெட்டுபஞ் சாகப்
பணறாய்ப் பறந்தோடியே
மாற்றூவு நீறாக வேமாள்வ
ரென்று மகுமூது நபியோதினார். (928)

(வேறு)

தொகுதிநேர் இரசூலிங் கிவைகூற அப்துல்லா
தொகுத்து மிக்க
தகுதிநபியே உண்மைசொன்னீ சாற்றும் இசுறாபீல்
குழல்அகல நீளம்
பகுதிதனை உரையுமென ஆண்டிரண்டா யிரத்துவழி
வரப்புண் டந்த
வெகுகிரணக் குழல்நீளம் எண்ணைந்தா யிரத்தாண்டு
மேவுந் தாரை. (929)

தாபத்துல் அறுவென்னும் மிருக வரலாறு முற்றியது

திருவிருத்தம் 10

இசுறாபீல் சூறூது வரலாறு

என்றுநபி இவைகூற
    இபுனுசலாம் எழுந்திருந்து
மன்றலருந் திருப்புயரே
    முகம்மதரே உண்மைசொன்னீர்
துன்றுமுகம் நான்குடையோர்
    தோராத உயிரனைத்தும்
வென்றிபெற வாங்குமதை
    விளம்புமெமக் கெனமொழிந்தார்.   (930)

    (வேறு)

துலங்குசூ றூதக் கண்டு
    சூறைவாய்த் துரும்பு போலக்
கலங்கியே மாந்தர் எல்லாம்
    கருவழிந் துருகு நேரம்
மலங்கிலா மறலிக் கேகன்
    பைத்துல்மு கத்தீ சென்னும்
தலந்தனில் அங்கோர் சங்கு
    சகுறென்னும் கல்லுண் டென்றார்.   (931)

அரியஅக் கல்லின் மேல்நின்
    றங்கையொன் றதுஷின் கீழும்
தரிபடு புவனம் ஏழு
    தலத்தின்கீழ்க் கரம தொன்றும்
பரிவுற நீட்டி வெய்யோன்
    கண்டபங் கயமே போல
விரிவெனக் கூறும் அந்த
    விதிப்படி விரித்து நிற்பார்.   (932)

(வேறு)

காலன்கை இரண்டையும்
கடிந்துகீழும் மேலுமாய்
ஏலநின்று நீட்டியே
விரித்திருக்கும் ஏல்வையிற்
சாலவந்தங் குறமணைந்து
தகுதிநேர் இறையருட்
கோலமென்று சேமமாய்
உவந்துசூறை ஊதுவார். (933)

ஊதுகின்ற சூறிலே(மு)
உலகினுள்ள உயிர்களும்
ஈ.துவன்றி ஞாலமீ
திருந்துவாழும் உயிர்களும்
வீதிதங்கும் ஏழுவானின்
வீற்றிருந்த உயிர்களும்
ஆதியேழு வானிலப்பு
றத்திலான உயிர்களும். (934)

ஊதுவாதை சூறைகொள்ள
உய்யும்ஆவி உளதெலாம்
சாதுவீசு மறலியங்கை
தடவியுண்டு பரவவே
தூதர்சேர் மலக்குநால்வர்
அன்றியே துலங்கிய
நாதுகூறும் உயிரனைத்தும்
நடுநடுங்கி மடியுமே. (935)

மீண்டுமிக்க காலனுக்கு
வேதநாயன் ஓதுவான்
மாண்டுமிச்ச மாய்வரும்
மலக்குநாலின் மூவர்தம்
பூண்டவெற்றி ஆவியைப்
புரிந்துவாங்கும் என்னவே
மீண்டிரக்கம் அன்றிமூவர்
உயிர்இறக்க வாங்குவார். (936)

முவ்வரும் மடிந்தபின்பு
முதல்வன்ஏக நாயகன்
ஔவியங்க ளேதுமன்றி
ஆவிவாங்கு காலனே
வெவ்விகொண் டிறாதஆவி
வேறினமுண் டோவெனச்
செவ்விகொண்டு கேட்கவே
திருந்துகாலன் ஓதுவார் (937)

(வேறு)

கொற்றவனானவ னேஅழியாமுத
லானகுதாஇறை யேபொறையே
நற்றவ மாகிய வண்மை மறைப்பயன்
நல்கியவா வல்லவா
உற்றஉயிர்க்குள் இறாத உயிர்யான்
ஒருவன் அன்றியிலே
மற்றுள ஆவிகள் ஒன்றுமிலாமல்
மடிந்ததெனப் பகர்வார். (936)

என்றவர் கூறிஇ றைஞ்சியபின்னுயர்
ஏகனெடுத் தருள்வான்
வென்றி விடாத மலக்கல்மவுத்தே
மேவியஎன் அருளால்
கொன்றவ னேஉயி ரானதனைத்தையும்
கொல்லுமக் காலையிலே
ஒன்றினு நீயொரு சற்றும்ஐயோவென
ஓதி இரங்கிலையே (939)

ஓதி இரங்கிலை யேயென நாயகன்
உற்றொரு சொற் பகர்வான்
வாதுகொடாவி பறித்திடி லந்த
வருத்தமறிந் திடிலோ
ஏதுறவும் முயிரானதை வாங்கென
என்(று) அறுஷின் கீழே
தாதுறு சங்கு சகுறா வென்ற
தலத்திடை புக்குவரே. (940)

(வேறு)

மறலியத் தலத்திற் சேர்ந்து
வலக்கைமேற் சிரத்தை வைத்துச்
செறிஇடக் கரத்தை வாயிற்
செலுத்துவர் செலுத்தும் செங்கை
பிறிபடக் கமலத் தாளின்
பெருவிரல் அளவு நீட்டிப்
பறிபட ஆவி தன்னைப்
பையவே வாங்கிக் கொள்வார். (941)

(வேறு)

வாங்கு நேரம் அங்கமெங்கும்
வன்னி பட்ட மெழுகதாய்
ஏங்கி வாழ்ப கீலர்கையில்
ஏற்கு மாந்தர் இதயமாய்த்
தூங்கு சூரை முள்ளிலிட்ட
துகில்ப றிக்கும் ஆறுபோல்
ஓங்கு நோவு விதனமூறி
உடல்நடுங்கி அலறுவார். (942)

ஆதியைப்பு கழ்ந்துநோவை
ஆற்றொ ணாத வாறதாய்
வேத னைக்க ரங்கள்வாயை
விட்டோர் சத்தம் அலறவே
நாதி ரைத்த சத்தமொன்றில்
நான்கு பத்து லோகத்தின்
வாதைதப்பி மிஞ்சுமாவி
சேர மங்கி மடியுமே. (943)

மிஞ்சு பாவி மாண்டபின்
மெலிந்து கால்கள் உள்ளுடைந்(து)
அஞ்சும் இந்த நோவினின்
வருத்தம் நான்அ றிந்திடில்

துஞ்சி லாதஇ லாகிஇத்
        துரத்தை என்ம னத்தினிற்
பொஞ்சி லேன்ள னப்பணிந்து
        போத கத்தோ டோதுவார். (944)

(வேறு)

பொழுதெழலும் விழுவதுவும்
        போலாவி உள்ளதெல்லாம்
எழுதொழுகின் படிவாங்கி
        ஏகனுக்(கு)உத் தரங்கூறி
அழுதழு தும்பிள்ளை
        அவளே பெறுவதுபோல்
கொழுகொழுமண் ணெனவுடலைக்
        குறித்தாவி பறித்திடுவார். (945)

(வேறு)

ஆனவன் ஏவலை மேவிய காலனும்
        ஆருயிர் மாண்டபின்னே
தானவன் நீதி விடாத குதாவொரு
        தனியவ னாவனென
ஈனமில் லாநெறி யோடிற சூல்இவை
        இயல்புடனே மொழியத்
தீனக மேகொளும் இபுனு சலாமுறு
        சிந்தை மகிழ்ந்துசொல்வார். (946)

(வேறு)

அவ்வல்ஆ கிறுமே யான
        அந்தமுல் புக்க றாவே
செவ்விதா யுண்மை சொன்னீர்
        சிறந்தடி யாரை ஏகன்
வவ்வியே எழுப்பு நேரம்
        மகிழ்ந்திசு றாபீல் சூறில்
தவ்வலே யன்றி யேது
        சொல்லி ஊதிடுவர் தாமே. (947)

சூறினில் இசுறா பீல்தான்
சொல்லிஊ திடுவ தேதென்(று)
ஆறுடன் ஐந்து நெஞ்சில்
அணிஅபு துல்லா கேட்கச்
சீறுடன் வயதே ழொன்பான்
சின்னமும் பெற்றோர் அந்த
வாறினை எல்லாம் கேளும்
என்னவே வகுத்துச் சொல்வார். (948)

(வேறு)

உடலிழந்து குறைந்தவென்பொ
டுலர்ந்துவற்றிய ஊன்களோ
நடலைமன்னுயிர் மாங்கிஷத்தொடு
நயநரம்புறு நசைகளே
கடல்மவிந்துயிர் பரவுசோதிகள்
இந்தரோம கணங்களே
அடலுறுங்குட லீரல்கண்செவி
நாசிவாய்அவ யவங்களே. (949)

முன்னநீங்கள் முளைத்தவத்தலம்
முன்பின்னாகி விடாமலே
மன்னுரோமக் குழிக்குளொன்றுடன்
ஒன்றுமாறி விடாமலே
துன்னவன்று நிலைப்படுந்தலம்
எய்திஒன்றினும் சோர்வுறா(து)
உன்னிரூபமொ டேயெழுந்திரும்
என்னவேசொலி ஊதுவார். (950)

ஆதிநாயன் அடியார்கள்மேலணு
ஆனதற்குங் சணக்குகள்
வாதினாலுரை கேட்குநாளது
வந்ததுங்கள் வழக்கறக்
கோதிலாவகை பண்டுபோலுருக்
கொண்டெழுந்திரும் என்னவே
ஓதிவாகினோ டேகன்ஏவல்கொ
டுத்தசூறினை ஊதுவார். (951)

(வேறு)

கொந்தாதி தூதாக வந்தால மேன்புகழ்
குலவும்அதி விதநபிகளே
சந்தாபம் இல்லாத மூமின்க ளேமிக்க
சாலிஹென் னும்மவர்களே
நந்தாத சொர்க்கபதி அழியாத வாழ்வுபெற
நாள்வந்த துங்களுக்கென்
றுந்தாவி கொண்டிங்(கு) எழுந்திருங் காள்நீங்கள்
என்றுரைத்தே ஊதுவார் (952)

கொடும்பா தகப்பிழைகள் செய்தவர்க ளேயரிய
குற்றக்குபி ராண்டவர்களே
அடுங்கால மொய்சனாச் செய்துஅமா னிதமழித்
தார்பலிசை வாங்கசடரே
தொடும்பாவ நீங்கத் தொழாதவர்களேஆதி
சொல்லில்அமை யாதவர்களே
ஒடும்ஹாவி யாப்புகுத நாளாச் செழுந்திருங்கள்
நீங்களென் றுரைத்தூதுவார். (953)

செம்பிரும் பஞ்சாதி லிங்கங் கருங்கற்
செபங்கொண் டபங்கள் செய்தே
வம்பணிந்(து) ஏகனுக் கிணையாக வைத்தே
வணங்குங்கொ டுங்காபிரே
தம்பமென் றருணனைக் கரங்கூப்பியே நின்று
தறுகுறும் வழிகேடரே
வெம்பிடும் உங்களுக் கழியாத நரகெய்த
வேளையாயிற் றென்றூதுவார். (954)

(வேறு)

முற்றும்பிரி வெனஉங்களை
முதலோனவன் முனிந்தே
தத்திக்குழு வெவ்வேறணி
சப்பாக நிறுத்திச்

சுற்றத்தொ டெழுங்காள்எனுஞ்
        சூறூ துரைகேட்டே
எத்திக்கறல் மண்தீயில்
        இறந்தோர் உளரெல்லாம். (955)

நீர்ப்பார்அழ லிடைமாண்டதில் நிற்கும் கயபுட்கள்
நாற்கால்மிரு கமொடூர்வன நாவிட் டுணுமிகவும்
சீர்க்காசினி மண்தின்று சிதைந்தங்கம் அழிந்தே
ஆர்ப்பானது வும்கூடியோர் அச்சாக முளைக்கும். (956)

(வேறு)

அன்னையுத ரத்திலிருந் தன்றுபிறந் தாப்போல்
கொன்னுலவு மெய்களொரு குற்றமற வேதான்
உன்னுபுகழ் ஆவிகொடு கட்பற வெழுந்தே
மன்னிலக ஆவிகொடு கட்பற வெழுந்தே
மன்னிலக நிற்பருற மாண்டவர்க ளெல்லாம். (957)

உந்துஜட மீதுல வும்பெறு நரம்புஞ்
சிந்துதசை யென்பொடுதி ரம்சிதறி ரோமம்
சந்தபம் அறக்குலவு தங்கள்தல மெய்தி
வந்துநிலை பெற்றுவள ருங்குறையி லாமல். (958)

(வேறு)

வென்றிகொ டாக முளைத்தொ டெழுந்து
        வியன்பெறு காலையிலே
துன்றிய மேனியில் ஒன்றும் விடாவகை
        தோன்றும் உறுப்பதெல்லாம்
நன்று மகாபிழை செய்தது நீதா
        னானதா லார்தானென்(று)
ஒன்றினொ டொன்று கணக்கு வழக்கொ(டு)
        உரைத்திடும் உள்ளதெலாம். (959)

(வேறு)

அஞ்சிஅங்க மீதிலுள்ள
 அவயவங்கள் முழுதெலாம்
வஞ்சியாது தாங்கள் செய்த
 வாறு ரைக்கும் என்னவே
நஞ்சுபோச னத்தை யுண்ட
 நபிக ணிக்க அப்துல்லா
மிஞ்சுவாய்மை உண்மை யீது
 வேறு கூறு மென்றனர்.   (960)

(வேறு)

வான மிடிந்துல கேழு மிடிந்திவை
 மறுபடி உதயமுமாய்
ஆன நலம்பெறு மானிட ரங்கமொ(டு)
 அழிபடு மவர்களெல்லாம்.
ஈன மறந்தின மோடு பிறந்தபின்
 னிடையிவர் உயிர்களெலாம்
ஊன நினைந்திறு மோஇலை யோஇவை
 உரைசெயும் என்றருள்வார்.   (961)

(வேறு)

இனிமேல் துனியா வொடிகழ்ச் சியிலை
பனிஆ தம்பிறப் புமிறப் புமிலை
உனுசேர் அருணத் துதயங் களிலை
அனியா யஅபங் கசடுக ளிலையே   (962)

(வேறு)

நன்மை செய்தவர் சொர்க்க மாநகர்
 எய்தி வாழ்வர் நலன்பெறத்
தின்மை செய்தவர் நரக மானது
 சேர்ந்திருப்பர தன்றியில்

நன்மை செய்தவர் நரக மெய்திலர்
　　நரகர் சொர்க்க நலம்பெறார்
இன்மை தாழ்வுறும் மறுமை வாழ்வுறும்
　　என்று வள்ளல் இயம்பினார். (963)

(வேறு)

முருந்தை மயிலின் வடிவாக்கி
　　முதல்வோன் கற்ப காடவிகள்
இருந்து முனாஜாத் எழுபதினா
　　யிரமாண் டிறைஞ்சும் எங்கோவே
பொருந்தி எனதுட் களிகூரும்
　　பொருளாய்ந் துரைத்த பூமானே
அருஞ்சொல் எமக்கிங் குண்மைசொன்னீ
　　அருளீர் கியாமத் அமளியென்றார். (964)

இசுறாபீல் சூறூதும் வரலாறு முற்றியது

திருவிருத்தம் 35

கியாமத் நாள் அமளி வரலாறு

நியானத்தொடு வேதியர்
        நிகழ்த்தும்மெனவே மாற்றம்
தியானத்திடை ஆலநபி
        சிந்தைகளி கூர்ந்து
மயானத்திடை போட்டநமு
        றூதைவதைத் தோன்தன்
கியாமத்அம ளிப்பெருமை
        கேளுமெனச் சொல்வார். (965)

(வேறு)

வெட்பறந்தநில வருண்ணுஞ்சுடர்
        வெறுத்தமேனிகள் கறுத்திடும்
உட்கனிந்தபழ மென்றுடுக்களும்
        உதிர்ந்து வீழ்ந்துவிடும் ஒன்றுறாப்
பிட்படுங்ககன வானிடிந்துடல்
        பிதிர்ந்து நீறுபடும் மேரெலாம்
தட்கலந்தபெரு வானகத்திலுள
        ஜலதிசேரஅழல் பரவுமே. (966)

(வேறு)

இந்தஞாலமதை மாற்றியே இறைவன்
        இவணிலே நரகை ஏற்றுவான்
அந்தமேவிய சிராத்துல் முஸ்தகீம்
        ஆன பாலமதில் ஆக்குவான்

உந்துநேர்மைநெறி யாக நன்மை தின்மை
ஊக்க மாகநிறை பார்க்கவே
தொந்தமாகிய தராசில் அவனிடை
தூக்கவே அருள்வன் நோக்கினால். (967)

(வேறு)

நரகொடு பாலமும் நடுத்த ராசையும்
வரிசைகொ டிவணிடை வரவுண் டாக்கியே
இருள்வலி எழுதலம் விழுத லத்திடை
தரிபடும் அடிமைகள் தனைய ழைப்பனே. (968)

எழுவானொடு படுவானதி லிடைசேர் அடியார்கள்
முழுதாயெவ ரையுமேவர முதலோனுரை செயவே
பழுதாய்விட வுறுகேள்விகள் படுவோமினி யெனவே
அழுதேயதன் நிறமாறிட வருவார்அணி அணியாய். (969)

அதிலேசிலர் அறவேகரு கியஆனன மாவார்
விதியோஇது வெனவேசிலர் வெகுதீமுக மாவார்
சதியார்கழு தையினாணம தெனவேசிலர் சமைவார்
எதிராகிய வதனம்சிலர் பிடர்மேலெழ வருவார். (970)

ஐயோவென நொந்தேசிலர் அழுதாவென வருவார்
எய்யார்சிலர் அவசத்தமொ டெரியின்முக மாவார்
கையானது தலைமேற்கொடு கதறிச்சிலர் வருவார்
நைவாயெச்சில் ஒழுகச்சிலர் ஞமலிக்குல மாவார். (971)

பிடரானதி னாவானது பீறிச்சிலர் வருவார்
ஜடமானது சருமாமலை தனைநேரென வருவார்
வடவால்விழு தெனநானில மளவேசிலர் வருவார்
கடனாகம தெனவேசிலர் கண்தீயவே வருவார். (972)

பெருவாயனல் சொரியச்சிலர்
பேய்க்கோலம தாவார்
உருமாறிய விழியார்சிலர்
உதிரப்புனல் சொரிவார்

இருநாசியின் வழியூனொழு
கிடவேசிலர் வருவார்
சருவானிய மாகச்சிலர்
தடுமாறுவ ரென்றார். (973)

(வேறு)

வேதாம்ப ரேநபியே
மெய்யிறசூ லேமேனிக்
கோதாய்ந்த தீனெறிசேர்
கொற்றவரே உண்மைசொன்னீர்
தாதாய்ந்த வானைத்
தராதலத்தை இங்கிறைவன்
தூதாய்ந்த வாறாய்ச்
சுருட்டும்பயன் சொல்லுமென்றார். (974)

(வேறு)

செய்யவான கத்தையும் சிறந்தபூத லத்தையும்
துய்யநாயன் எப்படிச் சுருட்டிவைப்பன் என்னவே
கையினூடு வைத்துருட்டும் காய்த்தரங்கள் என்னவே
ஐயமன்றி யேசுருட்டி வைப்பனென் றறைந்தனர். (975)

நிரைபடச் சுருட்டதுண்டு போகுநேரக் காலையில்
தரைபடச் சமைத்தமெய்த் தலங்களான தன்றியே
அரியசொற் படைப்பிலொன் றிலாதவா றடங்கலும்
இரைப்புனற்குள் விட்டதென் றழிந்திறந் திருக்குமே. (976)

(வேறு)

வெய்யபடைப் பானவையெல் லாமழிந்த பின்னே
வேதப்பொருள் ஆதிஅதி கோபவினை கொண்டே
ஐயமற நீதிநடத் தாதவர்கள் எங்கே
ஆய்ந்தஅறி வில்ஒழுகி டாஅரசர் எங்கே
துய்யமறை நேர்மறந்த தோஷியர்கள் எங்கே
சூதுபெரு வாதுவந்த சூமரவர் எங்கே
மையல்மது உண்டறி வழிந்தவர்கள் எங்கே
வம்புசெய்து தீனிலையை மாறினவர் எங்கே. (977)

ஆகாசனாச் செய்த தோஷியர்கள் எங்கே
ஆதலை அமானிதம் அழித்தவர்கள் எங்கே
வாகாய்எ னக்கிணைகள் வைத்தவர்கள் எங்கே
மண்ணோரம் சொல்லுமக லத்தலைவர் எங்கே
ஏகாந்த கைக்கூலிக் காதியர்கள் எங்கே
ஈனமுறு பாழ்பலிசை ஏற்றவர்கள் எங்கே
சாகாம தப்பெருமை சாற்றினவர் எங்கே
சக்காலத்தில்லாதமுதல்தங்கரித் தோர்எங்கே. (978)

நானளித்த நோவுபிணி நான்தவிர்ப்ப தன்றி
நாணக்குபிர் ஆனதற்கு தேர்ந்தவர்கள் எங்கே
யானளித்த பால்வேத நீதிநடத் தாமல்
அபமாக விதமோதும் அறிவீனர் எங்கே
தேனளித்த ஈமானில் லாச்செருநர் எங்கே
ஜெயமாம் நிமாசுவந்து செய்யார்கள் எங்கே
ஈனளித்த தன்னைமதிக் கும்அசடர் எங்கே
என்றுறுக்கி ஏகனிலை இட்டுறுக்கிக் கேட்பான். (979)

(வேறு)

துன்றிறைஇவ் வாறுகூறத்
தோன்றுமொழிக் கெதிர்மொழிகள்
ஒன்றுபட வேஉரைக்க
ஒருவருமில் லாவாறாய்
வென்றிபெற ஏகனப்போ
மிகம்மகிழ்ந்து தனைப்போற்றி
என்றும்அழி யாதான்நான்
எனக்கிணைகள் இல்லையென்பான் (980)

(வேறு)

இந்தவா றிரசூல் கூற
எழுந்தபு துல்லா போற்றி
உந்துகண் துயிலு நேரம்
உரைப்பவர் உரையை யெல்லாம்

சிந்தைகொண் டறிந்து கேட்டு
மறுமொழி செப்புங் கோவே
புந்திகொண் டுண்மை சொன்னீ
வேறினிப் புகலும் என்பார். (981)

(வேறு)

ஏய கியாமத் தெனுந்தலங்கள்
எல்லாம் அழிந்தும் அழியாதும்
தூய விகுறாத் தலமென்று
நோற்ற முறுமிங் கேதென்றே
நேய சலாமத் துறுநபியை
நிறைந்த மறைவே தியர்கேட்க
ஆய கியாமத் தென்னுந்தலம்
அழியாத் தலமென் றார்இறசூல். (982)

அந்த கியாமத் எனுநாளில்
அறவே கேள்விப் படுமவர்மேல்
உந்தித் தொழுகும் வியப்பவர்கட்
குதவும் உதவா வாறுதனை
முந்தப் பகரும் எனக்கலைநூல்
முழங்கும் இபுனு சலாம்கேட்க
சிந்தைக் கிருபை பெறமகிழ்ந்து
செய்யிது இறசூல் தெளிந்துரைப்பார். (983)

(வேறு)

அப்புத்தரை பெருவானகம் அடியோடிடி படவே
செப்புத்தரை தோன்றும்அதன் மீதேசெறி வோரைத்
தப்பித்தவ றாதேழொரு பதின்மூன்றுசப் பாக
வெப்பத்தொடு சவளத்திடை பொழுதும்வெயில் வீச (984)

அணைக்கான்முறிந் திரைத்தோடிய
அழலாறெனும் வியர்வங்
கணைக்காலள வாகச்சிலர்
நிற்பார்கரு கிடவே

இணைச்சேர்முழங் கால்மட்டிடை
 மட்டாய்ச்சிலர் நிற்பார்
திணைச்சீர்அணி மார்பங்கழுத்
 தளவாய்ச்சிலர் நிற்பார். (985)

அறமேனிகள் கருகித்தவ னந்தன்னில் அழன்று
நிறமான்றலை மீதேறுவெண் ணெய்யென்றுரு கிப்போ
துறவேதனை கொடுகாய்புனல்எனவேர்வுகள்பொங்கிச்
செறிவாயதில் மூழ்கிச்சிலர் நிற்பார்களே முழுதும் (986)

அந்தப்பெரும் அமளிக்கிசை யானோர்முசு லீம்கள்
தொந்தச்சட முறுவேர்ப்பவர் துங்கத்திரு வதனம்
நிந்தப்பிறை எனவீச நிறைந்தேபனி மாறும்
உந்தித்தவம் கவிகையிட உதகந்தரு நோன்பு (987)

ஈமானுறு முசுலீமெனு இயல்பங்கய வெய்யோன்
சீமானம தாலேயுடல் சிந்தும்வெயர் வெல்லாம்
ஆமாமென அவர்மெய்களை அழகாக விளக்கு
மாமானமொ டுடைமாமு மாயெங்கு மறைக்கும் (988)

தீனைப்பயி லாமற்குபிர் சேர்காபிர்கள் எல்லாம்
ஊனைச்சிரம் மூளையுடன் உருகுங்கொதி கொளவே
லானத்துறு வதனைக்கரு கிடவேசுட லாகும்
கானக்கரி யெனமேனிகள் வேகச்செயு மென்றார் (989)

(வேறு)

முன்னே விதையாய் முளைத்தன்பி யாப்பணறாய்
பன்னோர் மனுத்தழையாய் பாத்திமா வும்மலராய்
நன்னேரும் தீன்கொழுந்தாய் நால்யார்களும் காயாய்
பின்னே பழமான பேறேமெய் வேறுரையீர் (990)

(வேறு)

ஆதி அபுலாக் அடங்கலையும்
 அழித்தே ஒருவன் ஆனதற்பின்
போதம் உறத்தான் எவர்க்குமுன்னே
 பொருத்து முயிர்விட் டெழுப்பிவைப்பான்

நீதி பெறவே இபுனுசலாம்
        நிகழ்த்து மெனவே கேட்கநபி
ஊதை யரசன் தனக்குமுன்னே
        உடையோன் அளிப்பான் உயிரென்றார். (991)

(வேறு)

வையகமும் வானகமும் மல்கியிடி பட்டே
வெய்யமனு வோரிறந்து மீண்டுமுயிர் பெற்றே
செய்யபுகழ் மெய்த்தமரி னோடுசெறி வாக
எய்துமிக தாபரம தேதருளு மென்றார். (992)

இறந்தமனு வோர்கள்பெற ஏகனுயிர் ஈந்தால்
சிறந்ததம ரோடவர்கள் சேர்வரெங்கன் என்றீர்
அறந்தழுவு நெஞ்சமுறு மன்னபுதுல் லாவே
திறங்கொடிவை கேளுமென்று சிந்தைகொடு சொல்வார் (993)

அடங்கலும் அழிந்தொருவன் ஆகியபின் ஆதி
திடம்பரவு சீதமுறு செய்யமுகில் ஒன்றை
இடம்பட வகுத்ததனி லேஅனிலம் ஒன்றைப்
படர்ந்தொளிர வென்றுவெகு பண்புடன மைப்பான். (994)

மன்றுமுகி லோடுசெறி வாதையெதி ராடிச்
சென்றழியும் பத்தரும் எழச்சிதறி வீச
அன்றழியும் அம்பரமொ(டு) இம்பரையும் ஆதி
மன்றொளிர வேண்டுமென மறுபடி அமைப்பான். (995)

(வேறு)

மறுபடி யான பூமி
        மதீனத்தின் நடுத்த லத்தின்
உறுபடத் தமைத்து வைத்தால்
        உதிப்பதற் றழிப்ப தான
பெறுதலத் துள்ளோர்க் கெல்லாம்
        பிணைவிழிக் கெய்து மப்போ
தறுபட மலக்கு நால்வர்
        தம்மையே யெழுப்பி வைப்பான். (996)

மலக்குகள் எழுந்த பின்னே
    வல்லவன் ஏழு நாளைக்(கு)
இலக்குறு மாரி பெய்யு
    மிந்திரி யத்தி னாலே
நலக்கம துறவே யப்போ
    நாலிமை யோரும் கூடித்
துலக்கமா யெழுந்து வண்மைச்
    சொர்க்கமா நகரிற் சேர்வார். (997)

(வேறு)

சொர்க்கமாநகர் எய்திஅங்குள
    துங்கவங்கிஷ புறாக்குடன்
பொற்கிரீட மிருக்குமாவந்து
    பூடணத்தொடு பூந்துகில்
வர்க்கமானது வுங்கொண்டேஉயர்
    வல்லவன்அறு ஷின்கீழே
நிற்பர்சென்றிறை யைப்பணிந்(து)அவன்
    நேயசொல்வரு மளவுமே. (998)

(வேறு)

ஆசினித் தலைவர் நால்வர்
    அறுஷின்கீழ் நின்றுபோற்ற
நேசமுற்(று) ஏகன் அப்போ
    நீங்களிக் காட்சி யெல்லாம்
வீசுகஸ் தூரி வாச
    மெய்யிற சூலின் கபுறில்
மாசறக் கொடுபோய் வைத்து
    வாருங்கள் என்னச் சொல்வான். (999)

(வேறு)

மன்னிறை இம்மொழி கூற மலக்குகள்
    வல்லவ னோடு வகுத்தருள்வார்
முன்னுயர் மக்கா மதினா பைத்துல்
    முகத்திசு தூரிசி னாவுடனே

வண்ணப் பரிமளப் புலவர் ❖ 311

இன்னவை இத்தல மென்றறி யாச்சுவ(டு)
  எங்கு மறைத்துள காலையிலே
கன்னல்மொழிப்பய காம்பர் சுபூறெனக்
  கண்டுகொ டுப்பரரார் காட்சியையே.   (1000)

(வேறு)

உம்பர்இவை கூறிட உவந்திறைவன் நீங்களுயர்
  வுற்றெழுதுனி யாவினிடை போய்
இம்பருறும் ஆலநபி யேஅகும தேமிக்க
  அரசே ஷபீவுல்முது னபீன்
கும்பிஇது னில்லா எனப்பரிவி னோடுரை
  கூறுமென ஏவஇமை யோர்
நம்புதலொ டந்தமொழி கொண்டிவணி லேயாதி
  நாதமெழ வோதியருள் வார்.   (1001)

பாவிகளை எல்லாம்ஷ பாஅத்துச்செய் தீடேற்றும்
  பத்தர்குரு பத்தர்நபி யே
சாவியெழு நாள்வந்த தேகனரு ளேகொடு
  சடக்கென் றெழுந்திருமென
ஆவியுற வாகவிமை யோரருள வேஇறைவன்
  அன்றெனக்கு உயிர்நல்கு வான்
ஏவிய ஹயாத்தினுட னேயான் எழுந்துவந்(து)
  ஏகனைப்பு கழு வேனே.   (1002)

(வேறு)

ஏகனைப் புகழுங் காலை
  யீவெளித் தலைவர் வந்து
தாகமுற் றென்னைப் போற்றித்
  தாஜெனும் முடியும் சூட்டி
மாகபொற் றுகிலும் மிக்க
  மணிக்கமர் பந்தும் கட்டி
வாகுறப் புனைந்தென் மெய்யை
  வளம்பெற அலங்க ரிப்பார்.   (1003)

வரிசைகொ டலங்க ரித்தே
மகாவிசை புறாக்க தான
பரிகொடு வந்து நிற்பார்
பரிந்துயான் அந்த நேரம்
அரியவென் உம்மத் தோர்கள்
அனைத்தையும் ஆதி நாயன்
புரியவிங் கேது செய்தான்
என்னவே போற்றிக் கேட்பேன். (1004)

போற்றியே கேட்கும் வாய்மை
பொருந்திட ஜிபுற யீல்தான்
மாற்றம்வே றுரையார் என்னை
வாசிமேற் கொள்ளும் என்பார்
சீற்றமாய் அவர்சொற் கேட்டுத்
திருந்தவே பரிமேல் ஏறித்
தோற்றமாம் கியாமத் தான
தொல்வழித் தலத்திற் செல்வேன். (1005)

வென்றிசேர் கியாமத் தான
வீதியிற் சென்ற பின்னர்
இன்றுபோய் பாங்கு கூறென்
றிறையவன் பிலாலை ஏவ
அன்றுநேர் சலாத்துன் கூழு
எனப்பகர்ந் ததுவே கூறிக்
கன்றிடா வண்ணம் மிக்க
காமத்தும் சொல்வர் கண்டீர் (1006)

கறங்கவே பாங்கும் கூறும்
காமத்தும் கபுறுள் ளோர்கள்
திறங்கொடே கேட்பார் அந்தச்
செய்கையால் மகிழ்ச்சி பெற்று
மறஞ்செய்யா வண்மை செய்யும்
மழைகண்ட பயிரே போல
இறந்துளார் அனைத்தும் அங்ஙன்
முளைத்தெழுந் திருப்பர் தாமே. (1007)

ஜின்பரி ஷைத்தான் வானோர்
செய்யமா மனுவி னோடே
முன்புறு படைப்பு யாவும்
முளைத்தெழுந் திறையைப் போற்றி
அன்புறக் குழுமிச் சால
அணிஅணி யாக அங்ஙன்
இன்புறத் தொழுது நிற்பார்
எனநபி இயம்ப லுற்றார். (1008)

(வேறு)

தறஜாவோ டொலியேவு மாகிறிக் குழுவிடை
ஜமாத்தும் மத்தோர்க்குதவியே
பெறுகூலி லாப்பதிப் பேரடிப் பாட்டிற்
பெருந்தலீல் செய்யுமரசே
யுறுகூலிம் பரிலுயர் வான முகம்மதே
ஒல்கதிரி கையுமே
இறகூலெனும்பொருட் பேறே யிதுண்மை
வேறிங்கெமக் கருளுமே. (1009)

கியாமத்நாள் அமளி வரலாறு முற்றியது

திருவிருத்தம் 45

காபிர்கள் மதலை வரலாறு

மாறுகொண் டுளகாபிர் கள்பெறு கின்றசிறு
மைந்தரைத் தொந்த நாயன்
வீறுகொண் டுயர்சொர்க்கப் பதியிலே விடுவனோ
வெந்நரகி லேவிடு வனோ
கூறுமிங் கிவையென்று மும்மறைப் பொருள்நீதி
கொண்டபுதுல் லாகேட் கவே
சீறிடும் பகைமன்னர் கவுமாறிடந் பொருஞ்
செங்கைமுகம் மதங்கரு ளுவார். (1010)

மிக்கான புகழ்நாயன் ஆகிறு ஜமானிலே
மிகவுமடி யாரை யெல்லாம்
சக்காக அவரவர்கள் செயலையொன் றோடொன்று
தாக்கியே கேட்கு நேரம்
மிக்கான நலமாறு முறுகாபி ரீன்றமெய்ச்
சிறியபா லகரை யெல்லாம்
ஹக்காக நடுநீதி கொடுகேள்வி கொளவென்று
கடுகியே வருக வென்பான். (1011)

(வேறு)

வருக வென்றருகி லேயழைத்துமிக
வல்லநாய னருளிச் செய்வான்
பெருகும் இன்பசிறு மதலைகளுங்களைப்
பெற்றஅன் னையர்பி தாவெலாம்
மருவு மென்னுடைய ஏவலைப்பெருக
மாறினார் களினி யவர்களைத்
திருக வெந்துருகு நரகிலாக்கினை
செய்யவோ பகரும் என்பனே (1012)

(வேறு)

இப்படிக் கோபித் தேகன்
இசைந்தபா லகரை யெல்லாம்
செப்புமென் றுறுக்கிக் கேட்கச்
சிறியபா லகரெல் லோரும்
தப்பிலாப் பொருளே எங்கள்
தம்மையும் அமைத்த கோவே
ஒப்பிலா உந்தன் நேர்மைக்(கு)
ஒத்ததெங் களுக்கு மென்பார். (1013)

எனக்கொத்த வாற தென்றீர்
ஆகிறில் எவரும் காணக்
கனக்கப்பூண் டெரியும் கோபக்
கனலினை வரவுண் டாக்கித்
தனக்கொத்தாப் போலே இந்தத்
தழலினில் விழுங்கள் என்னச்
சினக்கப்பா லகர்தா னஞ்சிச்
சென்றந்தத் தீயில் வீழ்வார். (1014)

வீழ்ந்துள மதலைக் கெல்லாம்
வேதநா யகனன் புண்டாய்த்
தாழ்ந்தவெந் நரகிற் செந்தீத்
தழலெலாம் பழகு நீராய்ச்
சூழ்ந்தபூங் கமல வாவிச்
சோலையுஞ் சாலை யாகி
வாழ்ந்துவீ றாக நிற்பார்
வன்னியங் காவி னூடே. (1015)

நேரிய னேவல் கேட்டோர்
நெருப்பினில் எழுந்த பூடாய்ச்
சீரிய வாழ்வு பெற்றுச்
சிறப்புடன் இருக்க இப்பால்
கூரிய வேகன் ஏவல்
மறுத்துள குதலை யெல்லாம்
காரியம் வேண்டாம் என்றே
காளையாய் விரும்பிச் சொல்வார். (1016)

அரியமெய்ப் பொருளே உந்தன்
அருளினைக் கேட்டி லோமோ
பிரிவுறு புவனிற் பாரப்
பெரும்பிழை மிகச்செய் தோமோ
பரிவுசற் றில்லா தையோ
பாலர்இத் தீயின் வீழ்மோ
எரியும்இப் பெருநெ ருப்புக்
கீரமுண் டாமோ என்பார். (1017)

என்றிளம் பாலர் கூற
ஏகநா யகன்தான் சொல்வான்
அன்றுங்கள் தந்தை தாயென்
அருளினை விரும்போம் என்றார்
இன்றெந்தன் ஏவல் கேளோம்
என்னவே எதிர்ந்த நீங்கள்
சென்றங்கி பாயோம் என்றீர்
வேறினிச் செய்வ துண்டோ (1018)

ஆகையால் நீங்கள் உங்கள்
அன்னையர் பிதாவுக் கொத்த
தாகமே செய்தீர் என்ற
தாய்தந்தை யுடனே கூடிப்
போகவே நரகில் ஏவப்
புரிந்துடன் ஏவல் ஆட்கள்
நாகமே செறிந்த செந்தீ
நரகினில் வீழச் சொல்வார். (1019)

(வேறு)

சிறுபிள்ளை செய்யும் வேளாண்மை
விளையினும் வீடு புகாதென்று
உறுமொழி முன்னோர் கள்சொன்ன
உண்மை யிதுவாம் பிறுதவுசைப்
பெறுமொழி யாதி பகர்ந்திடவே
பிதற்றி அவனோ டெதிர்ந்துவிம்மி
மறுமொழி கூறிச் சுமைகனத்தே
வழுங்கி விழுவார் நரகிடையே (1020)

(வேறு)

இறையவன் ஏவல் கேட்டே
எரியினில் விழுந்த அந்த
அறிவுசேர் சிறிய பாலர்
அனைத்தையும் அழைத்து நாயன்
சிறியரே என்சொற் கேட்டீர்
சிறப்பொடுங் களுக்கி யானும்
நறவுதோய் சொர்க்கம் தந்தேன்
செல்லும்அந் நகரில் என்பான். (1021)

ஆதிசொற் படியே சொர்க்கம்
எனுநகர் அடைந்தே அந்த
நீதிமெய்ப் பால ரெல்லாம்
நிறைந்தவாழ் வுவந்தே பெற்றுக்
கோதிலா ஜென்னத் தோர்க்குக்
குலவுகுற் றேவல் செய்து
தீதிலாத் தகுதி பூண்டடங்
கிருப்பர்கள் சிறக்கத் தானே. (1022)

இபுனுச லாமே இந்த
வியற்சிறு மைந்தர் தன்னால்
புவியுல கத்தில் என்றன்
பூண்டபிற் காலந் தன்னில்
குவியுற வேழு பத்து
மூவகைக் குழுவாம் என்ன
அபுஜகி லுடலைப் பாரில்
அறைந்தவர் அருளிச் செய்தார். (1023)

அறந்திகழ் நபியே உண்மை
ஆலமுண் டவரே நன்மை
சிறந்துவீ றுடையீ ருண்மை
ஜென்னத் தாள்பவரே யுண்மை
மறஞ்செய்வார் ஏறே ஊரு
மக்கமா னவரே நீதி
இறந்திடா நாயன் ஆணை
உண்மைவே றியம்பு மென்றார். (1024)

(வேறு)

வரிசை கொண்டதவு றாத்து-இஞ் சில்சபூ
ரென்னு மாமறையில் உண்மையாய்
அரிய இந்தமச லாவ னைத்துமா
ராய்ந்தநேக நா ளாகவே
செருமு ழங்கவெழு நூறு பேரொடு
தெரிந்து கேட்டமொழி யாவையும்
பரிவு கொண்டியல்பி னோடு கேட்க விவை
பற்ற றாமலுரை செப்பினீ. (1025)

முன்பு தானிவை படித்ததோ மறைகள்
மூன்று நீருடைய தானதோ
அன்பி னோடுநெறி பார்க்கி லீர்சிறிய
அண்ண லாகிய ஜவானுமாய்
இன்ப மானகலை ஞான கல்வியினொ(டு)
எண்ணெழுத் தறிவ தில்லைநீர்
வன்பி லாமலிவை யோது நீர்என்அது
மாய மிங்கருளும் அஹுமதே. (1026)

(வேறு)

இவ்வகை இபுனு சலாம்கேட்க
இறசூல் அங்ஙன் எடுத்தருள்வார்
கைபறின் அரசே ஜிபுரயீல்
மீக்கா யீல்இசு றாபீலும்
முவ்வரும் என்பால் இருந்துரைக்க
முதல்வன் விடுத்தான் அதுகொண்டே
தவ்வல் அறநீர் கேட்டவெல்லாம்
தப்பா துரைத்தேன் எனப்பகர்ந்தார் (1027)

ஆதி நபியே அஹுமதரே
அறத்தேன் ஒழுக்கும் கற்பகமே
நீதி நெறியே கிடையாத
நித்தில மொன்றால் உற்றவரே

சோதி செறிந்த மெய்யினரே
சொன்ன தெல்லாம் உண்மையதே
ஏதம் அறவே இனிவேறிங்
கியம்பும் என்றார் இபுனுசலாம்.   (1028)

காபிர்கள் மதலை வரலாறு முற்றியது

திருவிருத்தம் 19

மவுத்துடைய வரலாறு

பவுத்துடன் ஏக நாயன்
பண்புபெற் றந்தக் காலம்
மவுத்தையிங் கேது செய்வான்
சொல்லுமிவ் வாறை யென்னத்
தவத்துடன் புரிந்து நீதி
தரித்தபு துல்லா கேட்கக்
கவுத்துவக் கமலச் செந்தாள்
காவலர் இறசூல் சொல்வார். (1029)

வேறு)

அரியகி யாமத் அமளி தவிர்ந்தே
சுருதியின் நேருளர் சொர்க்கம தெய்தி
வரிசைமன் னேவல் மறுத்தவ ரெல்லாம்
எரிநர கெய்தி இருக்குமந் நேரம். (1030)

வேறு)

திருத்துயிர் அனைத்தையும் அமைத்ததிறல் ஏகன்
வருத்தமற மெய்ப்பொருள் மவுத்தைவரு கென்றே
பொருந்திய அருட்ககனர் போந்துகொடு மீள்வார்
ஒருத்தரல எல்லவரும் உற்றதனைக் காண்பார். (1031)

கண்டதி சயப்படு கனற்புறு மவுத்தின்
மண்டுநிறம் வெள்ளைபுக ரமைத்தகர் நிறத்த
தண்டலை கறுத்துவடி வுந்துமத னைத்தான்
தொண்டர்தெரி சித்தவுடன் துய்யவன் உவந்தே. (1032)

துங்கமுறு வாழ்வுபெறு சொர்க்கநக ருக்கும்
அங்கொடிய தாயெரியும் அரியநர குக்கும்
இங்கிவை இரண்டினிடை எய்திய தலத்தில்
தங்கென நிறுத்திஉயிர் தந்தவன் உரைப்பான் (1033)

சொர்க்கநக ராளரொடு தோசத்திலுள் ளோரே
நிற்குமிவை யைத்தகர் எனக்கருத வேண்டா
முற்குலவும் உங்களுயிர் மோதுமவுத் தீதென்(று)
உற்பனம் உரைத்துமறு சொற்பகர்வன் உற்றே. (1034)

வேறு)

திக்கு வீரெனை ஓத நாவிடை
செல்லு வீறொடு வேதமிற்
புக்கு வீரனு ரைப்ப னிச்செயல்
பூணு வீரிம்ம வுத்தைநான்
தக்கு பீறொடு திக்கிறென்றவு
சாவும் உங்களுக் கில்லைமேல்
இக்கு வீறு மனத்தி லுண்மையி
தென்று கொள்ளுமெ னச்சொல்வான். (1035)

ஆதிஇம்மொழி கூறவேபுகழ்
ஆனதாலுறு ஜென்னத்தோர்
பேதமான மவுத்துமேலிலை
யென்னவேபிரி யங்கொள்வார்
தீதினாலுள மேமெலிந்து
தியங்குபாழ்நர கத்துளோர்
வேதனேமவுத் தில்லையோவென
மெத்தவும் வித னிப்பரே. (1036)

வேறு)

இனிப்பிறப் பில்லை யென்றால்
என்செய்வோம் என்று வாடித்
தனித்துநின் றழுது வேவார்
ஜகன்னத்திற் கிரைய தானோர்

கனிப்பிறப் பினிய சொர்க்கக்
காவலர் அனைத்து ளோரும்
இனிப்பிறப்(பு) இறப்பும் இல்லை
யென்னவே மகிழ்வ ரென்றார். (1037)

வேறு)

மறுத்தடை படக்குபிரை வென்றுமறை நீதி
சறுத்தடைத்த சொற்குலவு தானபுதுல் லாவே
இறுத்தடைத்த வாவிகள் இறாவணம் மவுத்தை
அறுத்தடைக் குமந்த வழித்தொகுதி தன்னில். (1038)

வேறு)

அன்று நாயனருள் நன்மை தீமையுயர்
வாகவேயெழுது மாறெலாம்
துன்று கோபஎரி நரகு ளோருமுயர்
சொர்க்க வாதிகளும் கண்டிட
மன்றல் சேர்வுலகு மகுபூ லுக்குமறை
வாக வைத்தவெளி யிடையெலாம்
வென்றி வீறுகொடு வாங்கி வைப்பனதை
மெய்ய தென்று தெரி சிப்பரே. (1039)

வேறு)

இட்ட எழுத்தின் படிகண்டே
இனிநாம் என்செய் வோம்முன்னாள்
நட்டம் எனவே பிழைதேடி
நம்மா லேநாம் கெட்டோமென்(று)
ஒட்டும் பசைஈ மானில்லார்
உருகி நரகின் உட்புகுவார்
எட்டும் அணைந்தோர் தறஜாப்பெற்
றிருப்பர் என்றார் எம்இரசூல். (1040)

வேறு)

ஈனமற நீர்கேட்ட மசலா வெல்லாம்
இபுனுசலா மேஏகன் எமக்கிங் கோத
வானஎழுத் தைக்கலம்வந்(து) அஜலிற் காட்ட
அவ்வெழுத்தின் தபுசீர்கண் டிசுறா பீல்தான்
சோனைமழைத் தலைவருடன் சொல்ல அந்தச்
சொற்ஜிபுர யீலுடன் தோன்றல் கூறப்
பானுலகிற் ஜிபுரீல்வந் தெனக்கு விள்ளப்
பாங்குடன்நான் இங்குமக்குப் பகர்ந்தே னென்றார் (1041)

வேறு)

மெய்யிலே பொய்யை நாட்டி
வெஞ்சினப் பிணியின் மூழ்கிப்
பொய்யிலே மெய்யை நாட்டப்
பொருந்துமோ புவனத் தோரே
செய்யிலே களையுண் டாக்கித்
தீங்கிலே விளைவுண் டாக்கிக்
கையிலே இனித்தார் நேர்மைக்
கரும்பிலே கசப்பாம் என்றார் (1042)

மவுத்துடைய வரலாறு முற்றியது

திருவிருத்தம் 14

அப்துல்லா இபுனு சலாம் முதலானோர் இசுலாமான வரலாறு

ஒருவன்றன் அருள்கொண்டு இருள்துன்று குபிர்தங்க
உரைதங்கு மறைபன்னி நீள்
குருவென்று மனநின்ற சமயங்கள் தனைவென்று
குறைவன்றி நிறைமன்று தீன்
மருவென்று சொலிளங்கள் இதயங்கள் ஒளிதங்கும்
வடிதங்கு நபியண்ண லே
தருவென்றும் மழையென்றும் இருசெங்கை பொழிகின்ற
சருவந்து முடிமன்ன ரே. (1043)

(வேறு)

தீபர மாமச லாவுரை கூறிய
தீனெறியே குருவே
மாபர மேகலி மாமொழி யேமனு
வாரம் விடா வகையே
காபிரெல் லோரையு நேரிசு லாநெறி
காணுமனோ லயமே
தாபர மானவ ரேயர சேபல
சாதிகள்நா யகமே. (1044)

(வேறு)

வண்டிசைத் தேபாட முண்டகத் தேனோடி
மண்டுமக் காநாடு சூழ்
எண்டிசைப் பாராதி வங்கணப் பேராக
எங்குமிக் கேயான தீன்
அன்றளித் தேயாறோ டைந்துதற் காதோத
அன்புவைத் தீர்நீர லோ
கொண்டலைப் போல்வீசு செங்கையிற் பேரான
குங்குமத் தார்மார்ப ரே (1045)

(வேறு)

மாமான மும்புகழ் முகம்மதே எங்களின்
வாழ்வே குதாதூதரே
சூமானி யமான வழிபிழைத் தேநின்ற
சூதர்வங் கிடமானதை
ஈமானி லேதீனி லேகல்பு பூணவென்
றிசுலாமின் வழிகாட்டினீர்
சாமானி யமோக சாருமச லாவுந்த
மாமாய்ப் பயானோதினீர். (1046)

(வேறு)

வியனாய்ந்த தூதாங்கர் முறுசலீன் களிலோங்கு
விதிபாங்கரே
செயலாய்ந்த வேதாந்தம் உறுதீன்கள் பிழையாய்ந்த
ஜெயவேந்தரே
கயலாய்ந்து பொறைதங்கு குறைதீர்ந்த புகழ்பூண்ட
கலைஞானரே
பயனாய்ந்த வேதாம்ப ரேமாந்தர் கிருபைநெறி
பயகாம்பரே (1047)

(வேறு)

அரியவை யான விந்த
ஆயிர மசலாத் தன்னை
வரிசைபூண் டுறுதி யான
பயானெலாம் தமாம தாகப்
பரிவுடன் உரைத்தீர் வண்மைப்
பயகாம்பர் நீரே யுண்மை
தரிபட ஏகன் தூதர்
என்பது தப்பா துண்மை (1048)

தம்பிரான் உமக்குத் தந்த
ஷபாஅத்திலீ டேறுமாறும்
உம்பர்கோன் அன்றா டேகன்
உரையுமக் கோது மாறும்

வம்புறாத் தீனின் வாறும்
வரிசையுங் கண்டு போத
நம்பினோம் உம்மை நாங்கள்
எனநபி பாதம் தொட்டார். (1049)

(வேறு)

விந்தசர ணாலயம் தொழுதுமிக வேவருடி
வீறபுதுல் லாபகரு வார்
கொந்துலவும் ஆலநபி யேஅகும தேயரிய
கொற்றவா வெற்றிவேந்தே
எந்தனொடு வந்தவெழு நூறுமறை யோர்களுடன்
என்னையுமிந் நேரமதி லே
சந்தபம் அறக்குலவும் ஈமானில் ஆகவிடை
தந்தருளும் என்றருளு வார். (1050)

அம்பரமொ ரேழருணன் நிலவுடுவு சொர்க்கமெட்(டு)
அந்தரத் தறுசினள வும்
இம்பருல கேழுளதுங் கோபுக்கா அம்மறுகில்
இலகிவிடு வாவியள வும்
கொம்புசெறி இடபதல மகாதல நரகேழுகுலா
வியதகுத்த தறாவினளவும்
வம்பற அதன்புதுமை கேட்டவையெல் லாம்கூறும்
முகம்மதே உண்மையரசே. (1051)

சீராய்ந்த நெறிபூண்டு செயலாய்ந்த உம்முடைய
தீன்நிலையில் ஆக்குமெனவே
நேராய்ந்த பயகாம்பர் இருசெங்கை தனைவந்து
நிரைகொண்டு கைதண்டவே
காராய்ந்த கொடை வேந்தர் குபிராய்ந்த வர்கள்தீங்கு
கலிசாய்ந்து போகநினைய
வோராய்ந்த கலிமாவொ டெழுநூறு மறையோரும்
இசுலாமில் உறவாயினார். (1052)

(வேறு)

மசலா வுரைக்கவரும் எழுநூறு வித்தகரும்
மறையபுதுல் லாவுமிகவே
இசுலாமி லொத்தனர்க ளெனவே மகிழ்ச்சியுடன்
இலகுமதி னாவிலுள ரும்

திசைநான்கு மிக்குளரும் இமையோரும் மெச்சினர்கள்
திணிபுமதி விதமாகவே
ஒசிலான சித்திரநற் பரிபூர ணத்தினுடன்
உளமகிழ்வர் களிகூரவே. (1053)

(வேறு)

விதினான்மறை தங்கும்பல
மசலாவுரை கொண்டன்பொடு
வீறாகிய சூதர்குல
வேதாந்தகர் வந்தே

திதிநேர்அறி வின்சிந்தைமன்
இறசூல்பத முங்கண்டுயர்
சீமான்நபி ஈமானிசு
லாமாயினர் என்றே

மதினாநகர் எங்கும்மிக
விதுவேபிர சங்கங்கொடு
மாராய மொழிந்தன்பொடு
நீரோசைகள் கொண்டே

அதிவாசனை தண்குங்கும
பனிநீர்கள பஞ்சிந்திட
ஆதாளி மிகுந்தாடுவர்
சீராடுவர் போத. (1054)

(வேறு)

வீர ஜயங்கொடு அஸ்ஹா பிகள்மிக
விருந்து விளக்கிடுவார்
ஆரமு தங்கொடு அடிசில் சமைத்தே
அன்னம் அளித்திடுவார்
சீரிய சட்டைகள் தாவணி தூசு
சிறப்பொ டளித்திடுவார்.
நேரிய லங்கவர் ஈமா னுக்கு
நிறைந்த துஆக்கள் செய்வார். (1055)

(வேறு)

முறைவிருந் தருந்தி மிக்க
மூமின்கள் என்னும் பேராய்ச்
செறிவுடன் அறிவு பூண்டு
செங்கையில் தசுபீ கோதி
இறையையைந்(து) ஒகுத்தும் போற்றி
இமாமொடு நிமாசும் செய்து
பொறைபயில் இறசூல் கஞ்சப்
பொற்பதம் போற்றிச் சொல்வார். (1056)

(வேறு)

துங்கநபி யேஉமது கமலபொற் சரணங்கள்
தொழுதரிய வினைகள்தீர்ந் தோம்
இங்குமதி னறிவுநெறி பொறைகிருபை அழகுகண்(டு)
எங்கள்பா வங்கள்தீர்ந் தோம்
சங்கமுடன் எங்களுடை கைபர்பதி புக்கவிடை
தாரும்விடை தாருமென வே
பொங்குபுகழ் கொண்டநபி அன்றுவிடை நல்கப்
புரிந்துவழி போயினர்களே. (1057)

(வேறு)

தீன்வழி கண்டவர் செவ்விய வழியிற்
செல்செல் லெனவேகிக்
கான்வழி யின்பல நாடு கடந்துயர்
கைபர்புகுந் ததனின்
ஈன்வழி கொண்டவர் யாரையும் இசுலாம்
இன்னெறி தனிலாக்கித்
தேன்வழி யுங்கலி மாவொ டினங்கள்
செறிந்திட வாழ்ந்திருந்தார். (1058)

அப்துல்லா இபுனு சலாம் முதலானோர் இசுலாமான
வரலாறு முற்றியது

திருவிருத்தம் 16

ஆக திருவிருத்தங்கள் 1058+2+35–1095.

❋❋